国家出版基金项目
NATIONAL PUBLICATION FOUNDATION

大中华文库

Mkusanyiko wa Vitabu Maarufu vya China

大中华文库
汉语-斯瓦希里语对照
Mkusanyiko wa Vitabu Maarufu vya China
Kichina-Kiswahili

聊 斋 志 异 选
MASIMULIZI TEULE YA AJABU KUTOKA KWENYE UKUMBI WA SOGA
I

［清］蒲松龄　著

孙宝华　张治强　译

Kimeandikwa na Pu Songling

Kimetafsiriwa na Sun Baohua Zhang Zhiqiang

吉林人民出版社
SHIRIKA LA UCHAPISHAJI LA UMMA LA JILIN

Toleo la Kiswahili 2021

Chapisho la Kiswahili © Shirika la Uchapishaji wa Lugha
za Kigeni,Barabara ya Beiwanzhuang, Beijing 100037,
China
na Shirika la Uchapishaji la Umma la Jilin, Barabara ya
Renmin 7548, Changchun 130022, Jilin, China

ISBN 978-7-206-17948-8©2021

Kimechapishwa na Kampuni ya Uchapishaji ya Jiaxinda ya Shenzhen Ltd
Shenzhen, Jamhuri ya Watu wa China

总　序

杨牧之

《大中华文库》终于出版了。我们为之高兴，为之鼓舞，但也倍感压力。

当此之际，我们愿将郁积在我们心底的话，向读者倾诉。

一

中华民族有着悠久的历史和灿烂的文化，系统、准确地将中华民族的文化经典翻译成外文，编辑出版，介绍给全世界，是几代中国人的愿望。早在几十年前，西方一位学者翻译《红楼梦》，将书名译成《红楼上的梦》，将林黛玉译为"黑色的玉"。我们一方面对外国学者将中国的名著介绍到世界上去表示由衷的感谢，一方面为祖国的名著还不被完全认识，甚而受到曲解，而感到深深的遗憾。还有西方学者翻译《金瓶梅》，专门摘选其中自然主义描述最为突出的篇章加以译介。一时间，西方学者好像发现了奇迹，掀起了《金瓶梅》热，说中国是"性开放的源头"，公开地在报刊上鼓吹中国要"发扬开放之传统"。还有许多资深、友善的汉学家译介中国古代的哲学著作，在把中华民族文化介绍给全世界的工作方面作出了重大贡献，但或囿于理解有误，或缘于对中国文字认识的局限，质量上乘的并不多，常常是隔靴搔痒，说不到点子上。大哲学家黑格尔曾经说过：中国有最完备的国史。

但他认为中国古代没有真正意义上的哲学，还处在哲学史前状态。这么了不起的哲学家竟然作出这样大失水准的评论，何其不幸。正如任何哲学家都要受时间、地点、条件的制约一样，黑格尔也离不开这一规律。当时他也只能从上述水平的汉学家译过去的文字去分析、理解，所以，黑格尔先生对中国古代社会的认识水平是什么状态，也就不难想象了。

中国离不开世界，世界也缺少不了中国。中国文化摄取外域的新成分，丰富了自己，又以自己的新成就输送给别人，贡献于世界。从公元5世纪开始到公元15世纪，大约有一千年，中国走在世界的前列。在这一千多年的时间里，她的光辉照耀全世界。人类要前进，怎么能不全面认识中国，怎么能不认真研究中国的历史呢？

二

中华民族是伟大的，曾经辉煌过，蓝天、白云、阳光灿烂，和平而兴旺；也有过黑暗的、想起来就让人战栗的日子，但中华民族从来是充满理想，不断追求，不断学习，渴望和平与友谊的。

中国古代伟大的思想家孔子曾经说过："三人行，必有我师焉。择其善者而从之，其不善者而改之"。孔子的话就是要人们向别人学习。这段话正是概括了整个中华民族与人交往的原则。人与人之间交往如此在与周边的国家交往中也是如此。

秦始皇第一个统一了中国，可惜在位只有十几年，来不及做更多的事情。汉朝继秦而继续强大，便开始走出去，了解自己周边的世界。公元前139年，汉武帝派张骞出使西域。他带着一万头牛羊，总值一万万钱的金帛货物，作为礼物，开始西行，最远到过"安息"（即波斯）。公元73年，班超又率36人出使西域。36个人按今天的话说，也只有一个排的人数，显然是为了拜访未曾见过面的邻居，是去交朋友。到了西域，班超派遣甘英作为使者继续西行，往更远处的大秦国（即罗马）去访问，"乃抵条支而历安息，临西海以望大秦"（《后汉书·西域传》）。"条支"在"安息"以西，即今天的伊拉克、叙利亚一带，"西海"应是今天的地中海，也就是说甘英已经到达地中海边上，与罗马帝国隔海相望，"临大海欲渡"，却被人劝阻而未成行，这在历史上留下了遗恨。可以想见班超、甘英沟通友谊的无比勇气和强烈愿望。接下来是唐代的玄奘，历经千难万险到"西天"印度取经，带回了南亚国家的古老文化。归国后，他把带回的佛教经典组织人翻译，到后来很多经典印度失传了，但中国却保存完好，以至于今天，没有玄奘的《大唐西域记》，印度人很难完整的编写印度古代史。明代郑和"七下西洋"，把中华文化传到东南亚一带。鸦片战争以后，一代又一代先进的中国人，为了振兴中华，又前赴后继，向西方国家学习先进的科学思想和文明成果。这中间有我们的领导人朱德、周恩来、邓小平；有许许多多大科学家、文学家、艺术家，如郭沫若、李四光、钱学森、冼星海、徐悲鸿等。他们的追求、奋斗，他们的博大胸怀、兼收并蓄的精神，为人类会增添了光彩。

中国文化的形成和发展过程，就是一个以众为师、以各国人民为师，不断学习和创造的过程。中华民族曾经向周边国家和民族学习过许多东西，假如没有这些学习，中华民族绝不可能创造出昔日的辉煌。回顾历史，我们怎么能够不对伟大的古埃及文明、古希腊文明、古印度文明满怀深深的感激？怎么能够不对伟大的欧洲文明、非洲文明、美洲文明、大洋洲文明，以及中国周围的亚洲文明充满温情与敬意？

中华民族为人类社会曾作出过独特的贡献。在15世纪以前，中国的科学技术一直处于世界遥遥领先的地位。英国科学家李约瑟说："中国在公元3世纪到13世纪之间，保持着一个西方所望尘莫及的科学知识水平。"美国耶鲁大学教授、《大国的兴衰》的作者保罗·肯尼迪坦言："在近代以前时期的所有文明中，没有一个国家的文明比中国更发达，更先进。"

世界各国的有识之士千里迢迢来中国观光、学习。在这个过程中，中国唐朝的长安城渐渐发展成为国际大都市。西方的波斯、东罗马，东亚的高丽、新罗、百济，南亚的南天竺、北天竺，频繁前来。外国的王侯、留学生及在长安供职的外国官员、商贾、乐工和舞士，总有几十个国家，几万人之多。日本派出"遣唐使"更是一批接一批。传为美谈的日本人阿倍仲麻吕（晁衡）在长安留学的故事，很能说明外国人与中国的交往。晁衡学成仕于唐朝，前后历时五十余年。晁衡与中国的知识分子结下了深厚的友情。他归国时，传说在海中遇难身亡。大诗人李白作诗哭悼："日本晁卿辞帝都，征帆一片远蓬壶。明月不归沉碧海，白云愁色满苍梧。"晁衡遇险是误传，但由此可见中外学者之间在中国长安交往的情谊。

后来，不断有外国人到中国来探寻秘密，所见所闻，常常让他们目瞪口呆。《希腊纪事》（希腊人波桑尼阿著）记载公元2世纪时，希腊人在中国的见闻。书中写道："赛里斯人用小米和青芦喂一种类似蜘蛛的昆虫，喂到第五年，虫肚子胀裂开，便从里面取出丝来。"从这段对中国古代养蚕技术的描述，可见当时欧洲人与中国人的差距。公元9世纪中叶，阿拉伯人来到中国。一位阿拉伯作家在他所著的《中国印度闻见录》中记载了曾旅居中国的阿拉伯商人的见闻：

——一天，一个外商去拜见驻守广州的中国官吏。会见时，外商总盯着官吏的胸部，官吏很奇怪，便问："你好像总盯着我的胸，这是怎么回事？"那位外商回答说："透过你穿的丝绸衣服，我隐约看到你胸口上长着一个黑痣，这是什么丝绸，我感到十分惊奇。"官吏听后，失声大笑，伸出胳膊，说："请你数数吧，看我穿了几件衣服？"那商人数过，竟然穿了五件之多，黑痣正是透过这五层丝绸衣服显现出来的。外商惊得目瞪口呆，官吏说："我穿的丝绸还不算是最好的，总督穿的要更精美。"

——书中关于茶（他们叫干草叶子）的记载，可见阿拉伯国家当时还没有喝茶的习惯。书中记述："中国国王本人的收入主要靠盐税和泡开水喝的一种干草税。在各个城市里，这种干草叶售价都很高，中国人称这种草叶叫'茶'，这种干草叶比苜蓿的叶子还多，也略比它香，稍有苦味，用开水冲喝，治百病。"

——他们对中国的医疗条件十分羡慕，书中记载道："中国人医疗条件很好，穷人可以从国库中得到药费。"还说："城市里，很多地方立一石碑，高 10 肘，上面刻有各种疾病和药物，写明某种病用某种药医治。"

——关于当时中国的京城，书中作了生动的描述：中国的京城很大，人口众多，一条宽阔的长街把全城分为两半，大街右边的东区，住着皇帝、宰相、禁军及皇家的总管、奴婢。在这个区域，沿街开凿了小河，流水潺潺；路旁，葱茏的树木整然有序，一幢幢宅邸鳞次栉比。大街左边的西区，住着庶民和商人。这里有货栈和商店，每当清晨，人们可以看到，皇室的总管、宫廷的仆役，或骑马或步行，到这里来采购。

此后的史籍对西人来华的记载，渐渐多了起来。13 世纪意大利旅行家马可·波罗，尽管有人对他是否真的到过中国持怀疑态度，但他留下一部记述元代事件的《马可·波罗游记》却是确凿无疑的。这部游记中的一些关于当时中国的描述使得西方人认为是"天方夜谭"。总之，从中西文化交流史来说，这以前的时期还是一个想象和臆测的时代，相互之间充满了好奇与幻想。

从 16 世纪末开始，由于航海技术的发展，东西方航路的开通，随着一批批传教士来华，中国与西方开始了直接的交流。沟通中西的使命在意大利传教士利玛窦那里有了充分的体现。利玛窦于 1582 年来华，1610 年病逝于北京，在华二十余年。除了传教以外，做了两件具有历史象征意义的事，一是 1594 年前后在韶州用拉丁文翻译《四书》，并作了注释；二是与明代学者徐光启合作，用中文翻译了《几何原本》。

西方传教士对《四书》等中国经典的粗略翻译，以及杜赫德的《中华帝国志》等书对中国的介绍，在西方读者的眼前展现了一个异域文明，在当时及稍后一段时期引起了一场"中国热"，许多西方大思想家的眼光都曾注目于中国文化。有的推崇中华文明，如莱布尼兹、伏尔泰、魁奈等，有的对中华文明持批评态度，如孟德斯鸠、黑格尔等。莱布尼兹认识到中国文化的某些思想与他的观念相近，如周易的卦象与他发明的二进制相契合，对中国文化给予了热情的礼赞；黑格尔则从他整个哲学体系的推演出发，认为中国没有真正意义上的哲学，还处在哲学史前的状态。但是，不论是推崇还是批评，是吸纳还是排斥，中西文化的交流产生了巨大的影响。随着先进的中国科学技术的西传，特别是中国的造纸、火药、印刷术和指南针四大发明的问世，大大改变了世界的面貌。马克思说："中国的火药把骑士阶层炸得粉碎，指南针打开了世界市场并建立了殖民地，而印刷术则变成了新教的工具，变成对精神发展创造必要前提的最强大的杠杆。"英国的哲学家培根说：中国的四大发明"改变了全世界的面貌和一切事物的状态"。

大千世界，潮起潮落。云散云聚，万象更新。中国古代产生了无数伟大的科学家：祖冲之、李时珍、孙思邈、张 衡、沈括、毕昇……产生了无数科技成果：《齐民要术》、《九章算术》、《伤寒杂病论》、《本草纲目》……以及保存至今的世界奇迹：浑天仪、地动仪、都江堰、敦煌石窟、大运河、万里长城……但从 15 世纪下半叶起，风水似乎从东方转到了西方，落后的欧洲只经过 400 年便成为世界瞩目的文明中心。波兰的哥白尼、德国的伦琴、法国的居里、德国的爱因斯坦、意大利的伽利略、俄国的门捷列夫、美国的费米和爱迪生……光芒四射，令人敬仰。

中华民族开始思考了。潮起潮落究竟是什么原因？发明的火药，传到欧洲，转眼之间反成为欧洲列强轰击中国大门的炮弹，又是因为什么？

鸦片战争终于催醒了中国人沉睡的迷梦，最先"睁眼看世界"的一代精英林则徐、魏源迈出了威武雄壮的一步。曾国藩、李鸿章搞起了洋务运动。中国的知识分子喊出"民主与科学"的口号。中国是落后了，中国的志士仁人在苦苦探索。但落后中饱含着变革的动力，探索中孕育着崛起的希望。"向科学进军"，中华民族终于又迎来了科学的春天。

今天，世界毕竟来到了 21 世纪的门槛。分散隔绝的世界，逐渐变成联系为一体的世界。现在，全球一体化趋势日益明显，人类历史也就在愈来愈大的程度上成为全世界的历史。当今，任何一种文化的发展都离不开对其他优秀文化的汲取，都以其他优秀文化的发展为前提。在近现代，西方文化汲取中国文化，不仅是中国文化的传播，更是西方文化自身的创新和发展；正如中国文化对西方文化的汲取一样，既是西方文化在中国的传播，同时也是中国文化在近代的转型和发展。地球上所有的人类文化，都是我们共同的宝贵遗产。既然我们生活的各个大陆，在地球史上曾经是连成一气的"泛大陆"，或者说是一个完整的"地球村"，那么，我们同样可以在这个以知识和学习为特征的网络时代，走上相互学习、共同发展的大路，建设和开拓我们人类崭新的"地球村"。

西学仍在东渐，中学也将西传。各国人民的优秀文化正日益迅速地为中国文化所汲取，而无论西方和东方，也都需要从中国文化中汲取养分。正是基于这一认识，我们组织出版汉英对照版《大中华文库》，全面系统地翻译介绍中国传统文化典籍。我们试图通过《大中华文库》，向全世界展示，中华民族五千年的追求、五千年的梦想，正在新的历史时期重放光芒。中国人民就像火后的凤凰，万众一心，迎接新世纪文明的太阳。

1999 年 8 月 北京

DIBAJI YA JUMLA

Yang Muzhi

Matoleo ya Mkusanyiko wa Vitabu Maarufu vya China yamechapishwa rasmi. Tunafurahi na kutiwa moyo sana, lakini pia tulikuwa na shinikizo kubwa. Ndiyo maana tunapenda kuwaeleza wasomaji wetu yaliyo mioyoni mwetu.

A

China ni taifa lenye historia ndefu na utamaduni unaong'ara, kutafsiri vitabu maarufu vinavyohusu utamaduni wa Taifa la China na kuvichapisha ili vifahamishwe kwa dunia nzima, ni matumaini ya siku zote ya sisi wachina. Mapema miongo kadhaa iliyopita, msomi mmoja wa magharibi alipotafsiri kitabu maarufu cha China Ndoto Kwenye Jumba Jekundu, alikitafsiri kichwa cha kitabu kuwa "Ndoto moja iliyotokea kwenye Jumba Jekundu", na alitafsiri jina la mhusika mkuu wa kitabu hicho Lin Daiyu kuwa "Jade Nyeusi". Tulimshukuru kwa dhati msomi mgeni kutafsiri kitabu maarufu cha China ili kukifahamisha kwa wasomaji duniani, huku tukisikitika sana kwa sababu kitabu maarufu cha China bado hakifahamiki na kueleweka kwa watu wa nje ya nchi, na hata maana halisi ya kitabu ilipotoshwa. Msomi mwingine wa magharibi alipotafsiri kitabu maarufu cha Plamu Kwenye Chombo cha Dhahabu, alitafsiri na kufahamisha zaidi masimulizi kwenye sura au aya za kitabu hicho kuhusu hali asilia ya kijinsia. Baadaye wasomi wa magharibi waliona kama wamegundua maajabu, wakachochea uchu juu ya Plamu Kwenye Chombo cha Dhahabu, walisema China ilikuwa "chanzo cha uwazi wa kijinsia", hata walijieleza wazi kwenye magazeti kwamba China "ingetukuza desturi yake hii ya uwazi wa kijinsia". Wakati huo, wataalamu wengine wengi wa elimu ya lugha na utamaduni wa China wenye uzoefu na urafiki, walitoa mchango mkubwa katika kutafsiri na kuvifahamisha vitabu vya falsafa vya zama za kale za China, na kufahamisha utamaduni wa China kwa dunia nzima. Lakini kutokana na uelewa mbaya kuhusu mambo ya China ama kutokana na changamoto yao kwenye kuelewa maandishi ya Kichina, tafsiri nzuri zilikuwa chache, na tafsiri nyingi hazikuweza kueleza ipasavyo maana halisi ya falsafa ya China. Mtaalamu mkubwa wa falsafa Bw. Hegel aliwahi kusema, China ina historia yake iliyo ya kikamili. Lakini aliona katika zama za kale za China hakukuwa na elimu ya falsafa yenye umuhimu kweli, na bado kulikuwa na hali ya kabla ya uwepo wa historia ya falsafa. Mtaalamu huyu mkubwa wa falsafa alifikia hadi kutoa hoja hii isiyolingana na hali halisi, kweli tunasikitika sana. Kama mwanafalsafa yeyote anavyoweza kuzuiliwa katika utafiti wake wa taaluma kutokana na wakati, mahali na mazingira, Bw. Hegel pia hakuweza kuruka kanuni hii. Wakati alipochambua na kuelewa hali ya zama za kale za China aliweza kufanya hivyo kwa mujibu wa tafsiri zilizofanywa na wataalamu wa elimu ya lugha na utamaduni wa China tuliowataja, ndiyo maana tunaweza kuelewa kuwa Bw. Hegel alivyotambua jamii ya zama za kale za China kwenye kiwango gani wakati ule.

China haiwezi kutengana na dunia, na dunia pia haiwezi kutengana na China. Utamaduni wa China umepata virutubisho vipya kutoka ng'ambo, huku ukipelekea mafanikio yake mapya kwa wengine na kuchangia hali ya dunia. Kuanzia Karne ya 5 hadi Karne ya 15, katika muda wa miaka elfu moja hivi, China ilikuwa kwenye safu ya mbele ya dunia. Katika muda huo uliopita, China iliyong'ara iliwahi kuiangaza dunia nzima. Binadamu wakitaka kusonga mbele, wanapaswa kuijua China kutoka pande zote, na kufanya utafiti kwa makini kuhusu historia ya China.

B

Taifa kubwa la China liliwahi kung'ara duniani, ambapo kote nchini kulikuwa na anga buluu, mawingu meupe, mwangaza mzuri wa jua, amani na utulivu, na ustawi na neema. Lakini pia liliwahi kukumbwa na giza na mabalaa ya aina mbalimbali ya kuhuzunisha. Taifa la China siku zote limejaa matumaini, kufanya juhudi na kujifunza siku hadi siku, na kupenda amani na urafiki.

Mwanafikra wa zama za kale za China Confucius aliwahi kusema: "Watu watatu wakiongozana, hakika mmoja wao ni mwalimu wangu. Natakiwa kujifunza kutoka kwa mema yao, na ningetafakari kwanza na nijirekebishe kama nikiona dosari zao". Aliyosema Confucius ndiyo alitaka watu wajifunze kutoka kwa wengine. Maneno hayo yamefanya majumuisho kuhusu kanuni za Taifa la China kuhusu namna ya kuwasiliana na wengine. Na mawasiliano kati ya nchi moja na jirani zake ndivyo vivyo hivyo.

Mfalme Qinshihuang wa Enzi ya Qin alikuwa wa kwanza kutimiza muungano wa taifa la China, lakini alitawala nchi kwa zaidi ya miaka 10 tu, hivyo alishindwa kufanya mambo mengi. Enzi ya Han iliyoifuata Enzi ya Qin iliendelea kuwa na ustawi na neema, ikawa na nguvu kubwa, ikaanza kuwasiliana na ng'ambo ili kuijua dunia ya pembezoni mwake. Mwaka 139 kabla ya Kristo, Mfalme Hanwu alimtuma Zhang Qian kuwa balozi wa China katika eneo la magharibi, ambapo alichukua zawadi ya maelefu ya ng'ombe na kondoo, pamoja na pesa na bidhaa zenye thamani kubwa akianza kufunga safari yake ya kwenda eneo la magharibi, mbali zaidi aliwahi kufika Parthia (yaani Iran ya hivi sasa). Mwaka 73 kabla ya Kristo, Ban Chao aliwaongoza tena watu 36 kwenda eneo la magharibi, hivi leo tunaweza kusema, watu 36 si wengi ambao waliweza kuundwa kuwa kikundi kimoja tu, lakini kidhahiri walikwenda kwenye eneo la magharibi kwa ajili ya kuwatembelea majirani ili kupata marafiki wapya. Walipofika eneo la magharibi, Ban Chao alimtuma Gan Ying aendelee kwenda magharibi zaidi akiwa balozi kutembelea nchi ya Daqin (yaani nchi ya kifalme ya kirumi na eneo la Mashariki ya Karibu), "Walifika Seleukia na kupita Arshak palipokaribia Bahari ya magharibi, na kuangalia nchi ya Daqin" (maelezo kwenye kitabu cha Wasifu wa Eneo la Magharibi kuhusu historia ya Enzi ya Han ya Mashariki). "Eleukia" iko magharibi ya "Arshak", yaani kanda ya nchi za Iraq na Syria za hivi leo, "Bahari ya Magharibi" ni Bahari ya Mediterranean ya hivi leo. Tunaweza kusema Gan Ying aliwahi kufika kando ya Bahari ya Mediterranean inayopakana na Iraq na Syria, "alifika kwenye bahari hii na alitaka kuvuka bahari", lakini alibembelezwa na watu akaacha kuvuka bahari, haya ni masikitiko makubwa katika historia. Tungekumbuka kwamba wakati wa zama za kale, Ban Chao na Gan Ying walikuwa na ujasiri mkubwa na matarajio makubwa sana ya kuwasiliana na nchi jirani ili kupata marafiki wengi. Kwa kuendelea, Xuan Zang wa Enzi ya Tang alikwenda India, eneo magharibi la China kuchukua misahafu ya Kibudha akishinda taabu kubwa sana bila kifani, baadaye alirudi China na utamaduni wa kale wa nchi ya Asia ya Kusini, aliwashirikisha watu kutafsiri misahafu ya Kibudha. Na wakati ambapo misahafu mingi ya Kibudha ilipoteza urithi wake nchini India, badala yake ile aliyoichukua Xuan Zang na kurudi nayo nyumbani bado imehifadhiwa vizuri nchini China. Ndiyo maana mpaka hivi leo, kama kusingekuwa na kitabu alichoandika Xuan Zang cha "Safari ya Dola Kubwa ya Tang Katika Eneo la Magharibi", ingekuwa vigumu kwa wahindi kuhariri historia kamili ya zama za kale za India. Katika Enzi ya Ming, Zheng He aliongoza kikundi cha merikebu kusafiri bahari ya magharibi mara saba, ambapo walieneza utamaduni wa China hadi kwenye ukanda wa Asia ya kusini mashariki. Baada ya vita vya Kasumba, wachina watangulizi wa kizazi hadi kizazi walikwenda katika nchi za magharibi kusoma na kujifunza fikra ya kisayansi na mafanikio ya ustaarabu wao. Miongoni mwa wachina hao wakiwemo viongozi wa awamu ya kwanza wa China Zhu De, Zhou Enlai, Deng Xiaoping pamoja na wataalamu wengi wa sayansi, wanafasihi na wasanii wakiwemo Guo Moruo, Li Siguang, Qian Xuesen, Xi Xinghai na Xu Beihong. Utafutaji wao, juhudi zao, na moyo wao mkubwa wa kujifunza kutoka nchi za magharibi katika sekta za sayansi na teknolojia, vyote hivyo vimechangia maendeleo ya jamii ya binadamu.

Mchakato wa kuundwa na kukua kwa Utamaduni wa China ni

mchakato wa kujifunza kutoka kwa watu wote, kujifunza kutoka kwa watu wa nchi mbalimbali, na kujifunza na kufanya uvumbuzi bila kusita. Taifa la China liliwahi kujifunza na kupata mengi kutoka kwa nchi jirani, kama China isingefanya juhudi hizo, kabisa isingeweza kupata mavumbuzi ya kung'ara katika zama za kale. Tukikumbuka historia, hakika tunapenda kushukuru sana ustaarabu wa Misri ya kale, ustaarabu wa Ugiriki wa kale na ustaarabu wa India ya kale. Hakika tuna hisia nyingi za kuusifu na kuheshimu ustaarabu mtukufu wa mabara ya Ulaya, Afrika, Amerika na Australia, pamoja na ustaarabu wa nchi jirani za China barani Asia.

Taifa la China liliwahi kutoa mchango pekee kwa ajili ya jamii ya binadamu. Kabla ya Karne ya 15, kiwango cha sayansi na teknolojia cha China kilikuwa kinaongoza dunia. Mwanasayansi wa Uingereza Joseph Needham alisema: "Katika kipindi kati ya Karne ya 3 na Karne ya 13, China ilikuwa imedumisha kiwango ambacho nchi za magharibi zilishindwa kukifikia katika ujuzi wa kisayansi." Profesa Paul Kennedy wa Chuo Kikuu cha Yale cha Marekani ambaye ni mwandishi wa kitabu cha Kustawi na Kudidimia Kwa Nchi Kubwa alisema wazi: "Katika kipindi kabla ya Zama za Karibu, hakuna ustaarabu wa nchi moja uliostawi na kuwa wa kiwango cha juu zaidi kuliko ustaarabu wa China."

Watu wenye busara wa nchi mbalimbali duniani walikuja kufanya ziara na kusoma nchini China. Katika mchakato huo, Mji Chang'an wa Enzi ya Tang ya China ya kale ulikua na ukawa mji mkubwa wa kimataifa, watu wengi wa Uajemi ya magharibi, Urumi ya Mashariki, Koryo, Silla na Paekche za Asia ya Mashariki, Tianzhu ya Kusini na

Tianzhu ya Kaskazini za Asia ya Kusini walikuja China mara kwa mara. Watu wenye vyeo vya kifalme na wanafunzi waliosoma huko Chang'an pamoja na maofisa, wafanyabiashara, wanamuziki na wasanii wa ngoma kutoka makumi ya nchi walifikia makumi ya maelfu, ambapo Japan ilituma mabalozi wake kuja China mara kwa mara. Hadithi kuhusu mjapani Chao Heng aliyesoma huko Chang'an ilisimuliwa sana na watu, na kuonesha mawasiliano mazuri kati ya wachina na watu kutoka nchi mbalimbali. Chao Heng alikamilisha masomo na kuwa ofisa wa utawala wa kifalme wa Enzi ya Tang ya China ya kale katika muda wa zaidi ya miaka 50. Chao Heng alijenga urafiki mkubwa na wasomi wa China. Aliporudi nyumbani kwao Japan, kuna habari zilizokuwa zinasema, alikumbwa na ajali na kuzama baharini. Mshairi mkubwa wa China Li Bai alitunga shairi la kumwomboleza kwa huzuni: "Rafiki mjapani Chao ameaga Chang'an, akipanda meli kurudi nyumbani visiwani. Hatarudi kama mbalamwezi ulivyozama baharini. Namuwaza kama mawingu yalivyofunika mlima." Kuhusu Chao Heng kukumbwa na ajali ya kuzama baharini ilikuwa ni habari ya makosa, lakini hii iliweza kuonesha mawasiliano na urafiki kati ya wasomi wa China na wa nchi mbalimbali huko Chang'an.

Katika siku za baadaye, watu kutoka ng'ambo walikuja China mara kwa mara, ambapo walitafuta kuona maajabu ya China, waliyoona na kuyashuhudia yote yaliwashangaza sana. Katika kitabu cha Kumbukumbu za Ugiriki (kilichotungwa na mgiriki Bosania) kiliwekwa kumbukumbu za wagiriki katika safari zao nchini China wakati wa Karne ya 2. Kitabu hiki kilieleza hivi: "Waliona watu wa Seres (yaani China, ambayo ni nchi ya hariri) walitumia uwele na matete kuwalisha

wadudu waliokuwa kama buibui, baada ya mwaka wa tano, matumbo
ya wadudu yalipopasuka, watu walichukua nyuzi za hariri kutoka
ndani yake." Kutokana na masimulizi hayo kuhusu ufundi wa kufuga
viwavi wa hariri katika zama za kale za China, tunaweza kuona pengo la
wakati huo kati ya waulaya na wachina. Katikati ya Karne ya 9, waarabu
walikuja kutembelea China, mwandishi mmoja wa vitabu aliweka
kumbukumbu nyingi kwenye kitabu chake kuhusu mambo waliyojionea
waarabu waliowahi kuja kutalii na kukaa nchini China. Kumbukumbu
hizo zilisimulia:

Siku moja, mfanyabiashara mwarabu alikwenda kukutana na ofisa
mtawala wa China aliyeishi mjini Guangzhou, ambapo mfanyabiashara
huyo alikodolea macho kifua cha ofisa huyu, ofisa huyo alishangaa
akamwuliza: "Naona kama muda wote unaangalia kifuani mwangu,
ni kwanini?" Mwaarabu huyu alimjibu: "Kupitia vazi lako la hariri, ni
kama nimeona doa jeusi kwenye ngozi yako, hivi hii ni hariri ya namna
gani? Nashangaa sana." Ofisa mtawala aliposikia alicheka kwa sauti
kubwa, akinyoosha mkono na kusema: "Tafadhali hesabu nimevaa nguo
ngapi?" Mfanyabiashara alihesabu na kuona ofisa huyu alivaa nguo
tano, na doa jeusi kweli lilionekana kupitia nguo hizo. Mfanyabiashara
alipigwa butwaa, na ofisa huyu alimwambia: "Nguo za hariri nilizovaa
si nzuri sana, gavana wetu mkuu huvaa nguo nzuri za hali ya juu."

Na kumbukumbu kwenye kitabu hiki kuhusu "chai" (walisema ni
majani ya nyasi kavu), zimeonesha kuwa wakati huo watu wa nchi za
Kiarabu walikuwa bado hawajawa na desturi ya kunywa chai. Kitabu hiki
kilieleza: "Pato la mfalme wa nchi hii linategemea kodi ya chumvi na
majani makavu ambayo watu waliyaweka kwenye maji yaliyochemka,

na wakanywa maji hayo." Katika miji mbalimbali, majani hayo yaliuzwa kwa bei kubwa, na wachina waliyaita "chai", majani hayo makavu ni mengi zaidi kuliko majani ya alfalfa, tena harufu yake ni nzuri, na ladha yake ni chungu kidogo, yakiwekwa ndani ya maji yaliyochemka yanakuwa kinywaji, ambacho kinasaidia kuepusha maradhi mengi.

Waarabu hao walisifu sana hali ya matibabu nchini China, kumbukumbu za kitabu hiki zimeeleza: "Hali ya matibabu ya wachina ni nzuri sana, watu maskini wanaweza kupata pesa za dawa kutoka kwenye ghala la taifa." Kumbukumbu zimeeleza pia: "Katika miji, sehemu nyingi kuna mnara wa mawe, kimo chake ni futi kumi, juu ya mnara yalichongwa maneno kuhusu maradhi na dawa mbalimbali, na kufahamisha dawa gani inatibu ugonjwa gani."

Kuhusu mji mkuu wa China wa wakati huo, kitabu hiki kimekuwa na masimulizi ya kuvutia: "Mji mkuu wa China ni mkubwa sana, idadi ya watu wake ni kubwa, barabara pana ndefu inagawa mji mzima kuwa nusu mbili. Kwenye eneo la mashariki la upande wa kulia wa barabara, wanakaa mfalme, waziri mkuu, jeshi la ulinzi la kifalme pamoja na wasimamizi wakuu na watumwa wa kasri ya ufalme, ambapo kando ya mitaa vimechimbwa vijito vidogo vyenye mtiririko wa maji safi; kando ya barabara imepandwa miti mingi inayostawi kwenye safu, na nyumba nyingi za wakazi zinaegemeana vizuri. Kwenye eneo la magharibi la upande wa kushoto la barabara, wanakaa raia na wafanyabiashara ambapo kuna vituo vya bidhaa na maduka, kila asubuhi, watu wanaweza kuona wasimamizi wakuu wa kasri la ufalme pamoja na watumwa waliopanda farasi au waliotembea kwa miguu wanakuja hapa kununua vitu".

Vitabu vilivyotungwa baadaye vingi zaidi vimewekwa kumbukumbu kuhusu watu wa magharibi waliotembelea China. Katika Karne ya 13 msafiri wa Italia Marco Polo, ingawa walikuwepo watu waliokuwa na mashaka kwamba msafari huyo aliwahi kuja China au la, lakini aliandika kitabu kimoja cha Safari ya Marco Polo kilichosimulia matukio ya Enzi ya Yuan ya China ya kale, hiki ni cha kweli kabisa. Masimulizi ya kitabu hicho kuhusu China ya wakati ule yaliwafanya watu wa magharibi waone ni kama masimulizi yalivyo ya Alfu Lela Ulela. Kwa vyovyote vile, kipindi cha kabla ya historia ya mawasiliano ya kiutamaduni kati ya China na magharibi kilikuwa bado ni cha zama za kufikirika na kukisia tu, ambapo watu wa kila upande walijaa hamu ya kujua hali na maajabu ya upande mwingine.

Kuanzia mwishoni mwa Karne ya 16, kutokana na maendeleo ya teknolojia ya usafiri kwenye bahari, njia ya usafiri kati ya mashariki na magharibi ilifunguliwa, baadaye wamisionari wengi walikuja China kwa mfululizo, na China na nchi za magharibi zikaanzisha mawasiliano ya moja kwa moja. Jukumu la kuanzisha mawasiliano kati ya China na magharibi lilionekana vilivyo kwenye juhudi alizofanya mmisionari wa Italia Matteo Ricci. Mmisionari huyo wa Italia alikuja China mwaka 1582, na alifariki dunia kwa ugonjwa mwaka 1610 mjini Beijing, kwa jumla aliishi nchini China kwa zaidi ya miaka 20. Mbali na kueneza dini, alifanya mambo mawili yenye umuhimu wa alama ya kihistoria. Jambo la kwanza ni kuwa, kabla na baada ya mwaka 1594 huko Shaozhou, China, alitafsiri Vitabu Vinne (Si Shu) vya China kwa Kihispania, tena aliweka ufafanuzi juu yake; jambo la pili ni kuwa, alishirikiana na msomi wa Enzi ya Ming Bw. Xu Guanqi katika kutafsiri kwa lugha ya

Kichina kitabu cha Jiometria Asilia (Ji He Yuan Ben).

Tafsiri za mmisionari wa magharibi za Vitabu Vinne (Si Shu) na vingine maarufu vya China, pamoja na Kitabu cha Historia ya Nchi ya Ufalme ya China na vingine vilivyotungwa na Bw. Du Hede vya kufahamisha hali ya China, vimeonesha ustaarabu wa nchi ya kigeni mbele ya macho ya wasomaji wa magharibi, katika muda wa wakati huo na baadaye, watu wengi wa magharibi wamekuwa na hamu kubwa ya kuijua China, na wataalamu wengi wa fikra wa magharibi wote walitupia macho zaidi Utamaduni wa China. Baadhi yao kama wale Leibnits, Voltaire na Quesnay walisifu sana ustaarabu wa China, wengine kama Montesquieu na Hegel waliukosoa ustaarabu wa China. Bw. Leibnits alitambua kuwa fikra fulani kwenye Utamaduni wa China zinakaribia na mtazamo wake, kwa mfano "Mahesabu Matukufu ya Zhou Yi" (Zhou Yi Gua Xiang) na "Mgawanyiko wa Mara mbili" (Er Jin Zhi) aliyovumbua zinalingana, hivyo alisifu sana Utamaduni wa China; Bw. Hegel alifikiri kwanza kuchambua mfumo wake mzima wa falsafa, hivyo aliona China haina falsafa yenye umuhimu wa kikweli katika zama za kale, na bado ilikuwa iko katika hali ya kabla ya kuwa na historia ya falsafa. Lakini si hali ya kusifu au kukosoa, si kujifunza au kutweza, kihalisi, mawasiliano ya kiutamaduni kati ya China na magharibi yalileta uhimizaji mkubwa kwa mawasiliano ya kiutamaduni kati ya China na magharibi. Kutokana na kueneza kwa ufundi wa kimaendeleo wa China katika nchi za magharibi, hasa mavumbuzi manne makubwa ya China kuhusu utengenezaji wa karatasi, baruti, ufundi wa uchapishaji na dira, hayo yote yalibadilisha sana sura ya dunia. Karl Marx alisema: "Baruti za China zimebomoa kabisa tabaka la waungwana, dira ya China imefungua soko la dunia na kuanzisha koloni, na ufundi wa uchapishaji umebadilishwa kuwa chombo cha dini ya Kiprotestanti, na kuwa nyenzo yenye nguvu kubwa zaidi kwa msingi wa lazima wa maendeleo na uvumbuzi wa kiroho. Mtaalamu wa falsafa wa Uingereza Bw. Francis Bacon alisema: mavumbuzi makubwa manne ya China "yamebadilisha sura ya dunia nzima na hali ya mambo yote".

C

Katika dunia yetu hii, maji ya bahari yanaingia na kutoka, mawingu angani yanatawanyika na kukusanyika, mambo yote yanabadilikabadilika. Katika zama za kale za China, walijitokeza wanasayansi wengi maarufu: Zu Chongzhi, Li Shizhen, Sun Simiao, Zhang Heng, Shen Kua, Bi Sheng na wengine wasiohesabika, ambao matunda yao mengi ya kisayansi na kiteknolojia yalipatikana nchini China, kama vile Ensaoklopidia ya Kilimo, Hisabati ya Mambo ya Pande Mbalimbali, Homa ya Matumbo na Maradhi Anuwai, Mkusanyiko wa Dawa za Mitishamba…pamoja na miujiza inayohifadhiwa mpaka sasa duniani kama vile: Tufe la Mbingu, Tufe ya Kipimatetemeko, Mapango ya Mawe ya Dun Huang, Mfereji Mkuu, Ukuta Mkuu… Lakini kuanzia nusu ya pili ya Karne ya 15, wimbi lilikuwa kama lilielekea hadi magharibi kutoka mashariki, baada ya miaka 400 tu, Bara la Ulaya lililokuwa nyuma lilibadilika kuwa kituo cha ustaarabu kinachovutia macho dunia nzima. Isaac Newton wa Uingereza, Copernicus wa Poland, Marie Curie wa Ufaransa, Rontgen na Einstein wa Ujerumani, Galileo wa Italia, Mendelev wa Russia na Fermi na Edison wa Marekani…wote hao walitia fora na kusifiwa sana duniani.

Taifa la China lilikuwa limeanza kufikiria, mawimbi yanaingia na kutoka ni kwa sababu gani? Baruti zilizovumbuliwa na China zilienezwa katika nchi za magharibi, kwanini zikabadilika kuwa mabomu yaliyopigwa na wabeberu wa magharibi dhidi ya China?

Vita vya Kasumba hatimaye viliwaamsha wachina, ambapo mashujaa walioamka kwanza na kuangalia hali ya dunia kama wale Lin Zexu na Wei Yuan walitangulia kupambana na washambulizi. Baadaye Zeng Guofan na Li Hongzhang walianzisha vuguvugu la kuingiza zana na vifaa vya magharibi ili kujihami. Wasomi wa China walitoa wito wa kudai "Demokrasia na Sayansi". Wakati huo China ilikuwa iko nyuma kimaendeleo, lakini watu wenye busara walianza kufanya juhudi na kuongezewa nguvu ya kufanya mageuzi, kuwa na matumaini makubwa ya kufanya utafutaji wa kujitokeza tena. "Kupiga hatua za kuendeleza sayansi na teknolojia", hivi leo Taifa la China limekaribisha tena maendeleo mapya ya kisayansi.

Dunia imeingia kwenye Karne ya 21. Dunia iliyotengana sasa inafungamana siku hadi siku. Hivi sasa mwelekeo wa mafungamano ya dunia nzima unaonekana wazi siku hadi siku, na historia ya binadamu inazidi kuwa historia ya dunia nzima. Maendeleo ya utamaduni wa aina yoyote hayawezekani bila kurutubishwa na ubora wa tamaduni nyingine na kuendelezwa kwenye msingi wa maendeleo ya tamaduni nyingine bora. Katika Zama za Karibu na zama tulizonazo, tamaduni za magharibi zilirutubishwa kwa Utamaduni wa China, si kama tu ni kutokana na uenezaji wa Utamaduni wa China, zaidi ni kutokana na uvumbuzi na maendeleo ya tamaduni zenyewe za magharibi; kama

Utamaduni wa China ulivyorutubishwa kwa tamaduni za magharibi, si kama tu ni kutokana na uenezaji wa tamaduni za magharibi nchini China, bali pia ni kutokana na Utamaduni wa China unaobadilika na kukua katika Zama za Karibu. Tamaduni zote za binadamu katika dunia hii, ni mali zetu za urithi za pamoja zenye thamani. Mabara mbalimbali tunayoishi yalikuwa "bara moja kubwa" lililoungana katika historia ya dunia, ama tunasema dunia yetu kilikuwa ni "kijiji cha dunia" kamili, basi katika zama hizi za mfumo wa mtandao ambao umaalumu wake ni ujuzi na masomo, hivyo tunaweza kufundishana na kujiendeleza kwa pamoja, na kujenga na kuendeleza zaidi "kijiji cha dunia" kiwe cha aina mpya kwa sisi binadamu. Tamaduni za magharibi bado zinaenea mashariki, na Utamaduni wa China pia utaenea magharibi.

Tamaduni bora za nchi mbalimbali zinaingia haraka katika Utamaduni wa China siku hadi siku, vilevile magharibi na mashariki zote zinahitaji kupata virutubisho kutoka kwa Utamaduni wa China. Kutokana na uelewa huu, tumewashirikisha watu kutafsiri kikamilifu vitabu bora vya jadi vya China ili kuchapisha Mkusanyiko wa Vitabu Maarufu vya China na kuionesha dunia nzima nia ya Taifa la China na matumaini yake katika miaka elfu tano iliyopita, ambavyo vimeleta tena mwangaza katika kipindi kipya cha historia. Wananchi wa China ni kama ndege aina ya Phoenix aliyepata uhai mpya baada ya kuchomwa moto, wamekuwa na moyo mmoja na nia ya pamoja, na wako katika kukaribisha ustaarabu wa karne mpya.

Agosti, 1999, Beijing.

"一带一路"沿线国家语言对照版
序　言

杨牧之

　　时间如飞，各位读者打开的这批书，已经是《大中华文库》的第三批书了。

一

　　从 1994 年《大中华文库》经新闻出版署立项开始，到今天，2019 年 10 月，已经过去 25 年。这 25 年，《大中华文库》的出版经历了三个阶段：

　　从 1994 年到 2016 年，我们用 20 多年的时间完成了"汉英对照版"，总计 110 种图书的译介出版。这是我们国家首次全面、系统地向世界推介中国文化典籍，弘扬中华民族优秀传统文化的国家重大出版工程。这是第一阶段。

　　第二阶段从 2009 年开始。为了进一步扩大国际影响和受众覆盖面，我们又着手启动"多语种项目"，继续把中文典籍翻译成联合国使用的另外 4 种官方语言，即法语、俄语、西班牙语、阿拉伯语，再加上另外 3 种重要语言德语、日语、韩语，这样，总计就是 7 种语言。我们从汉英对照版 110 种典籍中，选出常用且必备的 25 种典籍，用上述 7 种语言和中文对照出版，总计 175 个品种，目前也已全部完成。

现在这一批书，应该是第三个阶段了。这一阶段主要是配合中央"一带一路"倡议，开展"一带一路"沿线国家语言对照版的翻译工作。第一批涉及29种语言（乌克兰语、柬埔寨语、老挝语、马来语、缅甸语、泰语、印尼语、越南语、孟加拉语、乌尔都语、印地语、哈萨克语、吉尔吉斯语、波斯语、土耳其语、希伯来语、斯瓦希里语、捷克语、匈牙利语、保加利亚语、罗马尼亚语、马其顿语、塞尔维亚语、葡萄牙语、阿拉伯语、法语、俄语、西班牙语、德语等），84种典籍。

千百年来，中华民族从陆上、从海上开拓了举世闻名的丝绸之路。那是一条和平之路，一条与世界交往、广交朋友之路。沿着古老的丝绸之路，中华民族走向世界，创造了举世无双、持续不断的灿烂文明。今天，我们继承这份辉煌的遗产，开始了"一带一路"新的征程。"一带一路"上，国家林立，语言丰富，文化多彩，我们要把《大中华文库》送过去，把他们的灿烂文化学过来。

二

《大中华文库》启动伊始，在封面设计上，我们突出了三个标志性的图案。这三个图案，便是我们编辑这套大书、进行这项工程的志向。

一个是中国传统建筑大门上的"门环"，以此作为本书的标志。门环图案是复制的故宫大门上的"门环"，象征着去叩开中华民族文化的宝库。

二是封面上汹涌澎湃的黄河壶口瀑布。黄河是中华民族的摇篮，源远流长，奔腾向前，最具中国特色。

三是书脊下方的长城垛口图案。当整套书摆在一起的时候，书脊上的长城垛口连接起来，便构成连绵不断的万里长城，象征中国文化如万里长城般巍峨挺立，悠久绵长。

为了不辜负这三个标志，我们制定了编辑《大中华文库》"三个精"的原则，以求达到国家出版水平的高标准。大家从这三个方面保证质量：一是精选书目，二是精细翻译，三是精心印制。

"精选书目"是根本。中国古代典籍约有 20 多万种，从中选出能代表中华民族传统文化的精华是搞好这套《文库》的根本。工作委员会、编辑委员会三次座谈、两次发调查表，征求北大、清华等全国著名高校和中科院、社科院、军科院以及国家图书馆专家的意见，反复论证，最终确定了 110 种典籍。这 110 种典籍，上自先秦，下至近代，内容涵盖哲学、宗教、政治、经济、军事、历史、文学以及科技等各个方面。既有已广为国外所了解的《老子》《论语》《孙子兵法》等经典书目，更多的则是目前没有译本，或没有完整译本，很少为国外所知的经典图书。我们担心优秀的图书漏掉，《文库》全部选题落实后，再一次征求各学科有代表性的专家意见。专家们一致表示，选题涵盖很全面，一流的中国古代典籍基本都入选了。

这 110 种典籍，也是第二期"多语种"工程和第三期"一带一路"工程选题的基础。

"精细翻译"，质量第一。2001 年朱镕基总理、李岚清副总理视察新闻出版总署，听我们汇报这套书时，镕基总理说："这套书不错，应该很有读者，很有市场啊。"岚清副总理说："关键是要搞好翻译，保证翻译质量。"他们的意见是很中肯的。我们把他们的意见，作为我们编译工作的指导思想。

《文库》把保证翻译质量作为首要任务，组织中外专家进行

25

翻译审校，中文原文版本也都经过了精心选择、认真校对。一开始是几家做过类似图书的出版社参加，逐渐有近30家出版社加入进来。实施大工程，组织工作是关键。我们设有两个委员会：工作委员会和编辑委员会。工作委员会负责出版社的遴选，签订出版合同，制订出版计划等组织协调工作，从而保证《文库》工作有计划稳步进行；编辑委员会负责版本选择、译者确定、内容审查。在翻译质量上，出版社进行一、二、三审，编辑委员会进行四审和五审。四审主要请外文局的一大批外文专家以及学术界的中文专家论证审稿，五审由编辑委员会总编辑和副总编辑进行，如果不合格就要退回去重新做编辑加工，以确保质量。此外，《文库》约请专家撰写"导言"，编制词目索引，满足海内外读者阅读需要。

"精心印制"，要体现中国出版风格和水平。因为这项工程先后有30余家出版社共同参与，而且图书品种、印制数量庞大，不可能一次印制完成。为了保证全书质量、外观的一致性，保证多批印制纸张颜色、质量的一致性，在工作委员会下设印制小组，主要工作是统一版式、统一纸张、统一印刷、统一装帧，达到四个统一。《文库》是个大工程，由于坚持了质量第一，坚持了四个统一，保证了工程的整体质量。

1999年8月，《大中华文库》汉英对照版第一批15种正式出版。

第一回合的胜利，一批带有故宫门环图标、黄河壶口瀑布图像、连绵不断的长城垛口图案的精美图书摆在我们面前，大大鼓舞了参与工作的全体同志。第一批《文库》图书出版后，先后获得了国家图书奖最高奖"国家图书奖荣誉奖"、全国古籍整理优秀图书一等奖。2011年12月，经中央批准，《大中华文库》出版工程获新闻出版总署表彰。

　　《大中华文库》以其深厚的文化内涵、优异的出版质量，已成为名副其实的国家名片。2006年4月，胡锦涛主席访问美国，将《大中华文库》作为国礼赠送给美国耶鲁大学；2009年1月温家宝总理访问西班牙，向马德里塞万提斯学院赠送了《大中华文库》；2011年10月李克强同志访问朝鲜，向金日成综合大学赠送了《大中华文库》；2012年4月伦敦书展期间，李长春同志向英国伦敦南岸大学孔子学院赠送了《大中华文库》，并且在他出访印尼、澳大利亚、韩国、新加坡等国时，都选择了将《大中华文库》作为礼物；刘延东同志出访美国赠书，以及在2012年4月的伦敦书展开幕式上，向大英图书馆赠送的也是《大中华文库》。

　　特别是2014年9月，习近平主席向斯里兰卡政府赠送《大中华文库》汉英对照版图书100种188册。2015年5月，国务院总理李克强出访南美四国，向哥伦比亚总统赠送了《大中华文库》西班牙语系列全套图书，进一步推动了《大中华文库》走向世界的成功实践。

三

　　回忆25年历程，总结我们的体会，是为了在过去的基础上，把《大中华文库》第三期工程即"一带一路"项目做得更好。

　　如果说汉英对照版是《大中华文库》的第一个高峰，多语种对照版是《大中华文库》的第二个高峰，那么，这"一带一路"沿线国家语言对照版便是《大中华文库》的第三个高峰。目前已有30余家出版社投入到这个项目中来。

　　任重而道远，继续向《大中华文库》第三个高峰前进的脚步已经迈出。文化是民族的血脉，是人民的精神家园。文化的软实力集中体现了一个国家基于文化而具有的凝聚力和生命力，以及由此而产生的吸引力和影响力。今天我们继承古代中国丝绸之路精神，将其发扬光大，把我国的发展同"一带一路"沿线国家的发展结合起来，文明互鉴，民心相通，赋予古代的丝绸之路以新的时代内涵。在这个大形势下，实施"一带一路"沿线国家语种的翻译出版，是《大中华文库》在新时代的一次历史性选择，是我们为提升中华文化软实力应做的贡献。如今《大中华文库》"一带一路"工程已被确定为2019年国家出版基金资助项目。我们要发扬精心设计、精心施工的优良传统，牢记使命，不辜负前辈的嘱托，不辜负广大读者的期望，一定要"以伟大的爱国热忱，宽广的世界眼光和严谨的科学态度"，锲而不舍地把这项光辉的事业进行到底。

2019 年 10 月 1 日　北京

Toleo la Kiswahili Kinachotumiwa na Nchi Zilizoko Kwenye "Ukanda Mmoja, Njia Moja"

DIBAJI

Yang Muzhi

Wakati unaenda kwa kasi, msomaji ukifungua kitabu hiki, unaweza kuona kuwa hiki ni moja ya vitabu vilivyotolewa mara ya tatu vya Mkusanyiko wa Vitabu Maarufu vya China.

A

Ni miaka 25 imepita mpaka sasa tangu kuanzishwa kwa mradi huu wa Shirika la Habari na Uchapishaji la Mkusanyiko wa Vitabu Maarufu vya China mwaka 1994.

Katika miaka hiyo 25 iliyopita, uchapishaji wa Mkusanyiko wa Vitabu Maarufu vya China umepita vipindi vitatu:

Kutoka mwaka 1994 hadi mwaka 2016, tulitumia muda wa zaidi ya miaka 20 kukamilisha matoleo ya "Kichina na Kiingereza" ya vitabu vya aina 110.

Huu ni mradi mkubwa wa kwanza wa uchapishaji wa kitaifa kwa ajili ya kueneza vitabu maarufu vya China kwa dunia, na kuenzi utamaduni wa jadi wa Taifa la China.

Hiki ni kipindi cha kwanza.

Kipindi cha pili kilianza mwaka 2009.

Ili kupanua zaidi mvuto wa Utamaduni wa China duniani, tulianzisha tena "Mradi wa tafsiri za lugha mbalimbali", tukiendelea kutafsiri vitabu maarufu vya China kwa lugha nne rasmi za Umoja wa Mataifa yaani Kifaransa, Kirussia, Kihispania na Kiarabu, na kuongeza tafsiri za lugha tatu nyingine za Kijerumani, Kijapan na Kikorea.

Tulichagua aina 25 kati ya aina 110 za vitabu maarufu vya China vya matoleo ya "Kichina na Kiingereza", tukivitafsiri kwa lugha hizo 7.

Matoleo ya "Kichina na lugha mbalimbali" ya vitabu hivyo yamekuwa ya aina 175 kwa ujumla, na sasa kazi zote zimekamilishwa.

Matoleo ya sasa ya vitabu hivyo ni ya kipindi cha tatu.

Kazi ya kipindi hiki hasa ni kuitikia wito wa Serikali Kuu ya China kuhusu ujenzi wa "Ukanda Mmoja, Njia Moja", na kuanzisha kazi ya kutafsiri vitabu kwa lugha za nchi zilizoko kwenye "Ukanda Mmoja, Njia Moja".

Matoleo ya kwanza ya vitabu hivyo yanahusisha tafsiri za lugha 29 (Kiswahili, Kilaos, Kimalay, Kimyanmar, Kithai, Kiindonesia, Kivitnam, Kibengali, Kiurdu, Kihindi, Kikhazak, Kikyrgyz, Kiajemi, Kituruki, Kiebrania, Kikambodia, Kiczech, Kihungary, Kibulgaria, Kiromania, Kimasedonia, Kiserbia, Kireno, Kiukraine, Kiarabu, Kifaransa, Kirussia, Kihispania na Kijerumani), kwa jumla ni tafsiri za vitabu vya aina 84.

Katika mamia ya miaka iliyopita, Taifa la China lilianzisha Njia ya Hariri iliyojulikana duniani kwenye maeneo ya bara na bahari.

Hii ilikuwa njia ya amani, njia ya kufanya mawasiliano na dunia, na njia ya kukutana na marafiki wengi.

Taifa la China lilifuata njia ya kale ya hariri likielekea kwenye dunia na kuvumbua utamaduni wa kipekee unaong'ara na unaoendelea siku hadi siku.

Hivi leo, tukirithisha mali hii tumeanza kufungua safari mpya ya "Ukanda Mmoja, Njia Moja".

Kwenye "Ukanda Mmoja, Njia Moja", kuna nchi nyingi zinazotumia lugha tofauti na zenye tamaduni za aina mbalimbali, tunapenda kuzipelekea Mkusanyiko wa Vitabu Maarufu vya China, huku tukijifunza kutoka kwa tamaduni zao zinazong'ara.

B

Awali tulipoanzisha mradi wa uchapishaji wa Mkusanyiko wa Vitabu Maarufu vya China, tulisanifu jalada lenye picha tatu za alama.

Picha hizo zimeonesha nia yetu ya kuhariri seti hii ya vitabu vingi na kukamilisha mradi huu wa tafsiri.

Picha moja ya alama ya kitabu hiki ni "Duara la Mlango" kwenye milango ya nyumba za jadi nchini China.

Hii ni picha iliyonukuliwa ya "Duara la Lango kuu"la Kasri ya Kifalme ya Beijing, ikimaanisha msomaji atafungua maktaba ya utamaduni wa Taifa la China.

Pili ni picha ya maporomoko ya maji ya Hukou ya Mto Manjano kwenye jalada.

Mto Manjano ni kama mlezi wa Taifa la China, mawimbi yake yanakwenda mbali kwa kasi, ambayo yanaonesha umaalum zaidi wa

China.

Tatu ni picha chini ya mgongo wa kitabu kuhusu matundu ya Ukuta Mkuu, wakati vitabu vya seti moja vikiwekwa pamoja, matundu hayo yanayoshikamana yameonesha Ukuta Mkuu ni wenye urefu mkubwa usio na upeo, yakiashiria Utamaduni wa China unaenziwa kizazi hadi kizazi kama Ukuta Mkuu mrefu unaosimama kidete daima.

Tumetunga kanuni tatu za kuhariri vizuri zaidi Mkusanyiko wa Vitabu Maarufu vya China, ili kutimiza nia yetu ya kusanifu alama tatu zinazolenga kufikia kiwango cha juu cha uchapishaji wa kitaifa. Wahariri wote tunajitahidi kuhakikisha kutoka pande tatu, yaani kuchagua vitabu bora, kutafsiri vizuri na kuvichapisha kwa hali ya juu.

"Kuchagua vitabu bora" ni msingi wa kazi yetu. Vitabu maarufu vya zama za kale za China vimekuwa vya aina zaidi ya laki mbili, kuchagua vitabu bora vinavyoweza kuonesha utamaduni bora wa China kutokana na vitabu hivyo, ni msingi wa kuchapisha vizuri seti hii ya Mkusanyiko wa Vitabu Maarufu vya China.

Tume ya Kazi na Tume ya Wahariri zimefanya makongamano mara tatu, na zilitoa hojaji mara mbili ili kupata maoni ya wataalamu kutoka vyuo vikuu maarufu vya China kama vile Chuo Kikuu cha Beijing na Chuo Kikuu cha Qinghua, pamoja na Taasisi ya Sayansi ya China, Taasisi ya Sayansi ya Jamii, Taasisi ya Sayansi ya kijeshi na Maktaba ya Taifa, zikijadili mara kwa mara na mwishowe zikaamua kutafsiri vitabu maarufu vya aina 110.

Vitabu hivyo vya aina 110 vinahusisha fani za falsafa, dini, siasa, uchumi, mambo ya kijeshi, historia, fasihi na sayansi na teknolojia katika zama kuanzia kipindi cha kabla ya kuanzishwa kwa Enzi ya Qin hadi Zama za Karibu.

Vitabu hivyo vikiwemo vingi vinavyojulikana kwa wasomaji wa nchini na nje kama vile Lao Zi, Lun Yu, na Mbinu za Kijeshi za Sun Zi, kwa kuwa vitabu hivyo maarufu vya China mengi havijatafsiriwa kwa lugha nyingine, ama havijatafsiriwa kikamilifu, na vitabu maarufu vya kale vya China bado havijajulikana nje ya China. Sisi tunapenda vitabu bora vya China vyote vinaweza kuchaguliwa kwenye Mkusanyiko wa Vitabu Maarufu vya China, ndiyo maana baada ya kuchaguliwa kwa vitabu vinavyotakiwa kutafsiriwa, tulisikiliza tena maoni ya wataalamu wa fani mbalimbali.

Wataalamu hao wamesema kwa kauli moja kuwa, vitabu hivyo vimehusisha fani zote kikamilifu, na vitabu bora vilivyosifiwa zaidi vya zama za kale za China vyote vimechaguliwa kwenye Mkusanyiko wa Vitabu Maarufu vya China.

Vitabu maarufu vya aina 110 pia ni msingi wa kuthibitisha mradi wa kipindi cha pili cha "tafsiri za lugha mbalimbali" na mradi wa kipindi cha tatu cha "Ukanda Mmoja, Njia Moja".

"Kutafsiri vizuri", yaani sifa bora ya tafsiri ni ya kwanza. Mwaka 2010 waziri mkuu wa China wa wakati huo Bw. Zhu Rongji na naibu wake Bw.

Li Lanqing walipofanya ukaguzi kwenye Shirika kuu la Habari na Uchapishaji, walisikiliza ripoti tuliyotoa kuhusu uchapishaji wa seti ya vitabu hivyo, waziri mkuu Zhu alisema: "Mpango wa kutolewa kwa seti ya vitabu hivyo ni mzuri, naona vitabu hivyo vitapata wasomaji wengi, na soko la uuzaji wa vitabu hivyo litakuwa zuri."

Na naibu waziri mkuu Li alisema: "Muhimu ni kutafsiri vizuri vitabu hivyo na kuhakikisha sifa ya tafsiri."

Maneno waliyosema viongozi hao ni muhimu sana, tuliyachukulia kuwa mwongozo wa kazi yetu.

Tumechukulia kazi ya kuhakikisha sifa ya tafsiri za vitabu kuwa jukumu letu la kwanza, tukiwashirikisha wataalamu wa China na wa nchi mbalimbali katika kutafsiri na kuthibitisha kazi, hata maandishi ya awali ya Kichina yalifanyiwa uhariri na uthibitishaji makini.

Mwanzoni mashirika machache ya uchapishaji wa vitabu yalishiriki kwenye kazi hii, lakini siku hadi siku, mashirika karibu 30 yameshiriki katika kazi hii.

Kutekeleza mradi mkubwa, kazi ya maandalizi ni muhimu sana. Tumeunda tume mbili: Tume ya Kazi na Tume ya Wahariri. Tume ya Kazi inashughulikia kazi ya kuchagua mashirika ya uchapishaji, kusaini makubaliano ya uchapishaji, kutunga mpango wa uchapishaji na kazi nyingine za maandalizi na uratibu, ili kuhakikisha kazi ya Mkusanyiko wa Vitabu Maarufu vya China inaendelea kwa hatua madhubuti kwa kufuata mpango uliowekwa.

Tume ya Wahariri inashughulikia kazi ya kuchagua vitabu vinavyotakiwa kutafsiriwa, kuwaalika watafsiri, na kukagua vitabu vinavyotakiwa kutafsiriwa. Ili kuhakikisha sifa ya tafsiri, mashirika ya uchapishaji yanapaswa kuthibitisha tafsiri mara ya kwanza, ya pili na ya tatu, na Tume ya Wahariri itakagua na kupitia tafsiri mara ya nne na ya tano.

Kazi ya kuthibitisha tafsiri mara ya nne inatakiwa kufanywa na wataalamu wa lugha mbalimbali wa Shirika la Uchapishaji wa Lugha za Kigeni pamoja na wataalamu wa Lugha ya Kichina wa sekta ya taaluma, na mhariri mkuu na manaibu wake wa Tume ya Wahariri watathibitisha tafsiri mara ya tano, kama tafsiri hazijafikia kigezo zitarudishwa kwa wahusika kuzihariri tena, ili kuhakikisha sifa ya tafsiri.

Aidha seti ya Mkusanyiko wa Vitabu Maarufu vya China itawaalika wataalamu waandike "dibaji", na kutunga faharishi ili kukidhi mahitaji ya wasomaji wa nchini na nje.

"Kuchapisha kwa hali ya juu", kunatakiwa kuonesha mtindo wa uchapishaji wa China na kiwango chake cha juu. Mpaka sasa mashirika zaidi ya 30 yameshiriki kwenye utekelezaji wa mradi, tena vitabu vinavyotafsiriwa ni vya aina nyingi, na idadi ya matoleo ya vitabu ni kubwa sana, hivyo vitabu vyote haviwezi kutolewa wakati mmoja.

Ili kuhakikisha sifa ya vitabu vyote na kuvifanya viwe na sura ya namna moja kwenye majalada, kuhakikisha hali ya namna moja ya rangi na karatasi zinazotumiwa kwa kuchapisha vitabu hivyo wakati tofauti, Kikundi cha Uchapishaji chini ya Tume ya Kazi kinabeba jukumu la kuratibisha kazi zote za kuchapisha vitabu vyote vyenye sura ya pamoja, kutumia karatasi za aina moja, vya uchapishaji wa pamoja na vya majalada ya pamoja.

Mkusanyiko wa Vitabu Maarufu vya China ni mradi mkubwa, kwa kuwa tumeshikilia kuhakikisha sifa ya uchapishaji, kutolewa kwa matoleo ya namna moja, kutumia karatasi za aina moja, kuchapisha na kufunga majalada kwa pamoja, hivyo tumehakikisha mradi mzima unatekelezwa vizuri.

Vitabu vya aina 15 vya matoleo ya "Kichina na Kiingereza" ya Mkusanyiko wa Vitabu Maarufu vya China vilichapishwa na kutolewa rasmi Agosti, 1999.

Watu wote walioshiriki kwenye utekelezaji wa mradi walitiwa moyo sana walipoona matoleo ya kwanza ya vitabu vingi vilivyochapishwa vizuri ambavyo majalada yao yamesanifiwa kuwa na picha za Duara la Lango kuu la Kasri ya Kifalme, Maporomoko ya Hukou ya Mto Manjano na Matundu ya Ukuta Mkuu yanayoambatana bila upeo.

Matoleo hayo ya kwanza ya vitabu yalipewa "Tuzo ya Heshima ya Tuzo ya Vitabu ya Kitaifa", na tuzo ya nafasi ya kwanza ya vitabu vya kale vilivyohaririwa vizuri vya nchi nzima. Mwezi Desemba, 2011, baada ya kuthibitishwa na mmSerikali Kuu ya China, mradi wa uchapishaji wa Mkusanyiko wa Vitabu Maarufu vya China ulisifiwa na Shirika kuu la Habari na Uchapishaji.

Mkusanyiko wa Vitabu Maarufu vya China ukiwa na maana yake ya utamaduni bora na sifa bora ya uchapishaji, umekuwa kama kadi halisi ya Taifa la China.

Mwezi Aprili, 2006, Rais Hu Jintao wa China wa wakati huo alipofanya ziara nchini Marekani, alikwenda na seti ya Mkusanyiko wa Vitabu Maarufu vya China kama zawadi ya kitaifa kwa Chuo Kikuu cha Yale cha Marekani, halikadhalika Mwezi Januari, 2009 waziri mkuu wa China wa wakati huo Bw.Wen Jiabao alipofanya ziara nchini Hispania, alitoa zawadi hii pia kwa Chuo Kikuu cha Cervantes cha Madrid; Mwezi Oktoba, 2011 Bw. Li Keqiang alipotembelea Korea ya Kaskazini alitoa zawadi hii kwa Chuo Kikuu cha Kim Il Sung; wakati maonesho ya vitabu vya London yalipofanyika Aprili, 2012, Bw.

Li Changchun alitoa zawadi hii kwa Chuo cha Confucius katika Chuo Kikuu cha Kando ya Kusini cha London cha Uingereza, na alipofanya ziara katika nchi za Indonesia, Australia, Korea ya Kusini na

Singapore pia alikwenda na zawadi hii; na Bibi Li Yandong alipofanya ziara nchini Marekani pia alitoa zawadi hii, vilevile alitoa zawadi hii kwa Maktaba ya Uingereza wakati Maonesho ya Vitabu ya London yalipofanyika Mwezi Aprili, 2012.

Mwezi Septemba, 2014, Rais Xi Jinping alitoa zawadi ya vitabu 188 vya aina 100 za"Kiingereza na Kichina"vya Mkusanyiko wa Vitabu Maarufu vya China kwa Serikali ya Sri Lanka. Mwezi Mei, 2015, waziri mkuu Bw.

Li Keqiang alipofanya ziara katika nchi nne za Amerika ya Kusini, alitoa zawadi hii ya seti nzima ya vitabu vya Kihispania kwa Rais wa Colombia, hii ilihimiza zaidi uzoefu wa kufanikiwa wa kuelekea dunia kwa Mkusanyiko wa Vitabu Maarufu vya China.

C

Kukumbuka kazi tulizofanya katika miaka 25 iliyopita na kueleza hisia zetu kunalenga kufanya vizuri zaidi mradi wa kipindi cha tatu yaani mradi wa "Ukanda Mmoja, Njia Moja" wa Mkusanyiko wa Vitabu Maarufu vya China kwenye msingi wa kazi zilizofanyika siku zilizopita.

Kama tukisema matoleo ya "Kichina na Kiingereza" ni kilele cha kwanza cha uchapishaji wa Mkusanyiko wa Vitabu Maarufu vya China, na matoleo ya "Kichina na lugha mbalimbali" ni kilele cha pili, basi tunaweza kusema matoleo ya Kichina na lugha za nchi zilizoko kwenye "Ukanda Mmoja, Njia Moja" ni kilele cha tatu cha uchapishaji huo.

Hivi sasa mashirika zaidi ya 30 ya uchapishaji wa vitabu yameshiriki kwenye mradi huu.

Tumebeba jukumu kubwa linalotutaka tufanye juhudi zaidi, na tumepiga hatua ya kusonga mbele kwa utekelezaji wa mradi wa kipindi cha tatu wa Mkusanyiko wa Vitabu Maarufu vya China. Utamaduni ni kama damu ya taifa, na ni maskani ya kiroho ya umma.

Nguvu ya utamaduni inaonesha zaidi nguvu ya mshikamano na nguvu ya uhai ya nchi moja kwenye msingi wa utamaduni, pamoja na mvuto na ushawishi wa nchi kutokana na nguvu hizo.

Leo tukirithisha moyo wa Njia ya Hariri ya zama za kale za China, na kuuenzi zaidi, ili kuyafungamanisha maendeleo ya China na maendeleo ya nchi zilizoko kwenye "Ukanda Mmoja, Njia Moja", kufundishana katika mambo ya utamaduni na kuzidisha maelewano, tutaweza kuongeza maana mpya kwa Njia ya Hariri ya kale katika zama tulizonazo.

Katika hali hii, kutekeleza mradi wa kutafsiri vitabu maarufu vya China kwa lugha za nchi mbalimbali zilizoko kwenye "Ukanda Mmoja, Njia Moja", ni chaguo la kihistoria kwa mradi wa Mkusanyiko wa Vitabu Maarufu vya China katika zama tulizonazo, ni mchango tunaostahili kutoa kwa ajili ya kuongeza nguvu ya Utamaduni wa China.

Hivi sasa mradi wa "Ukanda Mmoja, Njia Moja" wa Mkusanyiko wa Vitabu Maarufu vya China umethibitishwa kuwa mradi wa kupewa msaada wa Mfuko wa Uchapishaji wa Kitaifa.

Tunatakiwa kufuata desturi nzuri za kusanifu kwa makini na kutekeleza mradi kwa makini, tukumbuke barabara jukumu letu, tukumbuke maagizo ya watangulizi wetu na matarajio ya wasomaji, ni lazima "tuwe na moyo wa kupenda nchi, upeo mpana wa kutupia macho dunia, na umakini wa kisayansi, ili tukamilishe jukumu letu kubwa bila kutetereka.

1/10/2019 Beijing

目　录

YALIYOMO

目　录

YALIYOMO

目　录

YALIYOMO

蒲松龄（1640–1715）

Pu Songling（1640–1715）

考城隍

【原文】

予姊丈之祖，宋公讳焘，邑廪生。一日，病卧，见吏人持牒，牵白颠马来，云："请赴试。"公言："文宗未临，何遽得考？"吏不言，但敦促之。公力疾乘马从去，路

【今译】

我姐夫的祖父宋焘先生是县里的秀才。一天，他生病躺在床上，忽然看见一个官差拿着官府文书，牵着一匹额上生有白毛的马走上前来，说："请先生去参加考试。"宋先生问："主考的学政老爷没有来，怎么能突然举行考试呢？"官差并不回答，只是一再催促他起程。宋先生只好支撑着骑上马跟他去了，觉得所走的道路都十分陌生。不久，他们便来到一个城市，像是帝王居住的城市。一会儿，他们进了一座官府，但见宫殿十分巍峨壮丽。大堂上坐着十几个官员，这些人宋先生大都不认识，只知道其中一个是关羽关壮缪。堂下殿檐前放有几案、坐墩各两个，已经先有一个秀才坐在了下首，宋先生便挨着他坐下。每张桌子上都放着纸和笔。

MTIHANI ULIOFANYIKA AHERANI

Song Tao, babu wa mume wa dada yangu, alikuwa xiucai[1].
Siku moja, alipokuwa amelala kitandani kwa ugonjwa, tarishi mmoja
alifika nyumbani kwake kumwarifu kwenda kutahiniwa, tarishi
huyo akiwa na taarifa katika mkono wake wa kushoto huku mkono
wa kulia akiongoza farasi mwenye manyoya meupe kwenye paji
lake la uso, Bwana Song alishtushwa na kuuliza. "Mtahini mtukufu
bado hajafika, mbona mna pupa namna hivi? " Tarishi hakujibu
chochote bali alimhimiza tu. Bwana Song alilazimika kujizoazoa
kitandani na kupanda farasi kumfuata nyuma.

Njia waliyopita ilikuwa ni ngeni, hatimaye walifika kwenye
mji mmoja uliokuwa kama mji mkuu aliokaa mfalme. Waliendelea
na safari yao kwa muda, wakaingia katika boma ambalo ukumbi
wake ulipambwa vizuri. Hapo waliwaona wakuu zaidi ya kumi
ambao wameketi juu ya jukwaa la mbele. Song hakuwatambua
wengine isipokuwa mmoja tu aliyeitwa Mfalme Guan. Karibu na
mlango wa ukumbi palikuwa na meza mbili ndefu na viti viwili.
Kwenye kiti kimojawapo palikuwa na xiucai mmoja ambaye
amesha keti tayari. Hivyo Song akaketi ubavuni mwake. Juu ya
meza ya kila mtu kulikuwa na vifaa vya kuandikia. Punde karatasi

3

【原文】

甚生疏。至一城郭，如王者都。移时入府廨，宫室壮丽。上坐十馀官，都不知何人，惟关壮缪可识。檐下设几、墩各二，先有一秀才坐其末，公便与连肩。几上各有笔札。俄题纸飞下。视之，八字，云："一人二人，有心无心。"二公文成，呈殿上。公文中有云："有心为善，虽善不赏；无心为恶，虽恶不罚。"诸神传赞不已。召公上，谕曰："河南缺一城隍，君称其职。"公方悟，顿首泣曰："辱膺宠命，

【今译】

一会儿，殿堂上飞下一张写有题目的卷子来。宋先生一看，上面写着八个字："一人二人，有心无心。"他们俩写完文章后，便把答卷呈交到殿上。宋先生的文章里有这样一句话："有心去做好事，虽然是做了好事，但不应给他奖励；不是故意地做坏事，虽然做了坏事，也可以不给他处罚。"殿上各位官员一边传看一边不住地称赞，于是便把宋先生召上殿来，对他说："河南那个地方缺一位城隍，你去担任这个职务很合适。"宋先生这才恍然大悟，一边叩头一边哭着说："我蒙此重任，怎么敢推辞呢？但家中老母已经七十多岁了，无人奉养。请允许老母死了以后，再来听从调用。"堂上一个帝王模样的人，立即命令查看宋母的寿数。一个留

mbili zenye maswali ya mtihani zilianguka kutoka angani. Karatasi hizo zilikuwa na maneno yafuatayo : "Mtu mmoja, watu wawili; kwa makusudio, bila kukusudia." Baada ya kuandika insha walizipeleka juu ya jukwaa la mbele. Insha ya Song ilikuwa na maneno haya:

"Yule mtu anayefanya mambo mema kwa makusudio,

ingawa anafanya mambo mema, haifai kumpa tuzo;

yule anayefanya mambo mabaya bila kukusudia,

ingawa anafanya mambo mabaya, haifai kumpa adhabu."

Maofisa walisifu mawazo hayo wakamwita Song ajongee na kumwambia, "Mkoa wa Henan unakosa shen[2] mmoja wa kusimamia mji, nenda kule ukashike cheo hicho, unafaa kufanya kazi hiyo." Song aliposikia maneno hayo tu, mara akafahamu kwamba kumbe amesha kufa. Bila kukawia, alipiga magoti mbele yao, halafu akasema huku akilia, "Sithubutu kukataa kupokea heshima mliyonipa, lakini mama yangu ni ajuza, amesha pita umri wa miaka sabini na katika familia yetu hakuna hata mtu mmoja anayeweza kumkimu kimaisha isipokuwa mimi tu. Nakuomba niruhusu nimkimu mpaka atakapokufa kibudu na baada ya hapo nitafuata agizo lako." Mmoja miongoni mwa wakuu hao aliyekaa kama mfalme, alitoa amri ya kuchunguza urefu wa maisha ya mama yake. Mara mhudumu mmoja mwenye sharafa alikwenda na kuleta Madaftari ya Maisha na Kifo. Baada ya kupekuapekua

5

【原文】

何敢多辞。但老母七旬，奉养无人，请得终其天年，惟听录用。"上一帝王像者，即命稽母寿籍。有长须吏，捧册翻阅一过，白："有阳算九年。"共踌躇间，关帝曰："不妨令张生摄篆九年，瓜代可也。"乃谓公："应即赴任，今推仁孝之心，给假九年。及期，当复相召。"又勉励秀才数语。二公稽首并下。秀才握手，送诸郊野。自言长山张某。以诗赠别，都忘其词，中有"有花有酒春常在，无烛无灯夜自

【今译】

着长胡须的官员，拿着记载人寿数的册子翻阅了一遍，说："宋母还有阳寿九年。"各位官员正在犹豫不决的时候，关圣帝君说："不妨让那个姓张的秀才先代理九年，然后再让他去接任。"于是帝王模样的人对宋先生说："本应让你立即上任，现在念你有仁孝之心，给你九年的假期。到时再召你前来。"接着又对张秀才说了几句勉励的话。两位秀才叩头谢恩，一起走下了殿堂。张秀才握着宋先生的手，一直把他送到郊外，并自我介绍说是长山人，姓张，又送给宋先生一首诗作临别留念，但宋先生把诗中大部分词句都忘掉了，只记得中间有"有花有酒春常在，无烛无灯夜自明"两句。

宋先生上马后，便告别而去。他回到家中，就好像是从

alisema kuwa mama wa Song bado ameandikiwa kuishi kwa miaka tisa. Habari hii ilisababisha majadiliano kati ya wakuu hao. Wakati huohuo Mfalme Guan akasema, "Haidhuru, kwanza mwache Zhang achukue cheo hiki kwa muda wa miaka tisa badala yako." Halafu akamwambia Song, "Awali, ilikupasa uende kufanya kazi hiyo, lakini kutokana na mapenzi yako kwa mama yako sasa hivi umepata likizo ya miaka tisa. Baada ya miaka tisa tutakuarifu uende kule tena." Baada ya kusema maneno hayo alimtia moyo yule msomi Zhang afanye kazi kwa bidii. Wasomi hao wawili walimsujudia Mfalme Guan na kuondoka pamoja.

Zhang alimsindikiza Song huku akimshika mkono, baada ya kupiga hatua kadhaa akamwambia Song kwamba yeye anaishi katika Mji wa Changshan. Walipofika nje ya ukuta wa mji, Zhang akampa zawadi ya shairi moja. Song alisahau maneno mengine ya shairi hilo isipokuwa mistari miwili ifuatayo: "Kukiwa na maua na kukiwa na ulevi, majira ya mchipuko yatadumu milele; bila mshumaa, bila kandili, usiku utapambazuka wenyewe." Halafu Song alipanda farasi na kumuaga Zhang. Baada ya kufika nyumbani, Song alijihisi kama aliyezinduka kutoka kwenye ndoto nzito. Kumbe alikuwa amesha kufa siku tatu. Mama yake aliposikia sauti ya Song iliyotoka katika jeneza, alilikimbilia jeneza na kumsaidia atoke nje. Ulipita muda wa nusu siku, ndipo Song akaweza kusema maneno. Baada ya kuuliza kuhusu habari

7

【原文】

明"之句。

公既骑，乃别而去。及抵里，豁若梦寤。时卒已三日。母闻棺中呻吟，扶出，半日始能语。问之长山，果有张生，于是日死矣。后九年，母果卒。营葬既毕，浣濯入室而殁。其岳家居城中西门内，忽见公镂膺朱幩，舆马甚众，登其堂，一拜而行。相共惊疑，不知其为神。奔讯乡中，则已殁矣。

公有自记小传，惜乱后无存，此其略耳。

【今译】

一场大梦中突然醒来一样。其时他已经死去三天了。宋母听见棺材里有呻吟声，急忙把他扶出来，过了半天，宋先生才能说出话来。他派人去长山打听，果然有个姓张的秀才，在那天死去了。过了九年，宋母真的去世了。宋先生将母亲安葬完毕，自己洗浴料理后进了屋子里就死了。宋先生的岳父家住在城中的西门里，这天忽然看见宋先生骑着装饰华美的骏马，身后跟随着许多车马仆役，进了内堂，向他拜别离去。全家人都很惊疑，不知道宋先生已经成了神。宋先生的岳父派人跑到宋先生的家乡去打听消息，才知道宋先生已经死了。

宋先生曾写有自己的小传，可惜经过战乱没有保存下来，这里记述的只是个大略情况。

ya Zhang, akaambiwa mjini Changshan kweli kulikuwa na msomi huyo na alikufa siku ileile.

Baada ya miaka tisa, mama wa Song alifariki dunia kama ilivyoandikwa kwenye Daftari ya Maisha na Kifo. Wakati maziko yalipomalizika, Song aliingia katika chumba chake, akajisafisha na kufa papo hapo. Wakati huo wakwe wa Song waliishi mjini karibu na lango la magharibi la mji. Siku moja, ghafla walimwona Song anaingia ukumbini mwao na akawasalimu wakwe zake kwa heshima na kisha akaondoka. Alipokuja alifuatana na msafara mkubwa wa magari na farasi waliopambwa kwa matandiko na lijamu zenye maua mekundu yaliyotengenezwa kwa hariri. Babamkwe na mamamkwe wake walishituka, kwani walikuwa hawajui kwamba Song amekuwa Mungu wa kusimamia mji aherani. Walikimbilia kijijini mwa Song kuulizia habari yake na wakaambiwa kuwa Song kesha kufa.

Song aliwahi kuandika kumbukumbu moja yeye mwenyewe, lakini bahati mbaya, baada ya kuzuka uasi kumbukumbu hiyo ikawa haionekani. Huu ni muhtasari wake tu.

瞳人语

【原文】

长安士方栋，颇有才名，而佻脱不持仪节。每陌上见游女，辄轻薄尾缀之。清明前一日，偶步郊郭。见一小车，朱茀绣幰，青衣数辈，款段以从。内一婢，乘小驷，容光绝

【今译】

长安有个书生方栋，很有些才华和名气，但是为人很轻佻不守规矩，每次外出在路上遇见出来游玩的女子，就轻薄地尾随着人家。一年清明节前的一天，他信步走到了城郊，看见一辆小车，上面挂着红色的车帘和绣花的帷幔，几个青衣丫鬟骑着马慢慢跟随在车子后面。其中有一个丫鬟，骑着一匹小马，容貌异常秀美。方栋稍稍靠上前去偷看，只见车帘大开，里面坐着一位十六七岁的姑娘，盛妆打扮，分外艳丽，更是他有生以来未曾见过的美人儿。方栋只觉得眼花缭乱，心神难控，便恋恋不舍地追着看那个姑娘，跟着跑了好几里路。忽然间听到车内的姑娘把丫鬟叫到了车边，对她说："给我把车帘儿放下。哪里来的轻狂小子，老是来偷看！"于是丫鬟放下车帘，怒气冲冲地对方栋说："这是芙

MAONGEZI YA MBONI ZA MACHO

Katika Mji wa Changan paliishi msomi mmoja aliyeitwa Fang Dong. Alikuwa maarufu katika usanifu wa fasihi lakini ni mtu mpotevu, kwani alikuwa na tabia ya kumfuata kila mwanamke mzuri aliyemkuta.

Mnamo siku ya kuamkia Sikukuu ya Kufagia Makaburi alipokuwa akizururazurura nje ya mji, aliona mkokoteni mdogo wenye chandarua cha kudarizi na pazia jekundu. Mkokoteni huo ulisindikizwa na umati wa vijakazi waliopanda farasi.

Mmojawapo kati yao alikuwa amepanda farasi mdogo ambaye alikuwa mzuri zaidi. Fang alimsogelea ili aweze kumwona vizuri. Mara, alitahamaki kuwa pazia la mkokoteni lilikuwa limeachwa wazi na ndani yake mlikuwa na msichana maridadi aliyekuwa na umri wa miaka kumi na sita hivi ambaye uzuri wake hakuwahi kuuona maishani.

Alivutiwa na kuwa kama mtu aliyepata kiwewe, hakuweza hata kubandua macho yake kwa msichana huyo. Mara mbele, mara

【原文】

美。稍稍近觇之，见车幔洞开，内坐二八女郎，红妆艳丽，尤生平所未睹。目眩神夺，瞻恋弗舍，或先或后，从驰数里。忽闻女郎呼婢近车侧，曰："为我垂帘下。何处风狂儿郎，频来窥瞻！"婢乃下帘，怒顾生曰："此芙蓉城七郎子新妇归宁，非同田舍娘子，放教秀才胡觑！"言已，掬辙土飏生。

生眯，目不可开。才一拭视，而车马已渺。惊疑而返，

【今译】

蓉城七郎子的新娘，要回娘家探视，不是一般庄户人家的媳妇，岂能随便叫你这秀才乱看！"说完这话，就从车辙沟里抓了一把土朝方栋扬了过去。

方栋的眼睛被眯住了，睁也睁不开。等他揉揉眼睛再看时，车马已经消失得无影无踪。他又惊又疑地回到家里，觉得眼睛总是不舒服，请人翻开眼皮察看，只见眼珠上长出了小膜。过了一夜以后，他觉得眼睛更加难受，眼泪簌簌地流个不停，眼里的小膜逐渐变大了，几天之内变得有铜钱那么厚，右眼珠上长起一个螺旋状的膜块，什么药都治不了。方栋懊丧气闷得要死，想想自己的所作所为，心中很是后悔。听人说念《光明经》可以消灾解难，便请人教他背诵。刚开始时，心中还是觉得烦躁不安，时间长了，便渐渐地安

nyuma, aliufuata mkokoteni huo kwa masafa ya kilomita kadhaa.

Baadaye, alisikia msichana huyo akimwita kijakazi wake.

Kijakazi alipokuja kando yake alimwambia, "Nishushie hili pazia. Huyu fidhuli ananichungulia!"

Kijakazi aliteremsha pazia, akamtupia jicho bwana Fang kwa hasira na kusema, "Huyu ni biarusi wa mwanamfalme wa saba katika Mji wa Haibiskasi, anarejea nyumbani kuwatembelea wazazi wake. Si msichana wa vijijini ambaye unaweza kumchuja ovyo."

Baada ya kusema hivyo, alichota mavumbi mkononi, akamwagia Fang na kumwingia machoni.

Bwana Fang alifikicha macho yake, kisha akatazama kila upande lakini mkokoteni na farasi wote walikuwa wametoweka. Jambo hilo lilimshtusha mno.

13

Baada ya kurejea nyumbani alihisi macho yake hayakuwa na raha.

Alimwomba mtu mwingine amsaidie kuyachunguza, kumbe kwenye mboni za macho yake ulionekana utando mdogo mweupe. Asubuhi ya siku ya pili ukubwa wa utando huo uliongezeka na macho yake yakawa yanatoa machozi kila wakati.

Baada ya siku kadhaa, utando ule ulikuwa mnene kama

【原文】

觉目终不快。倩人启睑拨视，则睛上生小翳。经宿益剧，泪簌簌不得止。翳渐大，数日厚如钱，右睛起旋螺，百药无效。懊闷欲绝，颇思自忏悔。闻《光明经》能解厄，持一卷，浼人教诵。初犹烦躁，久渐自安。且晚无事，惟趺坐捻珠。持之一年，万缘俱净。忽闻左目中小语如蝇，曰："黑漆似，叵耐杀人！"右目中应云："可同小遨游，出此闷气。"渐觉两鼻中，蠕蠕作痒，似有物出，离孔而去。久之

【今译】

定。从此早晚无事，他就盘腿捻着佛珠诵经。坚持了一年，方栋觉得万般杂念都排除干净了。有一天，他突然听见左眼里有像蚊蝇叫似的声音，说："黑漆漆的，真是受不了！"右眼里有个声音应声道："咱们可以一块儿游逛一下，出出心里的闷气。"这时，方栋渐渐觉得两个鼻孔里像有虫子爬动一样地痒了起来，似乎有东西从里面爬出来，离开鼻孔出去。过了很长时间，他觉得那东西从鼻孔爬回到眼眶里，又听见说："这些日子没去花园看看了，珍珠兰怎么就都枯死了！"方栋平素很喜欢芬芳的兰花，所以在园子里种植许多兰花，常常去浇水培育，自从双目失明以后，很久都没再过问它们了。他忽然听到这番话，就急忙问妻子："为什么兰花憔悴枯死了？"妻子追问他怎么知道兰花枯死了，方栋就

sarafu.

Kwenye mboni ya jicho la kulia kulikuwa na aina ya kitu kilichofanana na parafujo, na hakukuwa na dawa iliyoweza kuliponyesha. Mtu huyo alijaa majonzi na alitubu mno matendo yake mabaya. Muda haukupita, alisikia kuwa Msahafu wa Mwangaza unaweza kuondoa mashaka na maafa.

Basi alinunua nakala moja ya msahafu huo na kumwomba mtu amfundishe kusoma. Hapo awali hakuweza kutulia lakini baada ya muda akazoea.

Kila asubuhi na jioni alipokuwa hana la kufanya alikuwa akiketi chini akihesabu shanga za tasbihi yake tu. Mpaka mwisho wa mwaka huo alitulia kabisa.

Siku moja, ghafla alisikia sauti ndogo mithili ya sauti ya nzi ikitoka katika jicho lake la kushoto, "Humu ndani mna giza la kuchukiza." Kuhusu maneno hayo alisikia jawabu kutoka jicho lake la kulia likisema, "Hebu twende nje tukatembeetembee ili tujifurahishe kidogo."

Punde si punde, alisikia kitu kikitambaa ndani ya kila mwanzi wa pua yake kama kwamba vitu hivyo vilikuwa vikitoka nje na kuifanya pua yake iwashe.

【原文】

乃返，复自鼻入眶中。又言曰："许时不窥园亭，珍珠兰遽枯瘠死！"生素喜香兰，园中多种植，日常自灌溉，自失明，久置不问。忽闻其言，遽问妻："兰花何使憔悴死？"妻诘其所自知，因告之故。妻趋验之，花果槁矣。大异之。静匿房中以俟之，见有小人自生鼻内出，大不及豆，营营然竟出门去。渐远，遂迷所在。俄，连臂归，飞上面，如蜂蚁之投穴者。如此二三日。又闻左言曰："遂道迂，还往甚非

【今译】

把这其中的原因告诉了妻子。妻子立刻去验证，果然兰花枯萎了。妻子觉得这件事奇怪，就静静地躲在屋子里等待那东西出现。一会儿，看见有两个小人儿从方栋的鼻孔里爬出，还没有豆粒大，竟然嘤嘤地叫着出门，越走越远，看不清到哪儿去了。过了一会儿，两个小人儿又手拉着手回来，飞到了方栋的脸上，就像蜜蜂、蚂蚁回巢穴。这种情况出现了两三天。方栋又听见左眼里的小人儿说："出去的这个隧道弯弯曲曲，来往不方便，不如咱们自己打通一扇门。"右眼里的小人儿应声说道："挡着我的墙壁很厚，很不容易打通。"左眼的小人儿说："我先试着打开一扇门，要是能打通道路，就和你一块儿用吧。"于是，方栋觉得左眼眶里隐隐地作痛，好像是被抓裂了一样。过了好一阵，他睁眼

Baada ya muda mrefu, alihisi vitu hivyo vikirejea tena. Kitambo kupita, alisikia sauti kutoka kwenye jicho moja ikisema, "Sijaitembelea bustani hii kwa muda mrefu. Maua yote yamekauka na kufa."

Bwana Fang siku zote alipenda maua ya orkid. Alipanda maua mengi na mara kwa mara aliyamwagilia maji yeye mwenyewe, lakini tangu kumwagiwa vumbi hakuwahi kuyajali. Aliposikia maneno hayo mara alimwuliza mke wake, "Kwa nini uliyaachia maua yafe?" Mkewe alimwuliza kuwa alijuaje. Bwana Fang alimwambia aliyoyasikia.

Mke wake alikwenda kuyatazama yale maua na kweli akayakuta yamekauka kabisa. Kuona vile, mke wake aligutuka mno, halafu alijificha katika chumba kuchunguza.

Hapakupita muda, akaona watu wadogo wawili ambao hawakufikia ukubwa wa kunde, wakishuka kutoka kwenye pua ya mumewe na kukimbilia nje ya mlango ambako hakuweza kuwaona. Baada ya muda mfupi, walirejea hali wakishikana mikono na kupanda juu ya uso wa bwana Fang kama nyuki wanavyoingia katika mzinga wao.

Jambo hilo lilikuwa limetokea kwa siku tatu mfululizo.

【原文】

所便，不如自启门。"右应云："我壁子厚，大不易。"左曰："我试辟，得与而俱。"遂觉左眶内隐似抓裂。有顷，开视，豁见几物。喜告妻。妻审之，则脂膜破小窍，黑睛荧荧，才如劈椒。越一宿，幛尽消。细视，竟重瞳也，但右目旋螺如故，乃知两瞳人合居一眶矣。生虽一目眇，而较之双目者，殊更了了。由是益自检束，乡中称盛德焉。

异史氏曰：乡有士人，偕二友于途，遥见少妇控驴出

【今译】

一看，竟然清清楚楚地看见了屋里的摆设。方栋欣喜地告诉了妻子。妻子仔细地端详他的眼睛，只见那层膜上破开了个小洞，黑眼荧荧闪动，才露出半个花椒那么大的一点儿。过了一夜，左眼里的厚膜全部消失。仔细观察，里面竟有两个瞳仁，但是右眼里的螺旋膜还是和以前一样，他这才知道两个瞳仁里的小人儿合住在一个眼眶里了。方栋虽然瞎了一只眼，但比有两只眼睛的人看得还清楚。从此方栋更加注意检点自己的行为，乡里的人都称赞他品行高尚。

异史氏说：乡里有一个读书人，有一天同两位朋友走在路上，远远地望见一个少妇骑着毛驴在他们前面。他便用戏弄的腔调说："有位美人儿啊！"又回过头来对两位朋友说："追上她！"三人一块儿嬉笑着奔上前去。不一会儿追

"Njia hii ya kuzungukazunguka haifai hata kidogo, afadhali tutengeneze mlango sisi wenyewe." Bwana Fang alisikia maneno hayo yakitoka katika jicho lake la kushoto.

"Kiambaza changu ni kinene, halitakuwa jambo rahisi." Jicho la kulia lilijibu.

"Nitajaribu kukipasua changu. Tutautumia sote wawili." Jicho la kushoto lilisema.

Kisha bwana Fang alihisi maumivu makali katika jicho lake la kushoto kama kwamba kitu fulani kilikuwa kikipasuka. Muda haukupita, aliweza kuona meza na viti vya chumbani mwake.

Alifurahi mno kama mzazi aliyejifungua salama. Mara alimwambia mke wake habari hiyo. Mkewe alichunguza jicho lake kwa makini, akaona kitundu kwenye utando na ndani ya kitundu hicho mlikuwa na mboni nyeusi ya jicho ambayo ilikuwa kama nusu-punje ya pilipili manga. Asubuhi ya siku ya pili, utando ulitoweka kabisa.

Wakati mkewe alipoangalia jicho lake hilo kwa makini aliona mna mboni mbili. Parafujo iliyokuwemo kwenye jicho la kulia ilibaki mlemle kama zamani, akajua kuwa mboni zake mbili zilikaa katika jicho moja. Ingawa bwana Fang bado alikuwa

19

【原文】

其前。戏而吟曰："有美人兮！"顾二友曰："驱之！"相
与笑骋。俄追及，乃其子妇。心赧气丧，默不复语。友伪为
不知也者，评骘殊亵。士人忸怩，吃吃而言曰："此长男妇
也。"各隐笑而罢。轻薄者往往自侮，良可笑也。至于眯目
失明，又鬼神之惨报矣。芙蓉城主，不知何神，岂菩萨现身
耶？然小郎君生辟门户，鬼神虽恶，亦何尝不许人自新哉！

【今译】

到了，才发现是他的儿媳妇。于是他内心羞愧，默默地不再
说什么。他的朋友却假装不知道，还用很下流的话对那少妇
评头品足。这读书人十分难堪，结结巴巴地说："这是我家
大儿子的媳妇。"两位朋友就此作罢。轻薄的人往往会自取
侮辱，真是可笑的事啊！至于方栋眯眼失明，却是鬼神给他
的惨重报应。那个芙蓉城主不知是哪路神仙，难道是菩萨的
化身吗？然而瞳仁里的小人儿除去眼上的厚膜，说明鬼神虽
然严厉，又何尝不许人悔过自新呢！

chongo, lakini kuona kitu kwa jicho lake moja kulikuwa bora kuliko kwa macho mawili ya asili. Tangu wakati huo, alichukua tahadhari zaidi katika mwenendo wake na hatua kwa hatua akajulikana na kuheshimika kama mtu mwenye taadhima na kipaji katika sehemu aliyoishi.

王六郎

【原文】

许姓，家淄之北郭，业渔。每夜，携酒河上，饮且渔。饮则酹地，祝云："河中溺鬼得饮。"以为常。他人渔，迄无所获，而许独满筐。

【今译】

有个姓许的人，家住在淄川北城，以捕鱼为业。每天夜里，他都要带着酒到河边，边饮酒边捕鱼。每次饮酒时，他都先把一些酒祭洒在地上，再祷告："河中的淹死鬼请来喝酒吧！"习以为常。别人在这里捕鱼，几乎打不着什么，只有所获他满筐满篓。

一天晚上，许某正在自斟自饮，有一位少年徘徊在他身边。许某便邀他一起喝酒，那少年也不推辞，爽快地和他一同喝了起来。结果一整夜没打着一条鱼，许某很失望。少年站起身来说："请让我到下游去为你赶鱼吧！"说完，就飘飘然地离开了。不一会儿，他返回来说："很多鱼都来了！"果然，就听到了河里鱼群唧唧呷呷的吞吐声。许某撒

WANG LIULANG

Huko kaskazini ya Zichuan, Mkoa wa Shandong kulikuwa na mtu mmoja ambaye jina la ukoo wake lilikuwa Xu. Xu alikuwa mvuvi wa siku nyingi.

Kila usiku alikuwa akienda ukingoni mwa mto kuvua samaki huku akinywa pombe.

Kila alipotaka kunywa pombe kwanza alimwaga pombe ya tambiko mtoni huku akisema, "Karibuni pombe ninyi mizimu mliokufa maji."

Hakuacha kufanya hivyo na polepole ikawa desturi yake. Wavuvi wengine walipokuja kuvua samaki, walikuwa wakitoka kapa tu lakini masusu ya Xu yalikuwa yakijaa pomoni kila mara.

Usiku mmoja Xu alipoanza kunywa pombe alimwona kijana mmoja akimjia na kuzunguka zunguka karibu yake. Xu alipomkaribisha pombe, kijana yule alianza kunywa pamoja naye kwa furaha.

【原文】

一夕，方独酌，有少年来，徘徊其侧。让之饮，慨与同酌。既而终夜不获一鱼，意颇失。少年起曰："请于下流为君驱之。"遂飘然去。少间，复返，曰："鱼大至矣。"果闻唼呷有声。举网而得数头，皆盈尺。喜极，申谢。欲归，赠以鱼，不受，曰："屡叨佳酝，区区何足云报。如不弃，要当以为常耳。"许曰："方共一夕，何言屡也？如肯永顾，诚所甚愿。但愧无以为情。"询其姓字，曰："姓王，

【今译】

下渔网打上好多条鱼，条条都有一尺多长。他高兴极了，连忙向少年道谢。回去时，许某要把鱼送给少年，少年不肯收，说："多次喝到你的好酒，这一点儿小事算不上什么报答。如果你不嫌弃的话，以后可以常常这样。"许某说："咱们刚只在一起喝了一晚上的酒，怎么谈得上是多次呢？如果你愿意常来，那实在是我所希望的，只是惭愧自己没法儿报答你为我赶鱼的盛情。"许某又问他的姓名字号，少年回答说："我姓王，没有字号，可以叫我王六郎。"说完两人便分手了。第二天，许某卖鱼赚了钱，又多买了些酒。晚上到河边，只见那少年已经先到了，两人就高兴地喝起酒。喝了几杯酒以后，少年起身又为许某赶鱼。

Basi usiku kucha Xu hakupata samaki hata mmoja, akawa hana raha. Kijana alisimama na kumwambia, "Niachie nikakufukuzie samaki katika upande wa chini ya mto."

Kijana alikwenda zake huku akipepesuka. Muda si muda alirejea na kumwambia, "Samaki wengi wanakuja!" Mara sauti za samaki zikasikika.

Xu alipovuta wavu, alipata kuvua samaki kadhaa na kila samaki alikuwa na urefu zaidi ya futi moja. Xu alifurahi sana, akamshukuru kijana kwa moyo wote.

Kijana huyu alipoondoka, Xu alitaka kumpa samaki, lakini yule kijana hakupokea ila alisema, "Niliwahi kunywa pombe zako nzuri mara nyingi. Nimefanya jambo dogo tu, lisiwe jibu kwa fadhila zako. Kama hutajali, tunaweza kuendeleza ushirikiano huo huo."

Xu akasema, "Tulikuwa pamoja kwa usiku mmoja tu, iweje useme uliwahi kunywa pombe zangu mara nyingi? Ukipenda kuja mara kwa mara, kusema kweli nitafurahi sana. Mimi nasikitika, maana sina cha kukulipa kwa fadhila zako."

Kisha Xu alimwuliza jina lake, na kijana akajibu, "Mimi

【原文】

无字，相见可呼王六郎。"遂别。明日，许货鱼，益沽酒。晚至河干，少年已先在，遂与欢饮。饮数杯，辄为许驱鱼。

　　如是半载。忽告许曰："拜识清扬，情逾骨肉。然相别有日矣。"语甚凄楚。惊问之。欲言而止者再，乃曰："情好如吾两人，言之或勿讶耶？今将别，无妨明告：我实鬼也，素嗜酒，沉醉溺死，数年于此矣。前君之获鱼，独胜于他人者，皆仆之暗驱，以报酹奠耳。明日业满，当有代者，

【今译】

　　过了半年。一天，少年忽然对许某说："结识你以来，感情超过亲兄弟。可是和你分别的日子要到了。"话语说得十分凄楚。许某吃惊地问这是怎么回事儿。少年几次欲言又止，最后说："感情好得像咱们这样，我说出来或许你不会惊讶吧？现在要分别了，我不妨跟你实话实说：我其实是鬼，平素最爱喝酒，喝得大醉后淹死，有好几年了。以前你捕获的鱼之所以比别人多，就是因为有我在暗中为你驱赶，以此报答你洒酒奠祭的情义。明天我的罪期就满了，将有人来代替我，我要去投生。咱们相聚只有今天，因此不能不伤感。"许某猛一听王六郎是鬼，很是惊恐，然而毕竟亲近了这么长时间，也就不害怕了，为要分别而难过叹息。许某斟

naitwa Wang Liulang."

Baada ya hapo waliachana.

Siku iliyofuata, Xu aliuza samaki, akanunua pombe nyingi. Kulipokucha alikwenda tena ukingoni mwa mto, na alipofika huko alimwona kijana yule akiwa ameshafika zamani.

Bila ya kukawia walianza kunywa pombe kwa furaha. Baada ya kunywa bilauri kadhaa kijana aliinuka akaenda kumfukuzia samaki. Waliendelea katika hali hiyo kwa muda wa nusu mwaka hivi.

Siku moja ghafla kijana alimwambia Xu, "Baada ya kukaa pamoja nawe, naona urafiki wetu umeshinda undugu wa toka nitoke, lakini sasa inatubidi tuachane."

Aliposema hayo sauti yake ilijaa huzuni nyingi. Kwa mshangao mkubwa Xu alimwuliza kwa nini alisema vile.

Mara nyingi kijana alitaka kumwambia lakini alisita, mwishowe akasema, "Tumechukuana vizuri na nikikuambia sijui kama utashangaa au vipi. Sasa tutaagana, kwa hiyo sina budi nikuambie ukweli kwamba mimi ni mzimu. Nilipokuwa hai, nilipenda kunywa pombe na nilikufa maji baada ya kulewa chakari. Nimekuwa hapa

【原文】

将往投生。相聚只今夕，故不能无感。"许初闻甚骇，然亲狎既久，不复恐怖，因亦欷歔。酌而言曰："六郎饮此，勿戚也。相见遽违，良足悲恻。然业满劫脱，正宜相贺，悲乃不伦。"遂与畅饮。因问："代者何人？"曰："兄于河畔视之，亭午，有女子渡河而溺者，是也。"听村鸡既唱，洒涕而别。

明日，敬伺河边，以觇其异。果有妇人抱婴儿来，及河

【今译】

满一杯酒对王六郎说："六郎请喝了这杯酒，不要再难过。刚认识马上就要分手，是很让人悲伤。不过你罪孽期满脱身苦海，应该庆贺，再悲痛就不合情理了。"于是，两人又举杯畅饮。许某又问："来代替你的是什么人呢？"王六郎回答说："兄长在河边看着，明天中午，有一个少妇渡河时会淹死，就是她了。"听见村子里的鸡已经叫过，王六郎与许某洒泪告别。

第二天，许某在河边认真地等待，准备看这件奇异的事情。到了中午，果然有一个少妇抱着婴儿走来，到了河边就掉进去了。婴儿被抛在河岸上，扬手蹬脚地大哭。那少妇在河里屡沉屡浮，忽然湿淋淋地攀着河岸爬了上来，她趴在

kwa muda wa miaka kadhaa. Siku zilizopita ulivua samaki wengi kuliko wavuvi wengine, mimi ndiye niliyekufukuzia samaki kisirisiri ili nilipe fadhila zako za tambiko. Kesho muda wangu utakuwa umetimia na atakuja mtu mwingine kushika nafasi yangu. Mimi nitakwenda kuzaliwa upya duniani. Xu aliposikia maelezo yake hayo tu alishtuka, lakini kwa kuwa wameshakaa pamoja kwa muda mrefu, baada ya muda kupita hakuogopa tena, akaanza kulia kwa uchungu. Xu alimimina pombe kiasi cha bilauri moja, akasema, "Tafadhali uinywe bilauri hii ya pombe, usiwe na majonzi. Kutengana kweli kunasikitisha lakini muda wako umekwisha, utaweza kuzaliwa upya, jambo hilo linastahili pongezi na kuhuzunika hakufai."

29

Baada ya hapo walianza kunywa pombe kwa uchangamfu.

"Nani atakuja kushika nafasi yako?" Xu alimwuliza.

"Ndugu, wewe subiri hapa. Adhuhuri ikifika atatokea mwanamke mmoja, wakati atakapovuka mto huo atakufa maji. Mwanamke huyo ndiye mwenyewe."

Jogoo la kwanza, waliagana hali wakitokwa na machozi.

Adhuhuri ya siku iliyofuata, Xu alisubiri ukingoni mwa mto

【原文】

而堕。儿抛岸上，扬手掷足而啼。妇沉浮者屡矣，忽淋淋攀岸以出，藉地少息，抱儿径去。当妇溺时，意良不忍，思欲奔救。转念是所以代六郎者，故止不救。及妇自出，疑其言不验。抵暮，渔旧处。少年复至，曰："今又聚首，且不言别矣。"问其故。曰："女子已相代矣，仆怜其抱中儿，代弟一人，遂残二命，故舍之。更代不知何期。或吾两人之缘未尽耶？"许感叹曰："此仁人之心，可以通上帝矣。"由

【今译】

地上歇息了一会儿，就抱起孩子走了。当那个少妇落在水里时，许某心里不忍，想要跑去救她。转念一想，她是来代替王六郎的，所以就没去救。等到那少妇从河中爬上来，他怀疑王六郎的话不灵验。傍晚，许某仍然在老地方捕鱼。王六郎又来了，说："现在我们又相见了，暂且不用再提分手的事儿了。"许某询问原因，王六郎说："那少妇已经来代替我了，但我可怜她抱着的孩子。我不想因为代替我一人，却要死两条人命，所以就放掉她。下次什么时候再有人代替我还不知道。这也许是我们俩的缘分还没尽吧！"许某感叹地说："这样仁义的心，上天一定会知道的。"从此俩人像以前那样相聚饮酒。

kwa ajili ya kujionea jambo hilo la ajabu ya mwaka. Haukupita muda mrefu, kweli mwanamke mmoja aliyebeba mtoto akaja. Alipofika ukingoni mwa mto ghafla aliangukia mtoni na mtoto wake akarushwa ukingoni. Mtoto huyo alilia kwa sauti kubwa huku akitupa mikono na kupiga mateke.

Mwanamke huyo alikuwa akitapatapa mtoni, mara alizama na mara aliibuka.

Ghafla aliparamia kwenye ukingo hali mwili wake mzima ukawa umerowa maji chapachapa. Alipumzika kitambo kwa kulala kifudifudi kisha alimbeba mtoto wake akaondoka.

Mwanamke huyo alipokuwa akiangukia mtoni, Xu alisononeka moyoni.

31

Alitaka kumkimbilia na kumwokoa lakini alipokumbuka kuwa mwanamke yule angeshika nafasi ya Wang alisimama palepale kama gogo.

Alipomwona ameparamia kwenye ukingo, alishuku maneno ya Wang kwamba hayakujiri.

Usiku ule Xu alivua samaki palepale na Wang alikuja tena. "Sasa tunaonana tena," alisema, "Tutaendelea kuwa pamoja!"

【原文】

此相聚如初。

数日，又来告别。许疑其复有代者。曰："非也。前一念恻隐，果达帝天。今授为招远县邬镇土地，来朝赴任。倘不忘故交，当一往探，勿惮修阻。"许贺曰："君正直为神，甚慰人心。但人神路隔，即不惮修阻，将复如何？"少年曰："但往，勿虑。"再三叮咛而去。

许归，即欲治装东下。妻笑曰："此去数百里，即有其

【今译】

过了几天，王六郎又来告别。许某疑心又有了来代替他的人。王六郎说："这次不是有人代替我。上回我的一番恻隐之心果然被上天知道了，现在任命我为招远县邬镇的土地神，过几天就要上任。你如果不忘交情，可以去看我，不要怕路远难走啊。"许某祝贺说："你为人正直做了神，真让人高兴。但人与神在两个不同的世界，即使我不怕路远难走，又怎么能见到你呢？"王六郎说："你只管前去好了，不要担心。"王六郎再三叮嘱后，就走了。

许某回到家里，就打算收拾行装往东边去探望王六郎。他的妻子笑着说："招远县的邬镇距此地有好几百里地，即使有这么个地方，恐怕到了那里和泥像也没法说话呀。"

Xu alimwuliza kuwa kwa nini yamekuwa hivi. "Yule mwanamke," Wang alijibu, "Hataniwakilisha tena. Nilimhurumia mtoto wake, na halafu ili kushika nafasi yangu wangekufa watu wawili, kwa hiyo nilimwachia. Sijui mpaka lini atatokea mtu wa kushika nafasi yangu. Labda kwa sababu uhusiano wetu hauwezi kuisha!"

Baada ya kusikia hayo Xu alisema kwa msisimko. Moyo mzuri ulioje! Mungu atakuelewa.

Tokea wakati ule walikuwa wakikutana kama kawaida.

Siku kadhaa baadaye, Wang alikuja tena kumuaga Xu. Xu alidhani amepata mtu wa kushika nafasi yake.

Wang alisema, "Hapana, safari iliyopita kweli Mungu aliuelewa wema wangu, sasa Mungu ameniteua kuwa Mungu wa Ardhi katika Tarafa ya Wu wilayani Zhaoyuan, na kesho nitakwenda kazini. Unaweza kuja huko kunitembelea iwapo hutasahau urafiki wetu."

Xu aliposikia hivi alimpa pongezi akisema, "Ukiwa Mungu mwenye haki bila shaka wananchi watafurahi, lakini binadamu si Mungu, hata kama sijali masafa marefu nitawezaje kukupata?" Wang alisema, "Nenda tu, usijali hayo." Wang alimwagiza mara nyingi

【原文】

地，恐土偶不可以共语。"许不听，竟抵招远。问之居人，果有邬镇。寻至其处，息肩逆旅，问祠所在。主人惊曰："得无客姓为许？"许曰："然。何见知？"又曰："得勿客邑为淄？"曰："然。何见知？"主人不答，遽出。俄而丈夫抱子，媳女窥门，杂沓而来，环如墙堵。许益惊。众乃告曰："数夜前，梦神言：淄川许友当即来，可助以资斧。祗候已久。"许亦异之。乃往祭于祠而祝曰："别君后，

【今译】

许某不听劝阻，最终去了招远县。向当地居民一打听，果然有个邬镇。他找到那个地方，住在客店里，就向店老板打听土地庙在哪里。店老板听后，吃惊地反问："客人您是不是姓许？"许某说："是呀，你是怎么知道的？"店老板又问："您的家乡是不是在淄川县？"许某说："是呀，你是怎么知道的？"店老板并不回答，急急忙忙地走了出去。一会儿，男人们抱着小孩，媳妇、姑娘们也挤在门口张望，镇上的人都来了，把许某围在中间。许某更加惊讶，众人告诉他说："前几天夜里，我们梦见土地神说：'淄川县有我的一个姓许的朋友马上要来，请大家送他些盘缠。'所以我们已经恭候您很久了。"许某听了很是惊奇。便前往土地庙去

kisha akaondoka.

Xu aliporudi nyumbani alifungasha mzigo wake. Alitaka kuelekea mashariki. Mkewe alisema kwa kicheko, "Utasafiri umbali kiasi cha kilomita mia kadhaa, na hata kama ukifaulu kufika katika tarafa ile huenda ile sanamu ya udongo isiseme chochote."

Lakini Xu hakumsikiliza. Alifunga safari yake na kwenda mpaka akafika katika Wilaya ya Zhaoyuan. Alipowauliza wenyeji wa kule alijibiwa kuwa kweli kulikuwa na Tarafa ya Wu katika wilaya hiyo. Alipofika huko, alikaa hotelini akamwuliza mwenye hoteli lilipo hekalu.

"Jina la ukoo wako ni Xu, au siyo?" Mwenye hoteli alimwuliza kwa mshangao.

"Ndiyo, umejuaje?"

"Kwenu ni Zichuan?"

"Sawa kabisa! Umepata habari hizi kutoka wapi?"

Mwenye hoteli hakujibu bali alitoka nje kwa haraka. Muda si muda wanaume waliobeba watoto, wanawake na wasichana walikuja kumwangalia pale mlangoni.

Haukupita muda mrefu watu wengi waliizingira hoteli ile

【原文】

寤寐不去心，远践曩约。又蒙梦示居人，感篆中怀。愧无腆物，仅有卮酒。如不弃，当如河上之饮。"祝毕，焚钱纸。俄见风起座后，旋转移时，始散。夜梦少年来，衣冠楚楚，大异平时。谢曰："远劳顾问，喜泪交并。但任微职，不便会面，咫尺河山，甚怆于怀。居人薄有所赠，聊酬夙好。归如有期，尚当走送。"居数日，许欲归。众留殷恳，朝请暮邀，日更数主。许坚辞欲行。众乃折束抱襆，争来致贶，不

【今译】

祭告说："自从和你分别后，我日日夜夜思念着你，现在我从远处来实践我们的约定。又蒙你梦里指示百姓资助，实在让我感激。只是惭愧没什么丰厚的礼物，仅有薄酒一杯。如果你不嫌弃，请你像在河边那样喝了吧。"祝告完毕，他又焚烧了纸钱。一会儿，只见从神座后面刮起一阵风，旋转多时才散去。当夜，许某梦见王六郎衣冠齐整地来相会，和从前迥然不同。王六郎道谢说："有劳你远来探望，让我喜泪交流。但我现在做了这个小官，不便与你会面，虽然近在咫尺，却像隔着千山万水，心里很是难过。这地方的百姓会送你一些薄礼，就算我对老朋友的一点儿心意吧。你如果定下了回去的日子，到时候我再来相送。"住了几天后，许某打

mithili ya ukuta. Xu alizidi kushangaa, hadi watu walipomwambia wakisema, "Siku kadhaa zilizopita Mungu wa Ardhi alitujia katika njozi, naye alituambia kwamba rafiki yake Xu anayekaa Zichuan atakuja karibuni. Na alituambia tumtunukie zawadi kidogo kwa niaba yake. Hivi tumekusubiri kwa muda mrefu."

Xu alishangaa, akaenda kufanya tambiko mbele ya hekalu, akisema, "Tangu tulipoagana nilikuwa nikikukumbuka kutwa kucha. Nimekuja hapa toka mbali kutimiza ahadi yangu, halafu nikakuta na wewe ulikwisha kuwapasha watu habari hiyo katika njozi zao. Nakushukuru! Nasikitika kuwa sina kitu kingine ila akali ya pombe tu, kama hujali hayo, basi tuanze kunywa kama tulivyokuwa huko ukingoni mwa mto!"

Baada ya kumaliza tambiko alimchomea fedha za karatasi, mara upepo ukaanza kuvuma kutoka nyuma ya kiti cha Mungu na ukazunguka kitambo mbele ya Xu, kisha ukatoweka.Usiku ule Xu alijiwa na Wang katika ndoto yake. Wang akiwa amevalia kwa unadhifu, tofauti kabisa na siku za kawaida. Alimshukuru Xu akisema, "Umekuja kunitembelea toka mbali, ninafurahi sana hata machozi yananichuruzika mashavuni. Kwa kuwa ninashika

37

【原文】

终朝，馈遗盈橐。苍头稚子毕集，祖送出村。欻有羊角风起，随行十馀里。许再拜曰："六郎珍重！勿劳远涉。君心仁爱，自能造福一方，无庸故人嘱也。"风盘旋久之，乃去。村人亦嗟讶而返。

许归。家稍裕，遂不复渔。后见招远人问之，其灵验如响云。或言：即章丘石坑庄。未知孰是。

异史氏曰：置身青云，无忘贫贱，此其所以神也。今日

【今译】

算回去。当地人都挽留他。早上请吃饭，晚上邀喝酒，每天要轮换好几家。许某最后坚持要回去，众人拿着礼单，抱着包袱，纷纷争着前来送行赠礼，不到一个早晨，送来的礼物就装满了一口袋。临行时，镇上的老人和小孩全都来为许某饯行送别。刚一出村，一阵旋风平地而起，伴随着许某一直走了十多里路。许某再三拜谢说："六郎请多保重，不要再劳你远送了。你心地仁慈，一定能为一方百姓造福，用不着老朋友我再叮嘱什么了。"那阵风在地上盘旋了很久，才渐渐离去。村里来送许某的人们也惊叹着回村去了。

许某回家，渐渐富裕，不再打渔。后来他遇见招远来的人，问起土地神，都说十分灵验，有求必应。也有人说：王

cheo hiki kidogo sasa, kwa hiyo siwezi kuonana nawe kama zamani. Tuko karibu lakini hatuwezi kuonana ana kwa ana; na kwa kweli nahuzunika. Wenyeji wa hapa watakutunukia zawadi ili kuonesha heshima ya urafiki wetu wa zamani. Sijui utaondoka lini, utakapoondoka nitakuja kukusindikiza."

Baada ya kukaa kwa siku kadhaa Xu alitaka kurudi nyumbani lakini wenyeji walimzuia kwa moyo mweupe, wakawa wanamwalika nyumbani si asubuhi si jioni. Kila siku alikaribishwa katika familia kadhaa.

Mwishowe Xu aliamua kuondoka. Asubuhi hiyo tu wenyeji walimletea zawadi nyingi hata zikashindwa kuingia zote kwenye mfuko wake.

Alipoondoka, wazee waliokuwa na nywele za mvi kama fedha na watoto waliorukaruka kwa furaha wote walikuja. Kwa heshima kuu walimsindikiza mpaka nje ya kijiji chao.

Ghafla, tufani ilivuma na ilimfuata Xu kwa kilomita kadhaa.

Xu aliiambia tufani, "Wang, naomba ujitunze vyema na usinisindikize mbali, moyo wako ni safi, isitoshe utaibariki sehemu hiyo. Mimi ni rafiki yako wa siku nyingi, sina haja kusema mengi

39

【原文】

车中贵介，宁复识戴笠人哉？余乡有林下者，家綦贫。有童稚交，任肥秩。计投之必相周顾。竭力办装，奔涉千里，殊失所望。泻囊货骑，始得归。其族弟甚谐，作月令嘲之云："是月也，哥哥至，貂帽解，伞盖不张，马化为驴，靴始收声。"念此可为一笑。

【今译】

六郎的任所在章丘县的石坑庄。不知是谁说的对。

异史氏说：做了高官，仍旧不忘贫贱之交，这就是王六郎之所以成神的原因。且看今天那些坐在车里的达官显贵，还肯相认穷朋友吗？我的家乡有个士绅，家里贫穷，有一个自幼相好的朋友担任了收入丰厚的官职，便想前去投奔。于是拿出全部钱财来置办行装，经过千里跋涉到了那里，却大失所望。最后只好花光了钱，又卖掉坐骑，才得以回家。他同族的一个弟弟生性幽默，编了个"月令"来嘲笑他，"是月也，哥哥至，貂帽解，伞盖不张，马化为驴，靴始收声。"念此可作一笑。

zaidi."

Tufani ilivuma tena ubavuni mwake kwa muda mrefu, kisha ikapeperukia mbali. Wanakijiji walipoona mambo haya walishangaa.

Baada ya kurudi nyumbani, familia ya Xu ilianza kutajirika siku hadi siku mpaka akaacha uvuvi. Tokea hapo, kila alipowaona watu wa Wilaya ya Zhaoyuan, Xu aliambiwa kwamba Mungu wa Ardhi ni mwema, ukimwomba atakusaidia.

Mkusanyiko wa Vitabu
Maarufu vya China

偷桃

【原文】

童时赴郡试，值春节。旧例，先一日，各行商贾，彩楼鼓吹赴藩司，名曰"演春"。余从友人戏瞩。

是日，游人如堵。堂上四官皆赤衣，东西相向坐。时方

【今译】

未考中秀才的时候，我去济南参加府考，恰好赶上过春节。按照旧的风俗，立春前一天，各行各业的商栈店铺，都要扎起五彩牌楼，敲锣打鼓地到藩司衙门去祝贺，这叫做"演春"。我也跟着朋友去看热闹。

那一天，游人很多，四面围得像一堵堵墙似的。只见衙门大堂上有四位身穿红色官服的官员，东西相对而坐。那时我年纪还小，也不知道他们都是些什么官，只觉得周围人声嘈杂，锣鼓喧天，震耳欲聋。忽然，有一个人带着一个披散着头发的小孩，挑着担子走上前来，跪着好像说了几句话。当时人声鼎沸，也没听见说了些什么，只见堂上的人发笑，便有一个身穿青衣的人大声下令，让他表演戏法。那人答应

KUIBA FYULISI TOKA MBINGUNI

Ilikuwa Sikukuu ya Mwaka Mpya. Nikiwa bado mdogo nilikwenda kufanya mtihani wa mkoa. Kwa kufuata mapokeo ya zamani, siku ya kuamkia Mwaka Mpya maduka yote ya mjini yalipambwa vizuri, na watu walikwenda kutoa pongezi zao katika boma la mkuu wa mkoa. Mimi vile vile nilichukuliwa na rafiki yangu kwenda kushuhudia tamasha hilo.

Siku hiyo watu walifurika kwa wingi na pande zote za boma zilizungukwa na watu zikawa mithili ya ukuta. Katika ukumbi wa boma kulikuwa na maofisa wanne waliokaa wakielekeana na wote walivalia nguo rasmi za rangi nyekundu. Kwa kuwa wakati huo nilikuwa bado mdogo, sikufahamu walikuwa ni maofisa wa aina gani ila nilikuwa nikisikia shangwe, vigelegele pamoja na sauti za ngoma zikirindima angani. Ghafla alitoka mtu mmoja ambaye alimwongoza mtoto mmoja aliyefuga nywele fupi. Alifika ukumbini huku akiwa amebeba matenga. Alikuwa akionekana kana kwamba anaongea na watu, lakini maneno yaliyokuwa yakisemwa hayakusikika kwa sababu ya vurumai na kelele za watu. Watu wa ukumbini walionekana wakicheka tu. Punde si punde, mtu mmoja

43

【原文】

稚，亦不解其何官，但闻人语哜嘈，鼓吹聒耳。忽有一人，率披发童，荷担而上，似有所白。万声汹动，亦不闻为何语，但视堂上作笑声。即有青衣人大声命作剧。其人应命方兴，问："作何剧？"堂上相顾数语。吏下，宣问所长。答言："能颠倒生物。"吏以白官。少顷复下，命取桃子。

术人声诺。解衣覆笥上，故作怨状，曰："官长殊不了了！坚冰未解，安所得桃？不取，又恐为南面者所怒。

【今译】

一声站起来，问道："演什么戏法？"堂上的官员们商量了几句，派一个属吏下来问他擅长演什么戏法。他回答："我能变出不按季节时令生长的东西。"属吏把他的话回报堂上，一会儿又走下堂来，命令那人变桃子。

变戏法的人答应下来。他脱下衣服覆盖在方形的竹笥上，故意作出埋怨的样子，说："长官实在不明事理，厚厚的冰冻还没有化开，到哪儿去找桃子呢？不找吧，又怕惹当官的发脾气。怎么办呢？"他的儿子说："爸爸已经答应了，又怎么能推辞呢？"变戏法的人发愁地想了一会儿，才说："我盘算很久了。现在是冰天雪地的初春季节，在人间到哪儿去找桃子？只有天上王母娘娘的桃园里，果木一年四

aliyevaa mavazi meusi alipaza sauti akimwomba mtu huyo aoneshe ufundi wake.

Yule mtu aliitikia, akaanza kufanya matayarisho, akauliza, "Mnataka atuoneshe ufundi gani?" Maofisa wa ukumbini walipomaliza kunong'onezana, ofisa mmoja mdogo aliteremka chini, akamwuliza ni ufundi gani aliokuwa na weledi nao zaidi. Yule mtu alijibu, "Ninaweza kupindua majira ya mwaka mzima na kuotesha mimea ya aina kwa aina."

Ofisa mdogo alipomaliza kuwaarifu maofisa wale, aliteremka chini tena, akampa ujumbe kwamba anatakiwa aoneshe ufundi wa kuleta tunda la fyulisi. Fundi maziangaombwe hakukaidi.

alivua nguo, akalifunika sanduku, akajifanya kama mwenye shida kwa makusudi. Kisha akasema, "Nyinyi mabwana hamwelewi shida zetu. Hivi sasa barafu bado haijayeyuka, tutapata wapi fyulisi? Tukikataa, bila shaka nyinyi mabwana mtakasirika, sasa tufanyeje?"

Mtoto wake alisema, "Baba, ahadi ni deni, umeshaahidi, unaweza kuyameza maneno uliyosema?" Fundi mazingaombwe akajifanya kama mwenye shida kubwa zaidi. Baada ya muda mrefu, alisema, "Nimewaza na kuwazua, wakati huu tupo kwenye mwanzo wa majira ya mchipuko, theluji bado imeganda ardhini. Hatuwezi kupata fyulisi hapa duniani ila tu katika bustani ya

45

奈何！"其子曰："父已诺之，又焉辞？"术人惆怅良久，乃云："我筹之烂熟。春初雪积，人间何处可觅？唯王母园中，四时常不凋谢，或有之。必窃之天上，乃可。"子曰："嘻！天可阶而升乎？"曰："有术在。"乃启笥，出绳一团，约数十丈，理其端，望空中掷去，绳即悬立空际，若有物以挂之。未几，愈掷愈高，渺入云中，手中绳亦尽。乃呼子曰："儿来！余老惫，体重拙，不能行，得汝一往。"遂

【今译】

季都不凋谢，也许会有。一定得到天上去偷，这样才行。"他儿子说："噢！天也能登着台阶爬上去吗？"他爸爸回答说："我有法术呢。"于是打开竹筐，拿出一团绳子，大概有几十丈长，理出绳子的一端，往天上一扔，绳子立即悬在空中，好像是挂在了什么东西上。没过多会儿，绳子越抛越高，渐渐伸入到飘缈的云彩里去了，他手里的绳子也放到了尽头。这时，那人招呼儿子，说："孩子过来！我年老力衰，身子笨重不灵便了，爬不上去，还得你去一趟。"说完，就把绳子交给孩子，说："拉着它就可以爬上去了。"儿子接过绳子，一脸为难，埋怨说："爸爸你也太糊涂了，这么一根细线似的绳子，让我拉着它爬上万丈高的天。倘若

malaika wa mbinguni aitwaye Mama Wang. Kule mimea yote inaota mwaka mzima na pengine mafyulisi yanaweza kupatikana huko. Hivyo lazima twende tukayaibe huko."

"Ati kuna ngazi inayoweza kutufikisha mbinguni?" Mtoto wake alimwuliza kwa mshangao.

"Mimi si ninao ufundi?"

Kisha fundi mazingazombwe alifungua sanduku lake, akatoa fungu kubwa la kamba zilizokuwa na urefu wa mamia ya mita.

Akiwa ameshika ncha moja, alirusha kamba ile mbinguni, ikaning'inia angani. Ilikuwa kana kwamba imetundikwa kwenye kitu fulani.

Kadiri alivyozidi kuirusha juu ndivyo kamba ilivyozidi kuingia mbinguni mpaka ikaisha mkononi mwake. Baada ya hapo, alimwambia mtoto wake, "Mwanangu, njoo hapa. Mimi nimeshazeeka, mikono na miguu yangu haifanyi kazi sawasawa, tena mimi ni mzito, siwezi kufika mbinguni. Inakupasa wewe uende huko!"

Kisha akampa mtoto wake kamba akisema, "Ukikamata kamba hii utaweza kufika mbinguni bila shida!"

Baada ya kuikamata kamba ile mtoto alionekana yu mwenye shida kubwa sana. alilalamika, "Baba yangu amevurugikiwa na akili! Ameniambia nikamate kamba hii niende mbinguni. Kama

47

【原文】

以绳授子，曰："持此可登。"子受绳有难色，怨曰："阿翁亦大愦愦！如此一线之绳，欲我附之，以登万仞之高天。倘中道断绝，骸骨何存矣！"父又强呜拍之，曰："我已失口，悔无及。烦儿一行。儿勿苦，倘窃得来，必有百金赏，当为儿娶一美妇。"子乃持索，盘旋而上，手移足随，如蛛趁丝，渐入云霄，不可复见。

久之，坠一桃，如碗大。术人喜，持献公堂。堂上传视

【今译】

是爬到中间绳子断了，到哪里去找我的尸骨呀！"父亲又强行拍抚哄劝他说："我已经失口答应了，后悔也来不及。还是麻烦你上去一趟。孩子你别叫苦，要是能偷得桃子来，长官一定会有上百两银子的赏钱，我就给你娶个漂亮媳妇。"儿子这才抓住绳子，盘旋着爬了上去。手挪动，脚跟随，就像蜘蛛在丝上攀行一样，渐渐地越爬越高，没入云霄看不见了。

过了很久，天上落下来一个桃子，有碗口那么大。变戏法的人十分高兴，拿着它献到了公堂上。堂上各个官员传看了很久，也不知它是真的还是假的。忽然绳子坠落到了地上，变戏法的人大吃一惊说："危险了！上边有人弄断了

kamba hii ikikatika njiani bila shaka sitaonekana tena.!"

Baba yake alimbembeleza huku akimshurutisha, akisema, "Maji yakimwagika hayazoleki, tena majuto ni mjukuu mwishowe huja kinyume. Ni afadhali ufike huko. Usiogope taabu, ukifaulu kuiba fyulisi, hakika maofisa hawa watatuzawadia fedha nyingi na halafu nitakuoza mke mzuri."

Kwa kukamata kamba mtoto wake alipanda juu kama buibui anavyotegeneza utando wake, polepole akapaa mbinguni. Muda mrefu ulipopita, mara fyulisi moja kubwa mfano wa bakuli likadondoka toka mbinguni. Fundi mazingaombwe alipoona fyulisi lile alifurahi sana. Bila kukawia, aliliokota na kwenda kumkabidhi ofisa aliyekaa ukumbini. Maofisa walipokezana kuliangalia fyulisi hilo kwa muda mrefu, lakini hawakuweza kutambua kama lilikuwa la kweli au la bandia. Kitambo kidogo baadaye, kamba ilidondoka toka mbinguni. Fundi mazingaombwe alipigwa na bumbuwazi akisema, "Loo, mambo yote yameharibika! Kamba yangu imekatwa na mtu wa mbinguni. Mtoto wangu atateremka kwa njia gani?"

49

Kitambo kingine kilipita, kitu kingine kilidondoka. Fundi mazingaombwe alipoangalia kwa makini alitambua kuwa kilikuwa kichwa cha mtoto wake, akakiokota kichwa hicho huku akilia, "Bila shaka, aligunduliwa na mlinzi wa bustani ya malaika

【原文】

良久，亦不知其真伪。忽而绳落地上，术人惊曰："殆矣！上有人断吾绳，儿将焉托！"移时，一物堕，视之，其子首也。捧而泣曰："是必偷桃为监者所觉。吾儿休矣！"又移时，一足落。无何，肢体纷堕，无复存者。术人大悲。一一拾置笥中而阖之，曰："老夫止此儿，日从我南北游。今承严命，不意罹此奇惨！当负去瘗之。"乃升堂而跪，曰："为桃故，杀吾子矣！如怜小人而助之葬，当结草以图报

【今译】

我的绳子，孩子怎么下来啊！"又过了一会儿，一个东西掉落下来，一看，是他儿子的头。那人抱着头颅大哭说："一定是偷桃时被看守的人发现了，我的儿子这回可完了！"又过了一会儿，一只脚也掉了下来。接着，四肢、躯干都一截一截地纷纷落下，再没有什么东西了。变戏法的人非常悲痛，他把肢体一一捡放到竹箱里，盖上盖子，说："我老头子只有这么一个儿子，每天跟着我走南闯北。现在听从了长官的命令去取桃子，没想到死得这么惨！我得把他背回去埋掉。"于是他又到堂上跪下，说："为了桃子的缘故，害了我的儿子！长官们要是可怜小的，帮助我安葬了他，我来世一定结草衔环报答各位老爷。"堂上坐着的几个官员十分惊

wakati alipokuwa akiiba fyulisi, akapoteza maisha yake."

Baada ya muda mfupi tena, mguu mmoja ulidondoka; Halafu tena, kiwiliwili, mikono na mguu mwingine vikaanguka kimoja baada ya kingine.

Fundi mazingaombwe alihuzunika mpaka akawa hajiwezi tena. Kisha alizoa kichwa, kiwiliwili, mikono na miguu ya mwanawe, akavitia ndani ya sanduku la muanzi, akalifunika. "Mimi nina mtoto mmoja tu" alisema, "kila siku alikuwa akinifuata hapa na pale. Leo tulifuata agizo la maofisa na sikudhani kuwa ningeangukiwa na msiba huu mkubwa! Sasa sina budi kumbeba na kwenda kumzika."

Halafu alifika ukumbini, akapiga magoti na kusema, "Kwa ajili ya kuwapatia fyulisi nyingi mabwana, mtoto wangu ameuawa! Kama mkinihurumia, naomba mnisaidie akali ya fedha ili niweze kumzika na sitasahau kulipa wema wenu katika maisha yangu yote!"

Maofisa wote waliokuwapo waliguswa sana nyoyoni, wakawa wanatoa fedha na kumpa fundi mazingaombwe. Fundi mazingaombwe alipomaliza kutia fedha mfukoni, alipigapiga sanduku lake kwa mkono, akiita, "Mwanangu, kwa nini usitoke nje ukawashukuru wazee hao! Unataka kusubiri mpaka lini?" Kufumba na kufumbua, mtoto mmoja aliyekuwa na nywele fupi

51

【原文】

耳。"坐官骇诧，各有赐金。术人受而缠诸腰，乃扣笥而呼曰："八八儿，不出谢赏，将何待？"忽一蓬头僮首抵笥盖而出，望北稽首，则其子也。

以其术奇，故至今犹记之。后闻白莲教能为此术，意此其苗裔耶？

【今译】

骇，纷纷拿出赏银给他。变戏法的人接过钱缠在腰上，然后拍了拍竹筐说："八八儿，不出来谢长官们的赏，还等什么呢？"忽然，一个头发乱蓬蓬的小孩子用头顶开竹筐盖爬了出来，朝着北面大堂上的官员们叩起了头——正是变戏法那个人的儿子。

因为这个变戏法的人法术奇异，所以到现在我还记得这件事。后来听人说白莲教也能变这样的戏法，心想那父子俩是不是就是白莲教的后代呢？

aliinua mfuniko wa sanduku kwa kichwa chake, akatoka nje, akawasujudia maofisa wale. Kumbe alikuwa yule mtoto wa fundi mazingaombwe!

53

种梨

【原文】

有乡人货梨于市，颇甘芳，价腾贵。有道士破巾絮衣，丐于车前。乡人咄之，亦不去。乡人怒，加以叱骂。道士曰："一车数百颗，老衲止丐其一，于居士亦无大损，何怒

【今译】

有个乡下人在集市上卖梨，梨又香又甜，价格很贵。有一个道士戴着破头巾，穿着烂棉袄，在卖梨的车前讨梨。乡下人呵斥他，他也不走。乡下人恼了，对着他叫骂。道士说："这一车有好几百个梨，老道我只要其中的一个，对你也没有什么大损失，何必动这么大的火？"旁边看热闹的人劝乡下人拣一个坏点儿的梨送给道士，打发他走算了，乡下人坚决不肯。

旁边店铺里的伙计看见吵得不成样子，就拿出钱买了一个梨送给了道士。道士谢过之后对众人说："出家人不懂得吝惜。我有好梨子，一会儿拿出来请大家吃。"有人说："你既然有梨，为什么不吃自己的？"道士说："我只是需

KUPANDA PEASI

Hapo zamani za kale, palikuwa na mtu mmoja wa vijijini ambaye alikuwa akiuza mapeasi katika gulio. Mapeasi yake yalikuwa matamu na yalinukia, kwa hivyo bei aliyotaka ilikuwa ghali zaidi. Kuhani mmoja wa dini ya Kitao aliyevaa nguo mbovumbovu na aliyefunga kilemba kilichochanika, alisimama mbele ya mkokoteni wake mdogo na kuomba peasi moja. Mwuza mapeasi alimfukuza lakini kwa kuwa kuhani hakutii alianza kumwapiza na kumtukana.

Kuhani alimwuliza, "Bwana, una mamia ya mapeasi katika gari lako, naomba moja tu. Halitokutia hasara yoyote. Mbona unakasirika?"

Watazamaji walimrai mtu huyo wa vijijini ampe kuhani angalau peasi moja bovu na kumwacha aende zake, lakini alikataa katakata. Mhudumu kwenye mkahawa alipoona shari italeta matokeo mabaya, alinunua peasi moja, akampa kuhani. Kuhani

55

【原文】

为？"观者劝置劣者一枚令去，乡人执不肯。

肆中佣保者，见喋聒不堪，遂出钱市一枚，付道士。道士拜谢，谓众曰："出家人不解吝惜。我有佳梨，请出供客。"或曰："既有之，何不自食？"曰："吾特需此核作种。"于是掬梨大啖。且尽，把核于手，解肩上镵，坎地深数寸，纳之而覆以土，向市人索汤沃灌。好事者于临路店索得沸沈，道士接浸坎处。万目攒视，见有勾萌出，渐大，俄

【今译】

要这个梨核做种子。"于是捧着梨大口地吃了起来。道士吃完梨，把梨核放在手里，解下肩上背的铁铲子，在地上刨了个几寸深的坑，把梨核放进去盖上土，向街上的人要热水来浇。众目睽睽之下，只见一株梨芽破土而出，渐渐长大，一会儿就长成了枝繁叶茂的梨树。转眼开了花，转眼又结了果，满树都是又大又甜的梨子。道士就爬到树上摘下梨子，送给围观的人吃，一会儿就把梨分光了。然后，道士就用铁铲子去砍梨树，砍了很久，才把它砍断，道士把带着枝叶的树干扛在肩上，从从容容地走了。

起初道士变戏法的时候，那个乡下人也混杂在围观的人群当中看热闹，竟然把卖梨的事也忘了。等道士走了以后，

alimshukuru, halafu akageukia umati wa watazamaji, akasema:

"Sisi, makuhani, hatujui ubahili ni kitu gani. Ninayo mapeasi

mazuri, nitawapeni."

"Kama unayo, mbona huli ya kwako?" Mtu mmoja

alimwuliza.

"Kwa kuwa," kuhani alijibu, "ninahitaji mbegu ya peasi

lake ili nipande."

Baada ya kusema maneno hayo, alianza kutafuna lile peasi

na alipomaliza kula alishika mbegu moja katika mkono wake.

Alichukua sururu kutoka begani mwake, akachimba shimo

ardhini kiasi cha inchi kadhaa, akapanda ile mbegu na kulifukia

lile shimo. Halafu aliwaomba watazamaji kwenda kuleta maji

ili kumwagilia pale alipopanda mbegu. Mtu mmoja miongoni

mwa watazamaji aliyependa kufanya masihara, alimletea maji

yaliyotoka kuchemka punde tu kutoka kwenye duka lililokuwepo

karibuni. Kuhani aliyamimina maji hayo ya moto pale penye

shimo. Kila mtu alishuhudia kwa macho yake. Muda si mrefu,

mche ulionekana ukiota zaidi na zaidi hadi ukawa mti mkubwa.

57

【原文】

成树，枝叶扶疏。俄而花，俄而实，硕大芳馥，累累满树。道人乃即树头摘赐观者，顷刻向尽。已，乃以镵伐树，丁丁良久，乃断，带叶荷肩头，从容徐步而去。

初，道士作法时，乡人亦杂众中，引领注目，竟忘其业。道士既去，始顾车中，则梨已空矣。方悟适所俵散，皆己物也。又细视车上一靶亡，是新凿断者。心大愤恨，急迹之。转过墙隅，则断靶弃垣下，始知所伐梨本，即是物也。

【今译】

他才回头看他的梨车，只见梨子已经一个也不剩了。他这才恍然大悟，刚才道士所分的梨子，都是自己的东西。再仔细一看，车上的一个车把也没有了，是新砍断的。他又气又恨，急忙顺着道士走的路追去。转过一个墙角，只见那个断车把被扔在墙下，乡下人这才知道道士砍断的梨树干就是这个车把。道士已不见踪影了。满集市的人都笑得合不上嘴。

异史氏说：乡下人昏头昏脑，憨呆可笑，受到集市上人们的嘲弄，也是有道理的。常常看到那些在乡里被称为土财主的人，一有好朋友向他借点儿粮食就满脸不高兴，算计说："这可是好几天的费用呀。"有人劝他救济一下身处危难的人，给孤独无依者施舍些饭食，他就又会愤愤不平，

Baada ya dakika chache, mti huu ulimea matawi yaliyofunikwa na majani mengi; kitambo kupita, ukatoa maua na mwishowe ukazaa mapeasi mengi makubwa na ya kunukia. Kuhani alichuma mapeasi hayo na kuwagawia sadaka watazamaji mpaka yote yakamalizika. Baada ya hapo, alishika sururu yake akaukatakata ule mti na kuuangusha. Alibeba begani mti mzima na akaenda zake taratibu.

Sasa tukirudi nyuma, wakati wote ule kuhani alipokuwa akifanya mazingaombwe, mtu wa vijijini alikuwa miongoni mwa umati wa watu akinyoosha shingo yake kama twiga kuangalia nini kinatokea huku akisahau kabisa biashara yake. Kuhani alipoondoka mtu huyo wa vijijini alirudi na kugundua kuwa mapeasi yake yote yalitoweka. Wakati huo, alifahamu kuwa kumbe yale mapeasi ambayo kuhani aliwagawia watazamaji yalikuwa yake. Alipokuwa akiangalia kwa makini mkokoteni wake aligundua kuwa mpini mmojawapo ulipotea na ulionekana umekatwa punde tu. Alikasirika akamkimbilia kuhani kwa haraka. Alipopinda kona tu akaona mpini wa mkokoteni wake uliopotea

【原文】

道士不知所在。一市粲然。

异史氏曰：乡人愦愦，憨状可掬，其见笑于市人，有以哉。每见乡中称素封者，良朋乞米则怫然，且计曰："是数日之资也。"或劝济一危难，饭一茕独，则又忿然计曰："此十人、五人之食也。"甚而父子兄弟，较尽锱铢。及至淫博迷心，则倾囊不吝；刀锯临颈，则赎命不遑。诸如此类，正不胜道，蠢尔乡人，又何足怪！

【今译】

算计说："这可够五个、十个人吃的了。"甚至在父子兄弟之间，也要计较到分毫不差。等到这种人被嫖娼赌博迷了心窍，就会挥金如土、毫不吝惜；犯了罪刀斧临头，又会立即交钱赎命，唯恐不及。诸如此类的人，真是说也说不完啊！一个卖梨的乡下人糊涂愚蠢，又有什么可奇怪的呢！

ukiwa chini karibu na ukuta. Hapo ndipo alipofahamu kuwa

shina la ule mpeasi uliokatwa na kuhani kumbe lilikuwa mpini

wa mkokoteni wake. Lakini wakati huo hakikuwepo hata kivuli

cha kuhani, vilivyoweza kusikika vilikuwa vicheko vya watu wa

sokoni tu.

劳山道士

【原文】

邑有王生，行七，故家子。少慕道，闻劳山多仙人，负笈往游。登一顶，有观宇，甚幽。一道士坐蒲团上，素发垂领，而神观爽迈。叩而与语，理甚玄妙。请师之。道士

【今译】

本县有个姓王的书生，排行第七，是过去一个世家大族的子弟。他从小仰慕道家的方术，听说崂山上有很多神仙，就打点行李前去访仙学道。一天，他登上崂山的山顶，看见有一座道观，很是幽静，里面有个道士正端坐在蒲团上，一头白发披散在脖颈上，神态爽朗不俗。王生上前探问并与他交谈，觉得道士说的话很是玄微奥妙，便请求道士收他为徒。道士说："恐怕你娇气懒惰惯了，吃不了苦。"王生回答说："我能吃苦的。"道士的门徒很多，傍晚时全都来了。王生和他们一一行礼后，就留在了道观中。第二天天快亮的时候，道士把王生叫去，交给他一把斧子，让他同大家一起去砍柴。王七小心谨慎地按着要求去做。这样过了一个多月，王生的手脚都磨出了厚厚的一层茧子，再也忍受不了

KUHANI WA KITAO WA MILIMA YA LAO

Katika wilaya Iliyokuwepo Milima ya Lao, Mkoa wa Shandong, paliishi msomi mmoja, ambaye jina lake la ukoo liliitwa Wang. Alikuwa mwana wa saba katika familia ya nasaba bora. Tangu utotoni mwake alihusudu dini ya Kitao na alisikia kuwa kwenye Milima ya Lao palikuwa na Miungu wengi waishio milele. Siku moja, alifungasha mzigo wake na kuanza safari ya kwenda huko. Alipopanda kilele kimoja aliona hekalu kwenye mahali palipokuwa shwari kabisa. Katika hekalu hili alimwona kuhani mmoja mwenye nywele ndefu za rangi ya fedha zilizoning'inia hadi kwenye kola yake na mwenye uso ulionawiri akiwa amekaa juu ya msala wa nyasi. Baada ya kumsalimu, Wang alianza kuzungumza naye. Maneno aliyoyasikia yalikuwa yenye maadili na mafumbo, akamwomba kuhani awe mwalimu wake.

"Mtu dhaifu na mzembe kama wewe," Kuhani alimwambia,

63

【原文】

曰："恐娇惰不能作苦。"答言："能之。"其门人甚众，薄暮毕集。王俱与稽首，遂留观中。凌晨，道士呼王去，授以斧，使随众采樵。王谨受教。过月馀，手足重茧，不堪其苦，阴有归志。

一夕归，见二人与师共酌，日已暮，尚无灯烛。师乃翦纸如镜，黏壁间。俄顷，月明辉室，光鉴毫芒。诸门人环听奔走。一客曰："良宵胜乐，不可不同。"乃于案上取

【今译】

这样的劳苦，暗暗产生了回家的念头。

一天晚上，王生打柴回来，看见两位客人和师父坐着饮酒。这时天已经黑了，还没点上灯烛。师父剪了一张如同镜子一样的圆纸，贴在墙壁上。一会儿，那纸就变成了一轮明月照亮了整个屋子，亮堂堂的连毫毛都可以看得见。各位弟子都在周围听从吩咐，奔走侍候。一位客人说："这么美好的夜晚，应该和大家一同分享啊。"于是他从桌子上拿起酒壶，把酒分赏给众弟子，嘱咐他们一醉方休。王生心想：七八个人，一壶酒怎么能够都摊到呢？这时，大家各自找来杯子罐子，争先恐后地倒酒喝，唯恐酒壶空了。然而众人从里面不断地往外倒，那壶里的酒竟一点儿也不见减少。王七心里很是惊讶。过了一会儿，一位客人说："虽然承蒙您赐

"Nina wahaka kuwa huwezi kuvumilia hali ya harubu wala kazi ya sulubu huku kwetu."

"Naweza," alijibu Wang.

Kuhani huyu alikuwa na wafuasi wengi. Walipokusanyika pamoja wakati wa magharibi Wang alisalimiana na kila mmoja wao. Tangu hapo, Wang akawa amebaki katika hekalu hilo.

Siku ya pili asubuhi, kuhani alimwita Wang na kumpa shoka, kisha akamtuma kwenda mlimani kukata kuni pamoja na wafuasi wengine. Wang alitii agizo hilo kwa heshima. Alifanya kazi hiyo zaidi ya mwezi mmoja na kazi hii ngumu ilimfanya aote sugu mikononi na miguuni, akawa hawezi kuvumilia uchovu wa namna hiyo, hata akafikiri kimoyomoyo kurudi nyumbani.

Jioni moja, aliporejea toka kazini aliwakuta wageni wawili wakinywa ugimbi pamoja na mwalimu wake. Wakati huo, giza lilikuwa limekwisha ingia lakini kandili ilikuwa haijawashwa. Mwalimu wake alichukua mkasi na kukata kipande cha karatasi kilichokuwa kama kioo cha duara, akakibandika ukutani. Mara kilibadilika kuwa mwezi uliong'arisha chumba kizima na

65

【原文】

壶酒，分赉诸徒，且嘱尽醉。王自思：七八人，壶酒何能遍给？遂各觅盎盂，竞饮先釂，惟恐樽尽。而往复挹注，竟不少减。心奇之。俄一客曰："蒙赐月明之照，乃尔寂饮，何不呼嫦娥来？"乃以箸掷月中，见一美人，自光中出，初不盈尺，至地，遂与人等。纤腰秀项，翩翩作《霓裳舞》。已而歌曰："仙仙乎，而还乎，而幽我于广寒乎！"其声清越，烈如箫管。歌毕，盘旋而起，跃登几上，惊顾之间，

【今译】

给我们月亮来照亮，但这么寂寞无声地饮酒，为什么不把嫦娥唤来呢？"于是他把筷子向月亮中一抛，随即看见一个美女，从月光中飘了出来，开始还不到一尺高，等落到地上时就和常人一样高了。她腰身纤细脖颈秀美，风姿翩翩地跳起了《霓裳羽衣舞》。跳完舞又唱起了歌："轻盈起舞呀！你快回来呀！你为什么幽闭我在广寒宫里呀！"她的歌声清脆高亢，嘹亮得像是吹箫管一样。唱完了歌，嫦娥盘旋飘然而起，一下子跳到了桌子上，大家正惊奇地看着时，她又变回了筷子。道士和客人三人一齐开怀大笑起来。又有一位客人说："今夜最为快乐，但再也喝不下酒了。请把送别我的酒宴摆在月宫里吃可以吗？"说完，三个人就带着酒席，慢慢飞进了月亮当中。大家看着他们三个人坐在月宫里饮酒，连

mwangaza wake ulimulika kila kitu na kuwa dhahiri. Wafuasi wengine walikuwa wamesimama kando kando wakingoja maagizo; wengine walikuwa wakitoa huduma. Mgeni mmoja alisema, "Jioni hii ni nzuri iliyoje! Inafaa sote tufurahi pamoja." Kisha alichukua birika moja la ugimbi kutoka mezani na kuwamiminia wafuasi, akiwaagiza kunywa mpaka walewe chakari. Wakati huo, Wang alijiuliza ni vipi watu wanane wangeweza kutoshelezwa na ugimbi iliyomo kwenye birika moja tu? Wafuasi wote walikimbia kujitafutia kikombe, maana kila mmoja alitaka kujimiminia ugimbi kwanza kwa kuhofia ingemalizika. Lakini wote walishindwa kumaliza ugimbi iliyokuwemo kwenye birika. Wang alishangaa. Muda si muda, mgeni mwingine alisema, "Umetupa mwezi mwangavu, vyema, lakini hakuna raha ya kunywa ugimbi peke yetu tu. Kwa nini tusimwite malaika wa mwezini Chang'e kujiunga nasi?" Mara alikirusha kijiti kimoja cha kulia mwezini; hapohapo msichana mmoja mzuri alishuka kutoka kwenye mbalamwezi. Awali alikuwa na kimo cha futi moja tu, ila mpaka kuwasili ardhini akawa kesha fika kimo cha mwanadamu. Alikuwa

67

【原文】

已复为箸。三人大笑。又一客曰："今宵最乐，然不胜酒力矣。其饯我于月宫可乎？"三人移席，渐入月中。众视三人，坐月中饮，须眉毕见，如影之在镜中。移时，月渐暗。门人然烛来，则道士独坐而客杳矣。几上肴核尚存，壁上月，纸圆如镜而已。道士问众："饮足乎？"曰："足矣。""足宜早寝，勿误樵苏。"众诺而退。王窃忻慕，归念遂息。

【今译】

胡须眉毛都看得清清楚楚，就好像形象照在了镜子中似的。过了一会儿，月亮渐渐暗淡下去了。弟子点上蜡烛来，只看见道士一个人坐在屋子里，客人们都已不见了踪影。桌子上的菜肴、果品仍然残留在那里，再看看墙上的月亮，不过是一张像镜子一样的圆圆的纸片。道士问大家："都喝够了吗？"众人一齐回答说："够了。""喝够了就早些睡觉吧，不要耽误了明天打柴。"大家答应着纷纷退下。王生心里暗暗惊喜美慕，打消了回家的念头。

又过了一个月，王生实在受不了劳苦了，而道士还是连一个法术也不传授。王生心里也不想再等待了，就向道士告辞说："徒弟从几百里以外来向仙师您学习道术，即使不能学到长生不老的法术，哪怕能学到点儿小法术，也可以安慰

na kiuno chembamba kama sangara na shingo ndefu kama ya paa na alicheza ngoma. Wakati ngoma ilipomalizika aliimba wimbo. Maneno ya wimbo huo yalikuwa kama yafuatayo:

"Nyinyi malaika! Nyinyi malaika!

Mmerejea duniani,

Lakini mmenifungia mwezini!"

Sauti yake ilikuwa tamu na ya kiada kama sauti ya filimbi. Alipomaliza kuimba wimbo wake alipiga duru na kurukia juu ya meza. Kila mtu alimkodolea macho kwa mshangao. Haikupita dakika akabadilika tena kuwa kijiti cha kulia chakula. Marafiki hao watatu walicheka. Wakati huo, mmoja wa wageni alisema, "Tumefurahi jioni hii bali siwezi kuendelea kunywa ugimbi. Je, mnakubali twende kwenye Kasri ya Mwezi kunywa glasi ya mwisho?" Baada ya hapo, walichukua meza na kwenda mwezini. Wafuasi waliwaona wakiwa wameketi mwezini wakinywa, hata nyusi na ndevu zao zilionekana waziwazi kama picha katika kioo. Muda kidogo, mwezi ukawa hauonekani wazi na wakati wafuasi walipoleta kandili iliyokuwa ikiwaka, walimwona mwalimu wao

【原文】

又一月，苦不可忍，而道士并不传教一术。心不能待，辞曰："弟子数百里受业仙师，纵不能得长生术，或小有传习，亦可慰求教之心。今阅两三月，不过早樵而暮归。弟子在家，未谙此苦。"道士笑曰："我固谓不能作苦，今果然。明早当遣汝行。"王曰："弟子操作多日，师略授小技，此来为不负也。"道士问："何术之求？"王曰："每见师行处，墙壁所不能隔，但得此法足矣。"道士笑而允

70

【今译】

我的一片求教之心了。现在过了两三个月，天天都不过是早上去砍柴晚上回来。徒弟在家里可从来没受过这种辛苦。"道士笑着说："我本来就认为你不能吃苦，现在果然如此。明天早晨就送你回去。"王七说："徒弟在这里劳作了多日，请师父稍微教我一点儿小本事，这次就不算白来了。"道士问："你想要学什么法术呢？"王生说："我常见师父行走的时候，墙壁也不能阻隔，能学到这个法术，我就知足了。"道士笑着答应了他。于是，道士就教他念口诀，让他自己念了咒以后，就招呼道："进去！"王生面对着墙，不敢进去。道士又说："你试着往里走一下。"王生果然慢慢地往前走，到了墙跟前却被阻挡住了。道士说："你低头快进，不要犹豫不前！"王生果然在离墙几步远的地方，冲着

amekaa katika giza peke yake na wale wageni wawili hawakuwapo

tena. Kokwa za matunda na vitoweo vilivyobakizwa bado vilikuwa

kwenye meza na mwezi wa ukutani ulikuwa kipande cha karatasi

ya duara tu.

"Nyinyi nyote mmetosheka?" Kuhani aliuliza.

"Tumeridhika." Wafuasi wake wakajibu.

"Heri mwende kulala mapema ili msichelewe kwenda

kukata kuni kesho asubuhi." Basi wote wakaondoka.

Wang alipendezwa na kile alichoona, hakufikiri tena kuhusu

kurejea nyumbani.

Mwezi mmoja baadaye, hakuweza kustahimili tena. Mpaka

wakati huo, kuhani alikuwa bado hajamfundisha ustadi wowote.

Wang hakutaka kuendelea kusubiri, akaenda kumuaga.

"Mwalimu, nilisafiri kilomita nyingi ili nipate mafunzo

yako. Kama hunifundishi siri ya kuishi milele, basi nifundishe

kiinimacho chochote angalau kidogo ili nijifariji nafsi yangu kwa

ustadi wako. Nimekuwa hapa miezi mitatu hivi, sikufanya kazi

yoyote nyingine ila kukata kuni tu, kwenda asubuhi na kurudi

【原文】

之。乃传以诀，令自咒毕，呼曰："入之！"王面墙不敢入。又曰："试入之。"王果从容入，及墙而阻。道士曰："俯首骤入，勿逡巡！"王果去墙数步，奔而入，及墙，虚若无物，回视，果在墙外矣。大喜，入谢。道士曰："归宜洁持，否则不验。"遂助资斧遣之归。

抵家，自诩遇仙，坚壁所不能阻。妻不信。王效其作为，去墙数尺，奔而入，头触硬壁，蓦然而踣。妻扶视之，

【今译】

墙跑了进去。到了墙里时，好像空空的什么东西也没有，回头再一看，身子果然已经在墙外边了。王生大为惊喜，又回去拜谢师父。道士说："回去后要清白做人，否则法术就不会灵验。"于是，送了他路费让他回家。

王生回到家里，自吹自擂地说遇见了仙人，学会了法术，坚固的墙壁也不能阻挡他过去。妻子不相信。于是，王生仿效起那天的举动，离墙几尺远，往墙里跑去，不料一头撞到硬壁，猛地摔倒在地上。妻子扶起他一看，只见额头上肿起了鸡蛋似的一个大包。妻子讥笑他，王生觉得又惭愧又气愤，大骂老道士不是个好东西。

异史氏说：听到了这件事的人没有不大笑的，但却不知像王生那样的人，世上真还有不少呢。现在有一种鄙陋粗野

usiku, kazi ambayo sikuwahi kuifanya nyumbani kwangu."

"Sikukuambia kuwa hungeweza kustahimili kazi za harubu? Kweli huziwezi. Ingefaa uondoke kesho asubuhi."

"Mwalimu, nimekufanyia kazi kwa muda mrefu. Nifundishe ustadi kidogo ili kuja kwangu hapa kusiwe bure."

"Ustadi gani?"

"Nimegundua kuwa wakati wowote unapotembea, kuta haziwezi kukuzuia. Ukinifundisha ustadi huo nitaridhika."

Kuhani alikubaliana naye huku akicheka. Mwalimu alimfundisha maneno ya siri na alimwagiza anuize yeye mwenyewe. Wakati alipofanya hivyo mwalimu alimwambia kwa sauti kubwa, "Pita!" Wang akikabili ukuta hakuthubutu kuupita. Mwalimu alimwambia, "Jaribu." Wang alitembea taratibu na alipogonga ukuta akazuiwa. Wakati huohuo kuhani alisema, "Usiende taratibu hivyo, inamisha kichwa chako na kimbia kwa upesi, usisitesite!" Basi Wang alirudi nyuma hatua kadhaa, kisha akakimbia kwa kasi, alipofika ukutani hapakuwa na kitu cha kumzuia. Alipotazama nyuma akajiona hakika yuko hatua kadhaa nje ya ukuta. Alikuwa na furaha

73

【原文】

额上坟起，如巨卵焉。妻挪揄之。王惭忿，骂老道士之无良而已。

异史氏曰：闻此事未有不大笑者，而不知世之为王生者，正复不少。今有伧父，喜疢毒而畏药石，遂有舐痈吮痔者，进宣威逞暴之术，以迎其旨，绐之曰："执此术也以往，可以横行而无碍。"初试未尝不小效，遂谓天下之大，举可以如是行矣，势不至触硬壁而颠蹶不止也。

【今译】

的人，喜欢像疾病毒药一样的坏东西，却畏惧治病疗伤的药物，于是便有一帮拍马屁的人，向他进献显威风、逞暴力的办法，以迎合他的心意，还骗他说："掌握了这种法术去运用它，就可以横行天下而无可阻挡了。"起初试行未必没有小效果，于是他就以为天下之大都可以任他这样干了。这种人不到撞在硬壁上摔得头破血流的时候是绝不会停止的。

kama mzazi aliyejifungua salama. Akaingia ndani kumshukuru mwalimu. Kuhani akamwambia, "Baada ya kurudi kwenu inafaa uendelee kujitakasa na uwe mnyenyekevu, ama sivyo ustadi huo hautafanya kazi." Baada ya kumwonya, mwalimu akampa kiasi fulani cha fedha kwa ajili ya matumizi ya njiani na kumwambia aende zake.

Baada ya kurudi nyumbani alijigamba kuwa alikutana na Mungu na kufundishwa ustadi wa shani ambao hata kuta ngumu sizingeweza kumzuia kupita. Mkewe hakusadiki maneno yake. Wang alitaka kujishaua, akaigiza vitendo alivyotenda huko mlimani. Alirudi nyuma hatua kadhaa kutoka ukutani, halafu akaukimbilia chapuchapu, lakini wakati kichwa chake kilipogonga matofali magumu mara alianguka sakafuni. Mke wake alimwinua na kuona tezi kubwa kama yai kwenye paji lake, akamdhihaki. Wang alifedheheka na kuhamaki. Alimlaani kuhani ni mtu mbaya.

王成

【原文】

王成，平原故家子。性最懒，生涯日落，惟剩破屋数间，与妻卧牛衣中，交谪不堪。时盛夏燠热，村外故有周氏园，墙宇尽倾，唯存一亭，村人多寄宿其中，王亦在焉。

【今译】

王成是平原县旧时官宦人家的子弟。生性最为懒惰，家境一天天没落下去，只剩下几间破屋子，与妻子躺在麻草席里，被妻子责怨，难以度日。当时正是盛夏，天气炎热，村子外面原先有个周家花园，现在墙倒房塌，只剩下一个凉亭，村子里的很多人为了避暑住在那里，王成也在其中。这天天亮后，睡觉的人陆续都离去了。待到红日升到三竿高，王成才起来，磨磨蹭蹭地想要回家。他忽然看见草丛里有一枝金钗，捡起来一看，上面刻着几个小字："仪宾府造"。王成的祖父原先是衡王的女婿，家里的旧物有不少刻有这种标记，王成因此拿着金钗犹豫猜测了一番。这时，有一个老太太前来寻找丢失的金钗。王成虽然很穷，但却品性耿直，立刻拿出金钗交给了她。老太太很高兴，大大称赞了王成的

WANG CHENG

Hapo zamani za kale palikuwa na mtu mmoja aliyeitwa Wang Cheng, ambaye alizaliwa katika ukoo maarufu huko Wilaya ya Pingyuan, Mkoa wa Shandong. Alikuwa mvivu, hivyo mali yake ilipungua siku hadi siku. Baada ya miaka, kitu kilichobaki kilikuwa nyumba mbovu kadhaa tu. Yeye na mkewe walilala kwa kujifunika 'nguo za ngozi za ng'ombe' zilizosukwa kwa ukoka na walikuwa wakilaumiana mara kwa mara. Wakati huo, hali ya hewa ilikuwa joto lisilovumilika. Wang alikwenda kulala pamoja na wanakijiji wengine katika kibanda kimoja kilichobaki katika Bustani ya Zhou, ambacho kuta na nyumba zake nyingine zote zilibomoka. Siku ya pili asubuhi, mionzi ya jua ilipochomoza wenzake wote walikuwa wamekwisha ondoka lakini Wang aliendelea kulala mpaka jua lilipofikia katika vilele vya miti. Baada ya kuamka na kutaka kuelekea nyumbani, aligundua chupio ya nywele iliyotengenezwa kwa dhahabu katika majani, akaiokota na kuiangalia kwa makini. Aliona maneno kadhaa madogo

【原文】

既晓，睡者尽去。红日三竿，王始起，逡巡欲归。见草际金钗一股，拾视之，镌有细字云："仪宾府造。"王祖为衡府仪宾，家中故物，多此款式，因把钗踌躇。欻一妪来寻钗。王虽故贫，然性介，遽出授之。妪喜，极赞盛德，曰："钗直几何，先夫之遗泽也。"问："夫君伊谁？"答云："故仪宾王柬之也。"王惊曰："吾祖也。何以相遇？"妪亦惊曰："汝即王柬之之孙耶？我乃狐仙。百年前，与君祖

【今译】

品德，说："这枝金钗能值几个钱，可这是我故去的丈夫的遗物。"王成问："您的丈夫是谁？"老太太回答说："是已故的仪宾王柬之。"王成吃惊地说："那是我的祖父啊！你们怎么能相遇呢？"老太太也惊奇地说："你就是王柬之的孙子吗？我是个狐仙。一百年前，与你祖父曾结为夫妻。你祖父死后，我就隐居起来了。经过这里时丢失了金钗，恰好被你捡到，这是上天的安排呀！"王成从前也曾听说过祖父有位狐狸妻子，便相信了她的话，邀请老太太到家里去坐坐。老妇人跟着他去了。

到了家中，王成叫妻子出来，只见她身上穿得破破烂烂，饿得脸色青黄。老太太不由得叹息说："唉！王柬之的孙子，竟然穷到这种地步了！"她看到破败的灶台没有一

yaliyochongwa juu yake: "Mali ya Kasri ya Fuma wa Mfalme"
[Fuma hutumika kurejelea mume wa binti wa mfalme.] Kwa
kuwa babu wa Wang alikuwa fuma katika Kasri ya Mfalme Heng,
Wang aliwahi kuona maneno ya namna hiyo kwenye vyombo vya
zamani vya nyumbani mwake.

Wakati alipokuwa akilifikiria jambo hilo na kusitasita ajuza
mmoja alikuja kutafuta chupio. Ingawa Wang alikuwa maskini
lakini alikuwa mtu mwadilifu, kwa hiyo alimpa ajuza ile chupio.
Ajuza alitabasamu na kumsifu kwa wema wake.

"Chupio hii si kitu chenye thamani kubwa, lakini ilikuwa
mabaki ya mali niliyopewa na marehemu mume wangu."

"Mume wako alikuwa nani?" Wang alimwuliza.

"Jina lake ni Wang Jianzhi." Ajuza alijibu.

"Yeye ni babu yangu! Unamfahamuje?" Wang alimaka kwa
mshangao.

"Wewe ni mjukuu wa Wang Jianzhi? Mimi ni malaika-
mbweha. Miaka mia moja iliyopita, niliolewa na babu yako. Wakati
alipokufa nilijitenga na dunia ya binadamu. Juzijuzi nilipopita
hapa nilipoteza chupio hiyo. Kwa bahati nzuri umeiokota. Ama
hii ni rehema ya Mungu!"

【原文】

缱绻。君祖殁，老身遂隐。过此遗钗，适入子手，非天数耶！"王亦曾闻祖有狐妻，信其言，便邀临顾。妪从之。

王呼妻出见，负败絮，菜色黯焉。妪叹曰："嘻！王柬之孙子，乃一贫至此哉！"又顾败灶无烟。曰："家计若此，何以聊生？"妻因细述贫状，呜咽饮泣。妪以钗授妇，使姑质钱市米，三日外请复相见。王挽留之。妪曰："汝一妻不能自存活，我在，仰屋而居，复何裨益？"遂径去。

【今译】

星烟火，就问："家里的景况这样，靠什么维持生活呢？"王成的妻子于是细细述说了贫苦的遭遇，不禁呜咽哭泣了起来。老太太把金钗交给她，让她暂且换些钱买米，说三天以后再来与他们相见。王成要挽留她。老太太说："你自己连一个妻子还养活不了，我留在这里，望着屋顶发呆，又有什么用呢？"说完径自走了。王成向妻子说明了老太太的来历，妻子大为惊恐。王成又说起她的仁义，让妻子把她当成婆婆侍奉，妻子答应了。过了三天，老太太果然又来了。她拿出几两银子，让王成买回一石谷子、一石麦子。夜里老太太就与王成的妻子一同睡在短床上。王成的妻子起初还有些怕她，但后来发现她的心意是诚恳的，也就不再有疑心了。

第二天，老太太对王成说："孙子，你不要再懒惰了，

Naam, Wang aliwahi kusikia habari ya marehemu babu yake ambaye aliwahi kuwa na mke-mbweha, kwa hiyo akasadiki maelezo ya ajuza. Basi alimwalika kwenda nyumbani pamoja naye, ajuza akakubali. Wang alimwita mke wake aje kumkaribisha mgeni. Mke wake alitoka nje akiwa amevaa matambara, nywele zake zikiwa zimetimkatimka na uso wake ukiwa kama wa ugonjwa-ugonjwa. Ajuza alihema na kusema, "Lo, masalale! Mjukuu wa Wang Jianzhi kawa maskini namna hii?" Halafu aliliangalia jiko bovu na paka kalala jikoni, akaongeza, "Mnawezaje kuishi katika hali ya tabu namna hii?" Hapo mke wa Wang alimwelezea hali ya umaskini wao huku akilia kwa kwikwi. Ajuza alimpa ile chupio na kumwambia aende kuiweka rehani na mapato yake anunue kiasi cha nafaka. Kabla ya kuondoka alisema kuwa baada ya siku tatu angewatembelea tena. Wang alimwomba abaki, ajuza akasema, "Huwezi hata kumkimu mke wako, itawezekanaje na mimi pia nikutegemee?"

Baada ya ajuza kuondoka Wang alimwelezea mke wake kisa cha malaika-mbweha, mkewe aliogopa mno; kisha Wang alisifu wema wake na kumwagiza mke wake amtendee kama alivyomtendea mavyaa yake. Mke wake alikubali. Baada ya

81

【原文】

王为妻言其故，妻大怖。王诵其义，使姑事之，妻诺。逾三日，果至。出数金，籴粟麦各石。夜与妇共短榻。妇初惧之，然察其意殊拳拳，遂不之疑。

翌日，谓王曰："孙勿惰，宜操小生业。坐食乌可长也？"王告以无赀镪。曰："汝祖在时，金帛凭所取。我以世外人，无需是物，故未尝多取。积花粉之金四十两镪，至今犹存。久贮亦无所用，可将去悉以市葛镪，刻日赴都镪，

【今译】

应该做个小买卖。坐吃山空怎么能长久呢？"王成告诉她说没有本钱。老太太说："你祖父在世的时候，金银绸缎任凭我拿。我因为自己是世外之人，不需要这些，所以没有多拿过。只积攒下买胭脂花粉的银子四十两，至今还留着。长时间储存在我这里也没有用处，你可以拿去全都买成葛布，限定日子赶到京城，就能得到些小利润。"王成听了她的话，买回来五十多匹葛布。老太太让他马上收拾行装出发，计算好六七天内就可以赶到京城，又叮嘱王成："你要勤快，不要懒惰，务必快走，不能迟缓。如果晚到一天，就后悔莫及了！"王成恭敬地答应了。

王成挑着货物上了路，中途遇上下雨，衣裳鞋子都湿透了。他平生没有吃过风霜雨雪之苦，觉得困乏不堪，因此

siku tatu, ajuza alikuja kama alivyoahidi. Alitoa kiasi fulani cha fedha kuwanunulia ratili mia za mchele na ratili mia za unga wa ngano. Usiku ule, ajuza na mke wa Wang walilala katika kitanda kifupi. Hapo awali mke wa Wang alimhofu, baada ya kuona ajuza anavyowatendea vema aliweka upande tuhuma yake.

Siku ya pili, ajuza alimwambia Wang, "Mjukuu wangu, usiwe mvivu namna hiyo, jaribu kuchuma fedha kidogo kwa njia yoyote. Haifai kukaa bure tu." Wang alijibu kuwa hakuwa na mtaji. Ajuza alisema, "Wakati marehemu babu yako alipokuwa hai aliniruhusu kuchukua dhahabu na fedha kama nilivyopenda lakini sikuwa binadamu, sikuitumia fedha, kwa hivyo sikuchukua nyingi kutoka kwake isipokuwa nimeokoa wakia arobaini kutokana na fedha za kununulia vipodozi ambazo ziliwekwa pembeni kwa muda mrefu bila ya kuzitumia. Sasa zichukue fedha hizo ukaende kununua baadhi ya nguo zinazohitajiwa siku za joto na kwenda mji mkuu kuziuza, hivyo utaweza kupata kiasi cha faida."

Wang alinunua majora hamsini ya nguo. Ajuza alimsaidia kujitayarisha na alikadiria kuwa katika siku sita au saba Wang angeweza kufika kwenye mji mkuu, akamwonya Wang, "Usiwe mvivu wala goigoi. Ukichelewa siku moja tu utajuta." Wang

83

【原文】

可得微息。"王从之，购五十馀端以归镜。妪命趣装，计六七日可达燕都镜。嘱曰："宜勤勿懒，宜急勿缓。迟之一日，悔之已晚！"王敬诺。

囊货就路，中途遇雨，衣履浸濡。王生平未历风霜，委顿不堪，因暂休旅舍。不意淙淙彻暮，檐雨如绳。过宿，泞益甚。见往来行人践淖没胫，心畏苦之。待至亭午，始渐燥，而阴云复合，雨又大作。信宿乃行。将近京，传闻葛

【今译】

决定暂时在一个旅店里休息。不料大雨下了整整一夜，房檐下雨水流得像一根根绳子似的。过了一夜，道路泥泞得更加厉害。王成看见往来行人走在泥泞的道路上，稀泥没过了小腿，心里十分怕苦。等到了中午，地上刚刚有些干燥，却又阴云密布，下起了滂沱大雨。一直连住了两天，他才起程上路。快要到京城的时候，王成听人说京城的葛布售价昂贵，不断飞涨，心里暗暗高兴。到了京城后，他解下行装住进客店，店主却惋惜他来晚了。原来在此之前，去往南方的道路刚刚打通，运到京城的葛布非常少，但贝勒府里又急着要购买，因此葛布的价格顿时高涨起来，大约是平常的三倍。王成入京的前一天贝勒府刚好已经买足，后来运到葛布的人都很失望。店主把原委告诉王成以后，王成心里很是郁郁不

aliahidi kuyatii maneno yake, akapakia bidhaa zake na kufunga

safari. Njiani mvua ilimzuia na kumlowesha chepechepe.

Ilivyokuwa hakuwahi kukumbwa na hali ya hewa mbaya ya

namna hii na alikuwa amechoka mno, hivyo alijificha katika hoteli

moja ndogo. Bila ya kutegemea, mvua kubwa iliyotiririka kutoka

upenuni mwa nyumba kama kamba iliendelea usiku kucha.

Siku ya pili asubuhi, ardhi ilikuwa na matope mengi. Wang

aliona wapitanjia wakianguka matopeni kwa kutoweza kuona njia

dhahiri na kwa utelezi, hakuthubutu kuanza safari, akabaki hotelini.

Mpaka adhuhuri ardhi ilikauka kidogo, naye alianza kujitayarisha

safari yake, lakini muda si muda, wingu jeusi lilijikusanya tena,

mvua ikanyesha kwa nguvu. Mvua ilimlazimisha apitishe usiku

mwingine hapo. Wakati alipokaribia mji mkuu alisikia kuwa bei

za nguo za majira ya joto zilipanda, akafurahi moyoni. Alipofika

mji mkuu mara akapanga chumba katika hoteli moja ndogo.

Mwenye hoteli alimwambia, "Chelewa chelewa utakuta mtoto si

wako, kwani usafirishaji kutoka kusini mpaka hapa ulifunguliwa

siku kadhaa tu zilizopita, siku zile nguo za majira ya joto zilikuja

chache, Beile (mfalme mdogo zaidi) walihitaji kuzinunua kwa

haraka. Bei za nguo hizo ziliwahi kupanda mara tatu kuliko siku

【原文】

价翔贵,心窃喜。入都,解装客店,主人深惜其晚。先是,南道初通,葛至绝少,贝勒府购致甚急,价顿昂,较常可三倍。前一日方购足,后来者并皆失望。主人以故告王,王郁郁不得志。越日,葛至愈多,价益下。王以无利不肯售。迟十馀日,计食耗烦多,倍益忧闷。主人劝令贱鬻,改而他图,从之。亏赍十馀两,悉脱去。早起,将作归计,启视囊中,则金亡矣。惊告主人,主人无所为计。或劝鸣官,责主人偿。王

【今译】

乐。又过了一天,运到京城的葛布更多了,价格下跌得更厉害。王成因为没有利润仍然不肯出售。这样迟疑了十几天,盘算着饮食等耗费已经很多,他心中倍感愁闷。这时店主奉劝他把葛布贱价卖掉,改作别的打算。王成听从了他的劝告,亏损十几两本钱,都脱了手。第二天早晨起来,他准备回去,打开行囊一看,银子全丢了。他惊慌地去告诉店主,店主也没有办法可想。有人劝他去报告官府,责令店主赔偿。王成叹口气说道:"这是因为我的运气不好,和店主有什么关系?"店主听说后,很感激他的仁德,送给他五两银子,劝慰着让他回去。王成自己寻思着没脸回去见祖母,出出进进徘徊不定,陷入了进退维谷的境地。

恰好这时他看见街上有斗鹌鹑的,一赌就是几千文钱,

za kawaida, lakini jana walikwisha zinunua vya kutosha, bei zao vilevile zilianguka tayari. Hivyo waliochelewa kuja hapa wote wamekata tamaa sasa." Mwenye hoteli alimwambia Wang sababu hiyo, Maskini Wang alikosa furaha. Kwa kuwa kila siku nguo nyingi zaidi zilikuwa zinakuja, hivyo thamani zao zilikuwa zinashuka zaidi na zaidi. Wang hakutaka kuziuza nguo zake bila ya kupata faida. Alisubiri siku kumi hivi. Gharama ya chakula na ya malazi viliongezeka, akawa na wasiwasi zaidi. Mwenye hoteli alimsihi aziuze nguo zake japo kwa hasara ili aanzishe biashara nyingine, Wang akakubali kufanya hivyo. Baada ya kuuza bidhaa zake zote, alipata hasara zaidi ya wakia kumi za fedha. Siku ifuatayo, aliamka mapema na kujitayarisha kurudi nyumbani, lakini alipoangalia kifuko chake aligundua kuwa pesa zake zote zimepotea. Alimkimbilia mwenye hoteli na kumwambia jambo hili. Mwenye hoteli hakuwa na njia yoyote ya kumsaidia. Mtu fulani alimshauri kwenda kumshtaki mwenye hoteli na kumfanya atoe fidia. Wang alipiga kite na kusema, "Ni majaliwa yangu. Jambo hili lina uhusiano gani na mwenye hoteli?" Mwenye hoteli aliposikia habari hii alimshukuru Wang na kumpa wakia tano za fedha ili aweze kurudi nyumbani, lakini Wang hakuthubutu

87

【原文】

叹曰："此我数也，于主人何尤？"主人闻而德之，赠金五两，慰之使归。自念无以见祖母，踟蹰内外，进退维谷。

适见斗鹑者，一赌辄数千，每市一鹑，恒百钱不止。意忽动，计囊中赀，仅足贩鹑，以商主人。主人亟怂恿之，且约假寓饮食，不取其直。王喜，遂行。购鹑盈儋，复入都。主人喜，贺其速售。至夜，大雨彻曙。天明，衢水如河，淋零犹未休也。居以待晴。连绵数日，更无休止。起视笼中，

【今译】

每买一头，常常花费不止一百文钱。他心中忽然念头一动，算了算行囊里的钱，仅够贩卖鹌鹑的，就回去和店主商量。店主极力怂恿他去试试，并约定好让他吃住在店里，不要他的钱。王成很高兴，就上了路。他买了满满一担子鹌鹑，又回到了京城。店主也很欣喜，预祝他能尽早卖光。不料半夜里忽然下起大雨，一直下到黎明。天亮以后，街上水流如河，雨嘀嘀嗒嗒地还没有停止。王成只好住在店里等着天放晴。可这场雨竟然连绵不断地下了好几天，还不见休止。他起身去看笼子，鹌鹑渐渐地开始死去了。他十分惊怕，不知道该怎么办好。又过了一天，鹌鹑死得更多了，只剩下了几只，他就把它们并在一个笼子里饲养。再过了一夜去看，笼子里只有一只鹌鹑还活着。王成把情况告诉了店主，不由

kwenda kuonana na nyanya yake huku akiwa mikono mitupu. Akawa katika hali ya kusitasita.

Siku moja, alimwona mtu mwenye tombo akipata bunda la pesa kwa kupiganisha tombo na mfanyabiashara kila akiuza tombo mmoja huweza kupata senti zaidi ya mia, kwa hivyo naye pia akajiwa na mawazo ya kuuza tombo. Alihesabu fedha zake za mfukoni, akaona zinatosha kufanya biashara hiyo, basi akashauriana na mwenye hoteli. Mwenye hoteli alimhimiza kutekeleza mpango huo na si kama alikubali kumwandalia chumba kimoja tu, bali pia aliamua kutomtoza pesa za kula chakula hotelini. Wang alicheka, akanunua vikapu viwili vya tombo, akarejea hotelini pamoja nao. Mwenye hoteli alimtakia heri aweze kuwauza kwa haraka. Usiku ule mzima kulinyesha mvua kubwa. Asubuhi ya siku iliyofuata, maji ya njiani yalikuwa mengi, yalionekana kama mchirizi. Mvua ya rasharasha ilikuwa bado haijasita na Wang aliendelea kungoja kupambazuke. Lakini siku kadhaa zilipita bado hakukuwa na dalili ya kuanuka. Alipotazama tombo wake aligundua baadhi yao walikwisha kufa na wengine walikuwa taabani. Alistaajabu lakini hakuwa na njia yoyote. Siku iliyofuata, wengine zaidi walikufa, wakabaki wachache tu. Wang aliwaweka wote waliobaki katika

【原文】

鹑渐死。王大惧，不知计之所出。越日，死愈多，仅馀数头，并一笼饲之。经宿往窥，则一鹑仅存。因告主人，不觉涕堕。主人亦为扼腕。王自度金尽阒归，但欲觅死。主人劝慰之，共往视鹑，审谛之，曰："此似英物。诸鹑之死，未必非此之斗杀之也。君暇亦无所事，请把之，如其良也，赌亦可以谋生。"王如其教。既驯，主人令持向街头，赌酒食。鹑健甚，辄赢。主人喜，以金授王，使复与子弟决赌，

【今译】

得泪如雨下。店主也为他的种种不幸扼腕长叹。王成感到银钱亏光了，有家也难归，悲痛得只想寻死。店主又一再劝慰他，拉他一起再去看看仅存的那只鹌鹑，细细打量了一番，说："这好像是个不寻常的良种。其他鹌鹑之所以死去，未必不是被它咬斗死的。你现在也闲着没事，就请训练训练它，如果真是个良种，用它来赌博也可以谋生。"王成遵照店主的主意去做了。训练好了以后，店主让他带着鹌鹑到街上赌顿酒饭。那只鹌鹑十分雄健，几次赌斗都赢了。店主很欢喜，出银子交给王成，让他再与专养鹌鹑的子弟去决战，结果三战三胜。这样过了半年多，王成竟积攒下了二十两银子。王成心里更加宽慰，把这只鹌鹑看作性命一般。

起先，大亲王嗜好斗鹌鹑，每逢元宵节，就放民间养

kikapu kimoja. Siku ya pili alikwenda tena kuwaangalia. Lo!
Akakuta amebaki tombo mmoja tu, alimwelezea mwenye hoteli
kilichotokea huku machozi yakimtiririka. Mwenye hoteli pia
alikuwa na masikitiko. Wang alifikiri kuwa hakuwa na nauli ya
kurudi nyumbani na hakuweza kufanya lolote isipokuwa kukatiza
maisha yake. Mwenye hoteli alimfariji na alifuatana naye kwenda
kumwangalia yule tombo. "Huyu tombo anaonekana ni tombo
mkali na wa aina bora," alisema mwenye hoteli, "Nadhani ndiye
aliyewaua wengine. Sasa huna la kufanya, basi mfundishe, labda
utaweza kujikimu kwa kumtegemea tombo huyu." Wang alianza
kumfundisha tombo kama alivyoshauriwa. Baada ya kumfundisha
ndege huyo na kuwa tayari, mwenye hoteli alimwambia Wang
amchukue na kwenda naye mtaani kumpiganisha na tombo
wengine ili Wang aweze kupata sharabu na chakula. Wang
alifanya hivyo. Bila ya kutarajia, tombo wake alikuwa jasiri na
akapata ushindi kila mara. Baada ya siku kadhaa, mwenye hoteli
alimpa kiasi fulani cha fedha ili kumpiganisha na tombo wa watoto
wa matajiri. Walipigana mara tatu, kila mara tombo wa Wang
alipata ushindi. Baada ya hapo, katika muda wa nusu mwaka
hivi alidunduliza wakia 20 za fedha. Alikuwa anatulia moyoni na

91

【原文】

三战三胜。半年许，积二十金。心益慰，视鹑如命。

先是，大亲王好鹑，每值上元，辄放民间把鹑者入邸相角。主人谓王曰："今大富宜可立致。所不可知者，在子之命矣。"因告以故，导与俱往。嘱曰："脱败，则丧气出耳。倘有万分一，鹑斗胜，王必欲市之，君勿应。如固强之，惟予首是瞻，待首肯而后应之。"王曰："诺。"

至邸，则鹑人肩摩于墀下。顷之，王出御殿，左右宣

【今译】

鹌鹑的进王府去与他养的互相角斗。店主对王成说："现在发大财应该说立刻可以做到，就不知你的命运如何了。"于是把王府斗鹌鹑的事告诉了他，带他一起前往。店主又叮嘱说："如果败了，就自认晦气出来。要是万一你的鹌鹑斗胜了，亲王肯定要把它买下来，你不要答应。如果他实在要强买，你只管看我的脸色行事，等我点头以后再答应他。"王成说："好的。"

到了王府，只见来斗鹌鹑的人已经摩肩接踵地挤在台阶下了。过了一会儿，亲王出来坐在殿上，左右的官员宣布说："有愿意斗的上来。"立即有一个人手握着鹌鹑，小步快跑了上去。亲王命令放出王府的鹌鹑，客方也放了出来。两只鹌鹑刚一腾跃相斗，客方的鹌鹑就败了。亲王不禁哈哈大笑。这样，不一会儿，登台后败下阵来的已经有好几个

alimthamini tombo huyo kama roho yake.

Miaka hiyo, mfalme mmoja alikuwa shabiki mkubwa wa
kupiganisha tombo. Katika Sikukuu ya Taa (Tarehe 15 ya mwezi wa
kwanza kwa kalenda ya kilimo ya China) mtu yeyote aliyekuwa
na tombo, aliruhusiwa kuingia kwenye kasri yake kushiriki katika
mashindano ya tombo. Kwa hiyo mwenye hoteli alimwambia
Wang, "Shabashi! Hii ni fursa ya kukutajirisha kwa mkupuo
mmoja, lakini nisiyojua ni kuwa bahati yako itakuwaje!" Halafu
alimwelezea jambo hilo lilivyokuwa na kumwongoza kwenda
kule. Mwenye hoteli alisema, "Ukishindwa lia kwa sauti kali;
ukiwa na bahati ya kupata ushindi, bila shaka mfalme atataka
kununua tombo wako, lakini usikubali. Iwapo atakulazimisha
uuze, angalia ishara yangu. Madhali sikuinamisha kichwa changu
usikubali." Wang alikubaliana naye na walikwenda kwenye kasri.

Walipofika waliona umati wa wapiganishaji tombo ambao
wamesha kuwepo uwanjani. Baada ya muda, mfalme alitokea,
wapiga mbiu wakatangaza kwa umati, "Yeyote anayetaka
kupiganisha tombo wake ajitokeze." Mara mtu mmoja alipiga
hatua mbele. Mfalme alitoa amri kufungua tombo wake. Mgeni
vilevile alifungua tombo wake mwenyewe. Walipoanza kupigana,

93

【原文】

言："有愿斗者上。"即有一人把鹑，趋而进。王命放鹑，客亦放，略一腾踔，客鹑已败。王大笑。俄顷，登而败者数人。主人曰："可矣。"相将俱登。王相之，曰："睛有怒脉，此健羽也，不可轻敌。"命取铁喙者当之。一再腾跃，而王鹑铩羽。更选其良，再易再败。王急命取宫中玉鹑。片时把出，素羽如鹭，神骏不凡。王成意馁，跪而求罢，曰："大王之鹑，神物也，恐伤吾禽，丧吾业矣。"王笑曰：

【今译】

人了。店主说："可以了。"两人就相跟着都登上了台。亲王打量了一下王成的鹌鹑，说："眼睛里有怒线，这是一只刚勇善斗的鹌鹑，不可轻敌。"就命令取一只叫做铁嘴的来对阵。两只鹌鹑一再腾跃激斗后，王府的败了下来。亲王又选出更好的来斗，换了两只都败了。亲王急忙命令取出宫中珍养的玉鹑来。过了片刻，就有人把着它出来了，只见这只玉鹑全身像鹭鸶一样长着雪白的羽毛，确实不是一般的神骏之物。王成心中胆怯，跪在地上恳求不要斗了，说："大王的玉鹑，是天上的神物，怕伤了我的鸟，砸了我谋生的饭碗啊！"亲王笑着说："放出来吧。要是你的斗死了，我会重重地赔偿你。"王成这才放出了鹌鹑。那只玉鹑一见对手就直扑了过来。当玉鹑正扑过来的时候，王成的鹌鹑就趴伏在

mara tombo wa mgeni aliangushwa. Mfalme alicheka kwa furaha. Baada ya muda, tombo wa mfalme aliwashinda wengine kadhaa. Mpaka hapo, mwenye hoteli alisema, "Sasa ni zamu yetu." Kisha alipanda jukwaani pamoja na Wang. Mfalme alimwangalia tombo wao na kusema, "Ana macho ya hamaki na manyoya magumu, inanibidi nijihadhari." Kwa hiyo alimwamuru mtumishi wake akamchukue tombo aliyeitwa Mdomo wa Chuma kupigana na tombo wa Wang, lakini walipigana dakika chache tu tombo wa mfalme akashindwa. Mfalme alimwambia mtumishi kwenda kumchukua tombo mwingine bora zaidi, naye pia alishindwa. Mfalme aliamuru kwa sauti kubwa, "Lete Tombo wa Jade!" Baada ya muda mfupi tu, tombo mmoja mwenye manyoya meupe yaliyokuwa kama ya yangeyange na alionekana ni mkamiaji sana aliletwa. Wang alikata tamaa, akapiga magoti kumwomba mfalme, "Tombo wako ni wa ajabu. Naogopa tombo wangu atajeruhiwa na riziki yangu itapotea."

95

"Endelea! Tombo wako akiuawa nitakupa mali ya kutosha." Mfalme alisema huku akitabasamu. Wang alifungua tombo wake. Tombo wa mfalme alimrukia bila kuchelewa. Tombo wa Wang alikuwa akimngojea mithili ya jogoo la kuchi aliyekasirika.

【原文】

"纵之。脱斗而死，当厚尔偿。"成乃纵之。玉鹑直奔之。而玉鹑方来，则伏如怒鸡以待之；玉鹑健啄，则起如翔鹤以击之。进退颉颃，相持约一伏时，玉鹑渐懈，而其怒益烈，其斗益急。未几，雪毛摧落，垂翅而逃。观者千人，罔不叹羡。

王乃索取而亲把之，自喙至爪，审周一过。问成曰："鹑可货否？"答云："小人无恒产，与相依为命，不愿售也。"王曰："赐而重直，中人之产可致。颇愿之乎？"

【今译】

那里如同怒鸡一样等待着；玉鹑猛地一啄，王成的鹌鹑却突然跃起像飞翔的仙鹤似的向下攻击。两只鹌鹑忽进忽退，忽上忽下，相持了大约一伏时，玉鹑渐渐地气力不支，开始松懈；而王成的鹌鹑却怒气更盛，出击更急。不一会儿，只见玉鹑雪白的羽毛纷纷被啄落在地，玉鹑垂着翅膀逃走了。周围观看的有上千人，无不赞叹羡慕王成的鹌鹑。

亲王于是把王成的鹌鹑要来放在手上亲自把玩起来，从嘴到爪，细细审视了一遍后，问王成："你的鹌鹑可以卖吗？"王成回答说："小人没有什么固定的家产，只与它相依为命，不愿意卖。"亲王又说："赏给你个好价钱，中等人家的财产马上到手。你愿意了吧？"王成低头考虑了很久，说："我本不愿意卖，考虑到大王既然这么喜欢它，而

Tombo wa mfalme alipojaribu kumdonoa, tombo wa Wang aliruka juu kama korongo, halafu akamvamia kwa kasi. Hivyo walianza kupigana. Mara kuruka juu, mara kushuka chini; mara kusonga mbele, mara kurudi nyuma, walishindana kwa muda wa saa moja. Tombo wa mfalme alikuwa anaanza kuonyesha dalili ya kuchoka, lakini tombo wa Wang alihamaki zaidi na kupigana kwa ukali zaidi. Baada ya muda, manyoya meupe kama theluji ya tombo wa mfalme yalianza kuanguka na hatimaye alitoroka huku akishusha mbawa zake. Watazamaji wote walisisimkwa na kumsifu tombo wa Wang. Mfalme mwenyewe alimchukua tombo wa Wang na kumwagalia kwa makini kutoka mdomoni hadi kuchani.

"Je, unaweza kuuza?" Mfalme alimwuliza Wang.

"Samahani, tegemeo langu la pekee maishani ni tombo huyu. Siwezi kumwuza." Wang alijibu.

"Nikikupa mali zilizo sawa na mali za mfanyabiashara wa kawaida utakubali?" Mfalme aliuliza tena.

Wang alijibu baada ya kufikiri kwa muda mrefu, "Ikiwa mfalme mtukufu unampenda na utanipa fedha za kutosha, kwanini nisikubali kumwuza?".

"Unataka kiasi gani?" Mfalme aliuliza.

【原文】

成俯思良久，曰："本不乐置，顾大王既爱好之，苟使小人得衣食业，又何求？"王请直，答以千金。王笑曰："痴男子！此何珍宝而千金直也？"成曰："大王不以为宝，臣以为连城之璧不过也。"王曰："如何？"曰："小人把向市廛，日得数金，易升斗粟，一家十馀食指，无冻馁忧，是何宝如之？"王言："予不相亏，便与二百金。"成摇首。又增百数。成目视主人，主人色不动。乃曰："承大王命，请

【今译】

且大王如果真能让小人我得到一份衣食无忧的产业，我还有什么可求的呢？"亲王问卖的价值，王成回答说是一千两银子。亲王笑着说："傻汉子！这算什么珍宝，能值一千两银子啊？"王成说："大王不以为它是珍宝，小人却认为它比价值连城的璧玉还贵重呀。"亲王问："为什么呢？"王成说："小人我拿着它到市上去斗，每天能得到好几两银子，换来一升半斗的谷米，一家十几口就没有受冻挨饿的忧虑了，什么宝物能像它这样？"亲王又说："我不亏待你，就给你二百两银子。"王成摇摇头。亲王又加了一百两。王成偷眼看了看店主，见店主神色不动，就说："承大王的命令，请让我也减去一百两。"亲王说："算了吧！谁肯用九百两银子换一只鹌鹑呀？"王成装起鹌鹑就要走。亲王呼

"Ninataka wakia elfu."

"Mpumbavu wee! Unadhani tombo wako ni dafina?" Mfalme alimaka.

"Wewe mtukufu hudhani tombo wangu ni dafina, lakini mimi namthamini zaidi kuliko dafina."

"Kwa nini?"

"Kwa kuwa kila siku ninamchukua kwenda sokoni, kila akishinda tombo mwingine huweza kunipatia wakia kadhaa za fedha. Kutumia fedha hizo naweza kununua nafaka na nguo za kutosha. Watu kumi wa familia yangu hawatapata baridi wala njaa. Dafina gani inaweza kuleta faida hiyo?"

"Hutapata hasara yoyote. Nitakupa wakia mia mbili." Mfalme alisema.

99

Wang hakukubali. Halafu mfalme aliongeza mia nyingine. Wang alimtazama mwenye hoteli, naye hakutoa ishara. Wang alidai bei ya mia tisa lakini mfalme alidharau bei hiyo kwa tombo mmoja. Wang alikuwa akijifanya kutaka kuondoka na tombo wake. Mfalme alimsimamisha, akasema, "Haya basi! Nitakupa mia sita. Ukikubali uza, usipokubali ondoka, hiari yako." Hapo Wang alimtazama mwenye hoteli, naye alibaki katika hali ileile

【原文】

减百价。"王曰："休矣！谁肯以九百易一鹑者！"成囊鹑欲行。王呼曰："鹑人来，鹑人来！实给六百，肯则售，否则已耳。"成又目主人，主人仍自若。成心愿盈溢，惟恐失时，曰："以此数售，心实怏怏。但交而不成，则获戾滋大。无已，即如王命。"王喜，即秤付之。成囊金，拜赐而出。主人怼曰："我言如何，子乃急自鬻也？再少靳之，八百金在掌中矣。"成归，掷金案上，请主人自取之，主人

【今译】

喊道："养鹌鹑的回来，养鹌鹑的回来！我实实在在地给你六百两，你肯就卖，否则就算了。"王成又看店主，店主仍没有什么反应。王成心里已经万分满足了，唯恐失去这个机会，就说："以这个数成交，小人心里实在不甘愿。但讨价还价半天买卖不成，一定会大大得罪王爷您。没别的法子，就按王爷说的那样办吧。"亲王十分欢喜，马上命令称出银子交给他。王成装好银子，谢过赏就出来了。店主埋怨他说："我怎么说的，你就这样急着自己做主卖了？再稍微坚持一会儿，八百两银子就在手中了。"王成回到店里，把银子放在桌子上，请店主自己拿，店主却不要。王成又执意要给，店主才算出了王成几个月来的饭钱收下了。

　　王成置办好行装回到家，一五一十地述说了自己的经

kama hapo awali. Wang aliridhika mwenyewe kwa bei hiyo na kwa kuogopa kupoteza fursa hii nzuri, akamwambia mfalme, "Kusema kweli sijaridhika, kumuuza tombo huyu kwa bei hii, , lakini tumepigania bei kwa muda mrefu, nikishikilia kukataa bila shaka nitakudhuru, sina njia nyingine, haya basi nitafuata amri yako." Mfalme alifurahi, mara alitoa amri apewe fedha ile. Wang aliitia fedha mfukoni na baada ya kushukuru mfalme alikwenda zake. Mwenye hoteli alilalamika, "Nilikuambia nini? Ulikuwa na pupa kukubali. Ungesubiri dakika chache zaidi, ungepata wakia mia nane." Wakati Wang alipofika hotelini aliweka fedha ile juu ya meza na kumwambia mwenye hoteli achukue kiasi alichotaka lakini mwenye hoteli hakukubali, na ilikuwa tu baada ya Wang kumlazimisha ndipo mwenye hoteli alipokea malipo yake kwa chakula alichokula. Wang alifungasha virago na kurejea nyumbani.

Baada ya kufika nyumbani Wang aliwasimulia hadithi yake na kuwaonyesha fedha alizopata, wakasherehekea wote pamoja. Ajuza alimshauri anunue hekta 20 za shamba, kujenga nyumba na kununua fanicha nyingi. Baada ya muda mfupi wakawa familia tajiri. Siku zote ajuza aliamka asubuhi na mapema. Alimhimiza Wang kwenda shambani kusimamia shughuli za kilimo;

101

【原文】

不受。又固让之，乃盘计饭直而受之。

王治装归，至家，历述所为，出金相庆。妪命治良田三百亩，起屋作器，居然世家。妪早起，使成督耕，妇督织，稍惰，辄诃之。夫妇相安，不敢有怨词。过三年，家益富，妪辞欲去。夫妻共挽之，至泣下，妪亦遂止。旭旦候之，已杳矣。

异史氏曰：富皆得于勤，此独得于惰，亦创闻也。不知一贫彻骨，而至性不移，此天所以始弃之而终怜之也。懒中岂果有富贵乎哉！

【今译】

历，拿出银子让大家一起庆贺。老太太让他买下了三百亩良田，盖起房屋，置办器具，居然又恢复了祖上的世家景况。老太太每天很早就起来，让王成督促雇工耕地，让媳妇督促家人织布，两人稍有懒惰，老太太就会加以斥责。王成夫妻倒也安分服帖，不敢有什么怨言。这样过了三年，家里更加富裕了，老太太却告辞要走。王成夫妻俩一起执意挽留，直至声泪俱下，老太太才留了下来。但到了第二天早晨，夫妻俩前去问候时，她却已经杳然不见踪影了。

异史氏说：富裕都是得自于勤劳的，唯独王成的富裕却是得自于懒惰，也算是闻所未闻的事情了。但人们却不知道这是因为王成虽然一贫如洗，但他那份至真至诚的性情不变，所以上天才一开始抛弃他，最终还是怜惜了他。懒惰之中难道还真能有富贵吗？

kumhimiza mke wa Wang kwenda kuendesha kazi za kufuma nguo. Kila walipoonyesha dalili ya uvivu aliwakaripia kwa ukali. Wang na mkewe walimsikiliza na hawakuthubutu kulalamika. Baada ya miaka mitatu walitajirika zaidi, Siku moja ajuza alitaja kuwa anataka kuagana nao. Wang na mkewe walimsihi abaki, hata walilia kwa huzuni. Basi ajuza alikubali lakini siku ya pili asubuhi aliyoyoma.

Mkusanyiko wa Vitabu
Maarufu vya China

103

青凤

【原文】

太原耿氏，故大家，第宅弘阔。后凌夷，楼舍连亘，半旷废之。因生怪异，堂门辄自开掩，家人恒中夜骇哗。耿患之，移居别墅，留老翁门焉。由此荒落益甚，或闻笑语歌

【今译】

太原有一家姓耿的，原本是个官绅大族，府第宽阔宏伟。后来家势逐渐衰落，大片大片的房舍多半都空着无人居住。于是生出一些鬼怪奇异的事儿来，大堂的门常常自开自闭，家人们常常在半夜里被惊吓得喧哗起来。老主人为此感到心烦忧虑，就搬到别墅去住了，只留下一个老头子看门。从此，这里就更加荒凉破败了，但有时里面却会传出一阵阵欢歌笑语声。

老主人有个侄子名叫耿去病，性格豪放不拘。他叮嘱看门老头儿，假如再发现有什么怪诞事儿，就跑过来告诉他。有一天夜里，老头儿看见楼上烛光摇曳，就连忙跑去告诉了耿生。耿生想要进去察看有什么异常，老头儿极力劝阻，他却不听。院子里的门户通道耿生平常就很熟悉，于是他拨开

QINGFENG

Hapo zamani za kale familia ya Geng ilikuwa familia ya nasaba bora katika Mji wa Taiyuan. Nyumba za familia hiyo zilikuwa kubwa na za kifahari. Baadaye familia hiyo ilifilisika na idadi kubwa za nyumba ziliachwa wazi bila ya kutumiwa. Hivyo basi katika nyumba moja miongoni mwa hizo mikasa mingi ya ajabu ya rajabu ilitokea. Mlango mmoja wa nyumba ulikuwa ukijifunga na kujifungua wenyewe na watu wa familia hiyo walikuwa wakizinduka kutoka usingizini kwa hofu. Mwenye nyumba alishindwa kuvumilia hali ya namna hiyo, akahamia kwenye nyumba iliyokuwepo kijijini. Alibaki mzee mmoja tu akiwa kama mlinzi wa nyumba. Kwa hiyo nyumba hizo zikawa na ukiwa mwingi zaidi. Kuna wakati mwingine sauti za vicheko na muziki zilikuwa zikisikika humo ndani.

Mwenye nyumba hizo alikuwa na mtoto mmoja aliyeitwa Geng Qubing ambaye alikuwa hana nidhamu kwa kiasi fulani. Alimwagiza yule mlinzi wa nyumba kwamba akisikia na kugundua kitu chochote kisichokuwa cha kawaida, haraka amwambie.

105

【原文】

吹声。

耿有从子去病，狂放不羁。嘱翁有所闻见，奔告之。至夜，见楼上灯光明灭，走报生。生欲入觇其异。止之，不听。门户素所习识，竟拨蒿蓬，曲折而入。登楼，殊无少异。穿楼而过，闻人语切切。潜窥之，见巨烛双烧，其明如昼。一叟儒冠南面坐，一媪相对，俱年四十馀。东向一少年，可二十许，右一女郎，裁及笄耳。酒胾满案，团坐笑

【今译】

丛生的蒿草，左绕右绕地进楼去了。刚登上楼，还没看见什么可奇怪的。等穿过楼去，就听见有轻声说话的声音。耿生前去偷偷地察看，只见里面点着两支很大的蜡烛，明亮得如同白昼一般。一个老头儿戴着儒生的帽子脸朝南坐着，一个老太太与他面对面地坐着，两人都有四十多岁了。面东坐着一个少年郎，二十来岁，右边是一个女郎，年纪才十五岁左右。桌子上摆满了酒肉，四个人围坐四周，正在谈笑。耿生突然闯了进去，大笑着说："一个不请自到的客人来啦！"众人大吃一惊，都起身跑着去躲避。唯独老头儿出来呵叱道："你是谁？为何闯入人家内室？"耿生说："这本是我家的内室呀，是先生占住着。您又摆着好酒自饮，也不邀请主人一下，这不是太吝啬了吗？"老头儿仔细地打量了他

Usiku mmoja mzee alipoona nyumbani kuna mwanga wa
kandili ulionekana kuangaza na kufifia alikimbia haraka kwenda
kutoa habari kwa Geng. Geng alipofika huko alitaka kuingia
ndani kuona mkasa wenyewe. Mzee alimsihi asiingie ndani,
lakini Geng hakumsikiliza. Kwa vile alikuwa anazielewa nyumba
za uani, alipenua manyasi na akaingia ndani kwa kufuata kijia
kilichopindapinda. Alipopanda kwenye ghorofa, hakugundua kitu
cha ajabu. Alipoingia ndani zaidi, alisikia watu wakinong'ona
katika chumba kimoja. Alipochungulia ndani aliona mishumaa
miwili mikubwa iking'arisha kile chumba mithili ya mchana.
Mzee mmoja aliyejivika taji la msomi alikaa kwenye kiti
akielekea upande wa kusini na kukabiliana na bikizee mmoja.
Kwenye upande wa mashariki alikaa kijana mmoja aliyekuwa na
umri upatao miaka ishirini hivi; na upande wake wa kulia alikaa
binti mmoja aliyekuwa na umri kama wa miaka kumi na mitano
au kumi na sita hivi. Meza nzima ilikuwa imechafuliwa kwa
pombe na nyama. Watu hao wanne walikaa katika duara huku
wakizungumza kwa furaha. Mara Geng alijitoma ndani, akasema
kwa sauti kubwa, "Mgeni asiyetazamiwa amekuja!" Watu wote
walikimbia kwa hofu isipokuwa yule mzee ambaye alimwuliza
kwa ukali, "Ni nani wewe uliyeingia ndani ya nyumba za watu?"

107

【原文】

语。生突入，笑呼曰："有不速之客一人来！"群惊奔匿。独叟出叱问："谁何入人闺闼？"生曰："此我家闺闼，君占之。旨酒自饮，不一邀主人，毋乃太吝？"叟审睇曰："非主人也。"生曰："我狂生耿去病，主人之从子耳。"叟致敬曰："久仰山斗！"乃揖生入，便呼家人易馔，生止之。叟乃酌客。生曰："吾辈通家，座客无庸见避，还祈招饮。"叟呼："孝儿！"俄少年自外入。叟曰："此

【今译】

一番，说："你不是耿家的主人。"耿生说："我是狂生耿去病，主人的侄子。"老头儿向他施礼致敬道："久仰大名！"随后敬请耿生入座。叫人换一桌酒菜上来，耿生制止了他。老头儿就为耿生斟上酒，请他喝酒。耿生说："咱们算得上是情如一家，刚才在座的各位无须回避，还是请出来一起喝酒吧。"老头儿于是叫道："孝儿！"一会儿，那个少年从外边走了进来。老头儿介绍说："这是我的儿子。"少年作了一揖坐下了。大家简略地介绍了家世门第。老头儿说："我姓胡，名义君。"耿生平常就很豪放，谈笑风生，孝儿也很潇洒，谈吐之间，不由得互相倾慕敬佩。耿生二十一岁，比孝儿大两岁，因此就称他为弟。

老头儿问道："听说你的祖上曾经编写过一部《涂山外

"Hizi nyumba ni za familia yetu, sasa wewe unazikalia, unakunywa pombe peke yako pasipo hata kumkaribisha mwenyeji wa hapa! Wewe si bahili?" Geng alimwuliza.

"Wewe siye mwenyeji wa nyumba hizi!" Mzee alijibu baada ya kumwangalia kwa kitambo.

"Mimi naitwa Geng Qubing, mpwa wa mwenyeji wa hapa."

"Alaa! Kumbe ni wewe! Jina lako limekuwa likijulikana siku nyingi mfano wa Mlima wa Tai na nyota ya Zuhura." Mzee alisema kwa unyenyekevu.

Kisha mzee alimkaribisha kwenye kiti, na aliwaita watu wake waandike meza tena. Geng alimwambia kuwa hakuna haja ya kuhangaika kwa kuongeza pombe na nyama. Mzee alipomkaribisha pombe, Geng alisema, "Sisi ni marafiki, watu waliokuwa wanakula hapa hawana haja ya kuondoka. Tafadhali waambie warudi." Kisha mzee aliita, "Xiaoer!" Punde si punde kijana mmoja aliingia chumbani akitokea nje. Mzee akajibu, "Jina langu la ukoo ni Hu." Wakati wote Geng alikuwa mchangamfu na msemaji. Xiaoer vile vile alimchangamkia mgeni wake, wakazungumza kwa furaha na kwa kuheshimiana. Geng alikuwa na umri wa miaka ishirini na moja na alimzidi Xiaoer miaka miwili, kwa hiyo waliitana ndugu.

"Nasikia kuwa babu yako aliwahi kuandika kitabu kiitwacho

109

【原文】

豚儿也。"揖而坐。略审门阀。叟自言:"义君姓胡。"
生素豪,谈议风生,孝儿亦倜傥,倾吐间,雅相爱悦。生
二十一,长孝儿二岁,因弟之。

　　叟曰:"闻君祖纂《涂山外传》,知之乎?"答:"知
之。"叟曰:"我涂山氏之苗裔也。唐以后,谱系犹能忆
之,五代而上无传焉。幸公子一垂教也。"生略述涂山女佐
禹之功,粉饰多词,妙绪泉涌。叟大喜,谓子曰:"今幸得

【今译】

传》,你知道吗?"耿生回答说:"知道的。"老头儿说:
"我就是涂山氏的后人。唐尧以后,家谱的分支我还能记
得,但从五代往上就没有传下来了。请耿公子为我们讲授一
下。"耿生于是大略讲述了涂山狐女辅佐大禹治水的功劳,
又润色修饰,妙语连珠,纷如泉涌。老头儿听后十分欢喜,
就对儿子说:"今天有幸听到了许多从未听过的事情。耿公
子也不是外人,可以叫你母亲和青凤出来一起听听,也让她
们知道知道我们祖上的功德。"孝儿就起身掀帏进了内室。
不一会儿,老太太带着女郎一起出来。耿生仔细一看,那女
郎身姿娇弱,眼波里流露着聪慧的神采,真是人间少见的
美丽。老头儿指着老太太说:"这是我的老伴。"又指着女
郎说:"这是青凤,是我的侄女。人很聪明,她所听所见到

Wasifu wa Mlima Tu, unafahamu?" Mzee alimwuliza Geng.

"Ndiyo mzee, nafahamu!"

"Sisi ni wazawa wa Mlima wa Tu, tunaweza kuzikumbuka nasaba zilizokuwepo toka Enzi ya Tang (618-907), lakini hatuelewi nasaba zilizokuwepo kabla ya hapo, naomba utufungue macho." Mzee alisema.

Kisha Geng alimsimulia kwa kifupi hadithi kuhusu jinsi mwenyeji wa Mlima wa Tu alivyomwoza binti yake Dayu[3] na jinsi mke wake alivyomsaidia Dayu katika juhudi za kupambana na maafa ya mafuriko. Geng alikuwa akisimulia kwa ustadi. Mzee alifurahishwa na hadithi zake, akamgeukia mtoto wake na kumwambia, "Leo tumepata bahati ya kusikia mambo mengi mageni; Bwana Geng siyo mgeni, bora nenda ukawaite mama yako na Qingfeng waje kusikiliza ili waweze kuelewa michango iliyotolewa na mababu zetu." Xiaoer akaingia ndani. Haukupita muda, bikizee alikuja huku akiongozana na binti mmoja. Geng alimtazama yule binti bila ya kupepesa macho, akang'amua kuwa binti huyo alikuwa mzuri kupita kiasi. Macho yake yalikuwa ya kung'ara na alionekana kuwa mwerevu. Geng alidhani hakukuwa na mrembo mwingine wa kumzidi hapa duniani. Mzee alimwonesha bikizee na kusema, "huyo ni mke wangu." Kisha alimwonesha

111

【原文】

闻所未闻。公子亦非他人，可请阿母及青凤来共听之，亦令知我祖德也。"孝儿入帏中。少时，媪偕女郎出。审顾之，弱态生娇，秋波流慧，人间无其丽也。叟指妇云："此为老荆。"又指女郎："此青凤，鄙人之犹女也。颇惠，所闻见，辄记不忘，故唤令听之。"生谈竟而饮，瞻顾女郎，停睇不转。女觉之，辄俯其首。生隐蹑莲钩，女急敛足，亦无愠怒。生神志飞扬，不能自主，拍案曰："得妇如此，南面

【今译】

的，就能长记不忘，所以也叫她来听听。"耿生谈完了胡家家世的话题，就开始喝酒，他眼光紧盯着女郎，目不转睛。女郎发现了，就低下了头。耿生又悄悄地在桌子底下用脚踩了一下青凤的小脚。女郎急忙缩回脚，但脸上却没有恼怒的表情。耿生更加心摇魂飞，不能自持，拍着桌子叫道："能娶到这样的妻子，就是让我面南称王也不换！"老太太见耿生越来越醉，更加狂放，就与女郎一齐起身，赶紧撩起帷帐进内室去了。耿生顿时感到大失所望，就向老头儿告辞回去了。耿生回到家里，心中仍旧魂牵梦萦地怀恋着青凤。

第二天夜里，他再次前往那里，但觉室内兰草和麝香的芳芬气息还可以闻到，但他凝神等待了一个通宵，却是寂静无声，没有人影。回家以后，他和妻子商量，想举家搬到那

binti yule akisema, "Anaitwa Qingfeng, binti wa ndugu yangu mkubwa. Mtoto huyo ni mwerevu, chochote kile anachokisikia na kuona mara moja tu huwa hawezi kusahau, ndiyo maana nimemwita aje hapa kusikiliza."

Geng alipomaliza hadithi zake alianza kunywa pombe huku akimwangalia Qingfeng kijicho upembe bila ya kuacha hadi alitoa macho pima. Qingfeng alipogundua kuwa anamwangalia hivyo aliinamisha kichwa kwa haya. Geng aligusanisha mguu wake na wa Qingfeng kwa chini chini. Qingfeng akaurudisha mguu wake upesi kama vile ameshtuliwa na umeme, lakini usoni hakuonyesha dalili ya hasira hata kidogo. Geng alirukwa na akili kwelikweli, akashindwa kujizuia, akapiga meza kwa mkono akisema, "Ningeoa mke mzuri kama Qingfeng, kamwe nisingekubali kumbadilisha hata kwa ufalme!"

Bikizee alitambua kuwa Geng alianza kulewa na kuwa kichaa, akainuka, akapenya kwenye pazia upesi na kuingia ndani pamoja na Qingfeng. Geng alipoona Qingfeng kaondoka, akawa hana raha, kisha alimuaga mzee, akatoka nje huku akiwa amezongwa na mawazo ya kutamani kumwona tena Qingfeng.

Usiku uliofuata Geng alikuja tena. Ndani ya nyumba harufu za pombe na nyama zilikuwa bado zimezagaa. Alisubiri huko usiku

113

王不易也！"媪见生渐醉，益狂，与女俱起，遽搴帏去。生失望，乃辞叟出。而心萦萦，不能忘情于青凤也。

至夜，复往，则兰麝犹芳，而凝待终宵，寂无声欬。归与妻谋，欲携家而居之，冀得一遇。妻不从，生乃自往，读于楼下。夜方凭几，一鬼披发入，面黑如漆，张目视生。生笑，染指研墨自涂，灼灼然相与对视。鬼惭而去。

次夜，更既深，灭烛欲寝，闻楼后发扃，辟之阖然。生

【今译】

座府第里住，希冀能再遇上一次青凤。妻子不同意，耿生就自己搬了进去，在楼下读书。到了夜里，他正倚在桌前，一个鬼突然披头散发地闯了进来，脸色漆黑，瞪着眼睛看着耿生。耿生笑了笑，用手指染了些砚台里的墨汁涂抹在自己脸上，目光闪闪地与那鬼相对而视。那个鬼自觉没趣，就遛走了。

第二天夜里，时间已经很晚了，耿生刚吹灭蜡烛想要睡觉，忽然听见楼后有拨门闩的声音，只听"呼"地一声门被打开了。他急忙起身窥看，只见门扇半开着。一会儿，又听见了细碎的脚步声，一道烛光从房里射了出来。再一细看，正是青凤来了。青凤骤然看到耿生，吃惊地倒退几步，一下子关上了两扇门。耿生在门外长跪不起，对青凤说道：

kucha lakini hakuona dalili yoyote ya mtu. Geng alihamia katika ghorofa ya chini ya nyumba zile ili aweze kuonana na Qingfeng. Wakati wa usiku, alipokuwa kapumzika huku akiegemea meza ya chai, shetani mmoja alijichomeka ndani ya chumba, nywele zake zikiwa zimesimama wima na uso wake mweusi kama lami, akamkazia macho Geng. Badala ya kuogopa, Geng alicheka huku akijipaka wino mweusi usoni kwa mkono na yeye pia akimkodolea macho yule shetani. Shetani yule alipoona hali hiyo alitahayari, kisha akaondoka.

Siku iliyofuata, usiku wa manane ulipoingia, Geng alizima kandili na kutaka kulala. Ghafla sauti za kufungua mlango zilisikika kutoka kwenye nyumba za ghorofa. Mbiombio lakini kimyakimya, Geng aliamka kuchungulia na akaona mlango wa nyumba umefunguliwa nusu. Baada ya muda kidogo, vishindo vya miguu vikaanza kusikika, mwanga wa kandili uliangaza toka ndani ya nyumba; na alipoangalia kwa makini zaidi, alimwona Qingfeng akiingia ndani. Qingfeng alipomwona Geng alijirudisha nyuma kwa hofu, akafunga mlango kwa haraka. Geng alipiga magoti sakafuni, akamwambia Qingfeng, "Nimekuja kukutafuta pasipo kujali hatari yoyote. Kama ninaweza kukuona nitafurahi sana, sitajali hata kama nitakufa." Qingfeng alijibu kutoka mbali, "Nafahamu kuwa unanipenda lakini msimamo

115

【原文】

急起窥觇，则扉半启。俄闻履声细碎，有烛光自房中出。视之，则青凤也。骤见生，骇而却退，遽阖双扉。生长跽而致词曰："小生不避险恶，实以卿故。幸无他人，得一握手为笑，死不憾耳。"女遥语曰："惓惓深情，妾岂不知，但叔闺训严，不敢奉命。"生固哀之云："亦不敢望肌肤之亲，但一见颜色足矣。"女似肯可，启关出，捉之臂而曳之。生狂喜，相将入楼下，拥而加诸膝。女曰："幸有夙分。过此

【今译】

"小生我不怕险恶地在这里久等，实在是为了你啊。现在幸好没有别人，如果我们能握手欢笑一下，那么我就死也无憾了。"女郎在房里远远地说："你的一片恳切深情，我哪里能不知道呢？但我叔叔的闺训很严格，我实在不敢听从你的要求。"耿生又苦苦地哀求说："我也不敢指望和你有肌肤之亲，只要开门让我见上一面就满足了。"女郎好像默许了他的请求，打开门，伸手抓住他的胳臂把他拉进了屋里。耿生狂喜万分，跟青凤相扶着进到楼下，抱起她放在膝上依偎在一起。女郎说："幸亏我们有前世定下的缘分。过了这一夜，再相思也没有用了。"耿生问："那是什么原因呢？"青凤回答说："叔叔害怕你的狂放，所以化作厉鬼去吓唬你，但你丝毫不为所动。现在他已经看好了别处的房子，一

wa baba yangu mdogo juu ya mila na desturi za nyumbani ni imara, sitathubutu kukubali ombi lako." Geng alimbembeleza kwa kirefu akisema, "Mimi vile vile sitathubutu kukufanyia fujo, nikipata fursa ya kuonana na wewe nitafurahi sana." Qingfeng alikuwa kama amekubali, akafungua mlango, akatoka nje. Geng alifurahi kupita kiasi, mara alimshika mkono wake, akateremka chini kutoka kwenye nyumba za ghorofa huku akiwa amemkumbatia.

"Bahati yetu ni kwamba labda uhusiano wetu ulianzia mbinguni. Baada ya usiku huu, hata kama ukiniwazia lolote itakuwa kazi bure." Qingfeng alimweleza.

"Kwa nini?"

"Baba yangu mdogo aliogopa uwendawazimu wako ndio maana alijibadilisha kuwa shetani ili aje kukutisha, lakini wewe hukujali hata kidogo. Sasa baba yangu mdogo amekwisha pata mahali pengine, watu wa familia yangu wamehamishia vitu katika nyumba mpya. Niliambiwa nibaki hapa kuangalia vitu, kutakapokucha nami nitaondoka pia." Mara akataka kwenda zake, akisema, "Nachelea baba yangu mdogo atarudi sasa hivi." Geng alimzuia, akataka kufanya mapenzi naye. Walipokuwa wakishindana, ghafla mzee aliingia ndani. Qingfeng aliogopa sana, aibu kubwa ikamvaa usoni huku akiwa ameegemea kitanda

117

【原文】

一夕，即相思无用矣。"问："何故？"曰："阿叔畏君狂，故化厉鬼以相吓，而君不动也。今已卜居他所，一家皆移什物赴新居，而妾留守，明日即发。"言已，欲去，云："恐叔归。"生强止之，欲与为欢。方持论间，叟掩入。女羞惧无以自容，俛首倚床，拈带不语。叟怒曰："贱婢辱吾门户！不速去，鞭挞且从其后！"女低头急去，叟亦出。尾而听之，诃诟万端，闻青凤嘤嘤啜泣。生心意如割，大声

【今译】

家人都在往新居搬运物件，只有我留在这里看守，明天就要出发了。"说完，她就想要离开，说："恐怕叔叔就要回来了。"耿生又强行留住她，想和她上床共寻男女之欢。两人正在推扯争执的时候，老头儿忽然出其不意地进来了。女郎又羞愧又害怕，无地自容，低下头倚在床边，手中拈着衣带默不出声。老头儿怒骂她说："贱丫头败坏了我家的名声！你再不快走，随后我就要用鞭子抽你！"女郎低着头急急地走了，老头儿也跟着走了出去。耿生连忙尾随着他们去听动静，只听得老头不住口地百般辱骂，又听到青凤小声的哭泣声。耿生心里如同刀割一样，就大声地喊道："罪过在我身上，与青凤有什么关系？要是宽恕了青凤，就是刀劈斧砍，我也愿意一人承担！"很久后楼里寂静下来，耿生这才回去

na kuchezeachezea kanda za blauzi bila ya kusema lolote. Mzee alisema kwa hasira, "Binti duni namna gani, umeipaka matope sifa ya familia yangu. Usipoondoka upesi nitakuonyesha kilichomtoa kanga manyoya!" Qingfeng akiwa ameinamisha kichwa aliondoka mbio, naye mzee aliondoka vile vile. Geng aliwafuatia nyuma, alisikia mzee akimtukana Qingfeng vikali na Qingfeng akilia kwa kwi kwi. Kuona vile, Geng alihuzunika sana. Alijihisi kama moyo wake ulikuwa ukikeketwa kwa kisu butu. Alisema kwa sauti kubwa, "Makosa yote ni yangu, huyo binti hana hatia! Kama unaweza kumsamehe, adhabu yoyote nitaibeba mimi. Hata iwe ni kunikata kwa kisu, msumeno au kwa shoka, nitakubali." Mara wote walinyamaza kimya, halafu Geng alikwenda kulala.

Tokea hapo nyumba zote za ghorofa zikawa shwari kabisa. Baba yake mdogo Geng aliposikia habari hiyo, alishangaa sana, akakubali kumwuzia nyumba hizo pasipo kuzingatia bei. Geng alifurahi sana, familia yake ikahamia humo. Kwa muda wa mwaka mmoja hivi Geng aliishi vizuri lakini kamwe hakuacha kumwazia Qingfeng kwa muda wote huo.

Siku moja ya tambiko, Geng alipokuwa akirudi toka kuwaomboleza marehemu, aliwaona mbweha wawili wadogo wakifukuzwa na mbwa mmoja. Mmoja alikimbilia kichakani na

119

【原文】

曰：“罪在小生，于青凤何与？倘宥凤也，刀锯铁钺，小生愿身受之！”良久寂然，生乃归寝。自此第内绝不复声息矣。

生叔闻而奇之，愿售以居，不较直。生喜，携家口而迁焉。居逾年，甚适，而未尝须臾忘凤也。

会清明上墓归，见小狐二，为犬逼逐。其一投荒窜去，一则皇急道上。望见生，依依哀啼，阘耳辑首，似乞其援。生怜之，启裳衿，提抱以归。闭门，置床上，则青凤也。大

【今译】

睡觉。从此府第里再也没有听到过什么异常的声音。

耿生的叔叔听说了这件事，觉得很新奇，便愿意把房宅卖给他住，不和他计较价钱。耿生很高兴，就带着家口搬了进来。住了一年后，感到很适意，但心中仍是无时无刻不在想念青凤。

清明节这天耿生扫墓回来，看见两只小狐狸被一只狗紧紧地追逼着。其中一只落荒而逃，另一只在路上慌急乱转。它望见耿生，依恋不舍地哀叫，牵拉着耳朵，缩着头，好像在向他乞求援救。耿生很可怜它，就掀开衣襟，提起它抱在怀里回家了。到家里关上门，把它放在床上，狐狸竟然幻化成了青凤。耿生大喜过望，急忙上前来慰问她。女郎说：“我正在与丫鬟玩，忽然遭到了这样的大灾难。若不是

mwingine alikuwa akikimbia barabarani kwa wasiwasi mkubwa. Alipomwona Geng alimkimbilia na kulia kwa hofu. Alionekana kana kwamba anataka kumwomba msaada huku akiutikisatikisa mkia wake. Geng alimhurumia mbweha huyo, akavua nguo yake, akamfunga, kisha akarudi naye.

Baada ya kuingia ndani ya nyumba yake alifunga mlango, akamweka kitandani. Alipomwangalia kwa makini, alibaini kuwa kumbe ni Qingfeng. Geng alijawa na furaha tele; na bila ya kuchelewa alimliwaza. Qingfeng alimweleza, "Sasa hivi nilikuwa nikicheza na msichana mdogo, sikudhani kuwa ningeangukiwa na balaa kubwa. Kama usingeniokoa, bila shaka mbwa yule angenimeza tumboni zamani. Ingawa mimi si binadamu, naomba usinidharau!"

121

"Nilikuwa nikikuwaza kila siku, hata wakati mwingine ulinitokea katika njozi. Kupata fursa ya kuonana na wewe ni kama nimebahatika kupata kito kilicho adimu, nitawezaje kukudharau!"

"Hii ni amri ya Mungu, ningewezaje kubahatika kukaa pamoja nawe kama nisingepatwa na balaa hilo? Haikosi msichana yule anadhani kuwa nimeshakufa na najua atawaambia jamaa zangu, hivyo hakutokuwa na mtu wa kunitafuta. Sasa naweza kukaa pamoja na wewe milele."

【原文】

喜，慰问。女曰："适与婢子戏，遭此大厄。脱非郎君，必葬犬腹。望无以非类见憎。"生曰："日切怀思，系于魂梦。见卿如获异宝，何憎之云！"女曰："此天数也，不因颠覆，何得相从？然幸矣，婢子必以妾为已死，可与君坚永约耳。"生喜，另舍舍之。

积二年馀，生方夜读，孝儿忽入。生辍读，讶诘所来。孝儿伏地，怆然曰："家君有横难，非君莫拯。将自诣恳，

【今译】

你，我一定葬身犬腹了。希望你不要因为我不是同类而憎嫌我。"耿生说："我日夜思念着你，连梦中都在想念你。现在见到了你就像得到了无价之宝，哪里说得上憎嫌呢？"女郎说："这也是上天的定数呀。要是没有遇到这一场灾难，怎么能跟你在一起呢？不过很幸运，丫鬟必定以为我已经死了，我今后可以和你永远在一起了。"

过了两年多，耿生夜里正在读书，孝儿忽然闯了进来。耿生放下手中的书卷，惊讶地询问他从哪里来。孝儿趴伏在地上，悲伤地说："家父突然遇到飞来横祸，除了您就没有人能够救他了。他本打算亲自登门恳求，但怕你不肯接纳他，所以让我前来相求。"耿生问："什么事？"孝儿说："公子认识莫三郎吗？"耿生回答说："他是我科举同年的

Geng alifurahi sana, kisha alimpatia chumba kimoja.

Baada ya miaka miwili kupita, usiku mmoja, Geng alikuwa akisoma chumbani, ghafla Xiaoer aliingia ndani. Geng aliacha kusoma, akamwuliza kwa mshangao alikokuwa akitoka. Xiaoer huku akipiga magoti sakafuni, alisema kwa uchungu, "Baba yangu amepatwa na balaa, ni wewe tu unayeweza kumwokoa. Mwanzoni yeye mwenyewe alitaka kuja kukuomba, lakini alichelea kuwa labda hutamkaribisha na ndio maana amenituma mimi."

"Umetumwa nini? Geng alimwuliza.

"Unamfahamu Mo Sanlang?"

"Namfahamu. Yeye ni mwana wa mwenzi wangu.

"Kesho atapitia hapa na kama atachukua mbweha aliyemwinda, tafadhali fanya juhudi kumweka."

"Safari iliyopita, aliniaibisha huko chini ya nyumba ya ghorofa, bado ninalikumbuka jambo lile, kwa hiyo mimi sitamsaidia. Kama ikinilazimu nimsaidie, lazima Qingfeng aje hapa."

"Qingfeng alikufa miaka mitatu iliyopita." Xiaoer alisema huku akitiririkwa na machozi.

"Kama ni hivyo, basi ninamchukia zaidi!" Geng alisema kwa hamaki.

Kisha bila ya kumwangalia tena Xiaoer, Geng alichukua

【原文】

恐不见纳，故以某来。"问："何事？"曰："公子识莫三郎否？"曰："此吾年家子也。"孝儿曰："明日将过，倘携有猎狐，望君之留之也。"生曰："楼下之羞，耿耿在念，他事不敢预闻。必欲仆效绵薄，非青凤来不可！"孝儿零涕曰："凤妹已野死三年矣！"生拂衣曰："既尔，则恨滋深耳！"执卷高吟，殊不顾瞻。孝儿起，哭失声，掩面而去。生如青凤所，告以故。女失色曰："果救之否？"曰：

【今译】

子侄。"孝儿说："明天他将要从这里经过，如果他携带有猎获的狐狸，请公子务必留下它。"耿生说："当日楼下的那番羞辱，至今我心里还记得清清楚楚，其他的事我也不愿意过问。这件事如果一定要我效力，非得让青凤出面不可。"孝儿流着泪说："青凤妹已经死在野外三年了。"耿生一甩衣袖愤慨地说："既然是这样，我就恨上加恨了。"说完，拿起书卷高声吟读了起来，再也不理睬孝儿。孝儿站起身，失声痛哭，捂着脸跑了出去。耿生立即到青凤住处，告诉了她刚才的事。青凤听完大惊失色说："你到底救不救他呢？"耿生说："救还是要救，刚才不立刻答应，也不过是为了报复一下他先前的蛮横无理而已。"青凤于是欢喜起来，说："我从小就成了孤儿，依赖叔叔的抚养才长大成

kitabu akaendelea kusoma kwa sauti kubwa. Xiaoer aliinuka, akalia kwa uchungu, kisha akiwa amefumba uso wake, aliondoka. Halafu Geng aliingia ndani ya chumba cha Qingfeng akamsimulia mambo yaliyotokea.

"Unataka kumwokoa?" Qingfeng alimwuliza kwa wasi wasi.

"Nitamwokoa tu. Lakini kwa ajili ya kufuta aibu niliyopata siku ile, nilimwambia kuwa sitamwokoa."

"Nilifiwa na wazazi wangu tangu utotoni na hivyo nikakulia katika familia ya baba mdogo. Ingawa alikukosea siku ile lakini kwa kufuata desturi za kikwetu aliwajibika kufanya vile." Qingfeng alimweleza kwa kituo.

"Sawa kabisa. Lakini hata hivyo moyo wangu bado hauwezi kutulia kwa jambo hilo, kwani kama ungekufa kweli, kwa hali yoyote ile nisingemwokoa."

"Moyo mzito ulioje!" Qingfeng alisema huku akitabasamu.

Siku iliyofuata kweli Mo alikuja. Alipanda farasi mmoja aliyepambwa kwa mapambo ya dhahabu, kiunoni ilipachikwa ala moja ya mishale iliyoshonwa kwa ngozi ya chui na nyuma yake alifuatwa na watumishi wengi. Geng alikwenda kumkaribisha huko mlangoni akaona Mo amewinda wanyama wengi, mbweha mweusi akiwa mmojawapo. Mbweha huyo alilowa damu kila

125

【原文】

"救则救之，适不之诺者，亦聊以报前横耳。"女乃喜曰："妾少孤，依叔成立。昔虽获罪，乃家范应尔。"生曰："诚然，但使人不能无介介耳。卿果死，定不相援。"女笑曰："忍哉！"

次日，莫三郎果至，镂膺虎韔，仆从甚赫。生门逆之。见获禽甚多，中一黑狐，血殷毛革，抚之，皮肉犹温。便托裘敝，乞得缀补。莫慨然解赠。生即付青凤，乃与客饮。客

【今译】

人。先前虽然遭到他的惩罚，那也是因为家规应该如此。"耿生说："的确是这样，但总使人心里不能不耿耿于怀。你要是真死了，我肯定不救他。"青凤笑着说："你真忍心啊！"

第二天，莫三郎果然行猎经过这里，他骑着饰有缕金胸带的马，挎着虎皮制成的弓袋，后面跟随着众多仆从。耿生站在门口迎接他，看到他猎获的禽兽很多，其中有一只黑狐狸，流出的血已经把皮毛染成了黑红色，用手一摸，皮肉还是温热的。耿生便假托说自己的皮袍破了，想求得这个狐狸的皮来补缀。莫三郎痛快地解下狐狸送给了他。耿生立即交给青凤，自己陪着客人喝酒。客人走了以后，青凤把狐狸抱在怀里，过了三天它才苏醒过来，转动一阵身体又变成了老

sehemu, Geng alipomgusa alihisi ngozi na nyama yake bado vina uvuguvugu. Geng akajidai kuwa joho lake la ngozi limeharibika, akamwomba Mo ampatie mbweha yule mweusi ili achukue ngozi yake ashone joho lake. Mo alikubali mara moja. Geng alimkabidhi Qingfeng mbweha mweusi, kisha akaanza kunywa pombe pamoja na wageni.

Baada ya wageni kuondoka, Qingfeng alimpakata mbweha kifuani. Siku tatu baadaye, mbweha yule alirudiwa na fahamu. Mara akajibadilisha kuwa mzee wa watu. Alipoinua macho na kumwangalia Qingfeng alishuku hakuwa duniani. Qingfeng alimsimulia kwa makini ukweli wa mambo ulivyokuwa toka mwanzo hadi mwisho. Kisha mzee alimshukuru Geng, akawa anasikitika mno kuhusu jambo lile alilolitenda katika siku za nyuma. Alimgeukia Qingfeng na kusema kwa furaha, "Niliwahi kusema kwamba hutakufa, sasa maneno yangu yamethibitisha ukweli huo." Qingfeng alimwambia Geng, "Kama unanipenda, naomba utuazime nyumba hizi za ghorofa ili niweze kulipa fadhila ya ulezi wa baba yangu mdogo." Geng alikubali. Mzee akiwa na soni aliwashukuru, kisha akawaaga.

Wakati wa usiku, mzee huyo akiwa amewaongoza watu wa familia yake, alikuja. Tokea hapo mzee huyo na Geng walichukuana

127

【原文】

既去，女抱狐于怀，三日而苏，展转复化为叟。举目见凤，疑非人间。女历言其情。叟乃下拜，惭谢前愆。喜顾女曰："我固谓汝不死，今果然矣。"女谓生曰："君如念妾，还乞以楼宅相假，使妾得以申返哺之私。"生诺之。叟赧然谢别而去。入夜，果举家来。由此如家人父子，无复猜忌矣。生斋居，孝儿时共谈宴。生嫡出子渐长，遂使傅之。盖循循善教，有师范焉。

【今译】

头儿。老头儿睁开眼看见了青凤，怀疑自己不是在阳间。青凤于是详细地述说了情由。老头儿立即向耿生下拜，惭愧地对以前的过错表示谢罪。然后他高兴地望着青凤说："我一直说你没有死，现在果然如此。"青凤对耿生说："你如果心里有我，还求你把那座楼宅借给我们住，使我能报答叔叔的养育之恩。"耿生答应了她。老头儿脸红着道谢告别之后就离去了。这天夜里，果然全家都搬了过来。从此两家如同父子亲人，不再有什么猜疑嫌弃了。耿生住在书斋里，孝儿时常来与他饮酒聚谈。耿生正妻生的儿子渐渐长大后，就让孝儿做他的老师。孝儿循循善诱，很有老师的风范。

vizuri.

Usiku ulipowadia, Hu alihamisha watu wote wa nyumbani hadi hapa. Kuanzia wakati huu, watu wa familia hizi mbili walichukuana kama mwana na baba mzazi, na kamwe hawakuwahi kutiliana mashaka. Geng alikaa katika chumba cha kusomea, na Xiaoer alizoea kuja kuongea naye. Mwana wa Geng alikua siku hadi siku, na Xiaoer akapewa jukumu la kumfundisha ama kweli alikuwa mwalimu mzuri sana.

画皮

【原文】

太原王生，早行，遇一女郎，抱襆独奔，甚艰于步。急走趁之，乃二八姝丽，心相爱乐。问："何夙夜踽踽独行？"女曰："行道之人，不能解愁忧，何劳相问。"生

【今译】

太原有个姓王的书生，早晨在路上行走，遇到了一个女郎，抱着个包袱，独自一人急急地奔走，步履似乎很吃力。王生连忙快跑几步追上了她，原来是个十六七岁的秀美女子，心里很喜欢她。王生问她："你为什么天不亮就孤零零地一个人在路上走呢？"那女子说："你是一个过路行人，也不能替我分担忧愁，又何必要问呢？"王生说："你有什么忧愁我也许能出力帮忙，一定不推辞。"女子脸色悲伤地说："我的父母贪图钱财，把我卖给一个富贵人家当小老婆。那家的大老婆特别嫉妒，早晨骂晚上打地欺辱我，我实在忍受不了啦，想逃得远远的。"王生问她："你想到哪里去呢？"女子说："我是一个正在逃亡的人，哪里有什么去处。"王生说："我的家离这儿不远，就麻烦你到我那里委屈一下吧。"那女子很高兴地同意了。王生就替她携带着包

SHETANI MWENYE NGOZI YA BINADAMU

Siku moja, msomi Wang aliyekuwa akiishi mjini Taiyuan, alisafiri alfajiri. Njiani alikutana na mwanamke mmoja kijana aliyetembea kwa taabu kwa sababu ya kuelemewa na mzigo aliokuwa amebeba. Msomi aliongeza hatua haraka na alipomfikia akang'amua kuwa alikuwa ni kigori mrembo aliyekuwa na umri wa miaka kumi na mitano au kumi na sita hivi. Papo hapo alitokea kumpenda, akamwuliza, "Mbona unasafiri peke yako asubuhi na mapema?"

"Wewe pia ni mpita njia, kama huwezi kuniondolea majonzi yangu, una haja gani kuniuliza?" Kigoli alijibu.

"Una majonzi gani? Kama nikiweza hakika sitoacha kukupa msaada wangu."

"Basi ni hivi, wazazi wangu waliimezea mate fedha ya tajiri mmoja wakaniuza kwa tajiri huyo, nikafanywa suria. Mke wake mkubwa alikuwa akinionea wivu, akawa ananitukana na kunitia viboko si asubuhi si usiku. Kwa kweli nimeshindwa kuvumilia uonevu wake, nikaamua kutorokea mbali." Kigori alisema kwa huzuni nyingi.

【原文】

曰："卿何愁忧？或可效力，不辞也。"女黯然曰："父母贪赂，鬻妾朱门。嫡妒甚，朝詈而夕楚辱之，所弗堪也，将远遁耳。"问："何之？"曰："在亡之人，乌有定所。"生言："敝庐不远，即烦枉顾。"女喜，从之。生代携襆物，导与同归。女顾室无人，问："君何无家口？"答云："斋耳。"女曰："此所良佳。如怜妾而活之，须秘密，勿泄。"生诺之。乃与寝合。使匿密室，过数日而人不知也。

【今译】

袱物件，领着她一起回了家。女子四下一看，见屋里没有别人，就问："你怎么没有家眷呢？"王生回答说："这是我的书房。"女子说："这个地方太好了。如果先生怜爱我，让我活下去，请一定要保守秘密，不要泄露给别人。"王生一口答应了下来。当晚王生就和她同床共枕了。王生把她藏匿在密室当中，过了许多天别人都不知道。后来，王生把这件事稍稍透露给了妻子。妻子陈氏听说后，怀疑那女子是豪门大族家逃亡的姬妾，劝王生打发她走。王生却执意不听。

有一天，王生偶尔到街市上去，遇见了一个道士，那道士一见王生，就十分惊愕地问："你最近遇见什么人了吗？"王生回答说："没有呀。"道士说："你全身都被邪气缠绕着，怎么还说没有？"王生极力辩白说是没有。道士便叹息着走了，说："真让人不明白啊！世界上居然有死到

"Sasa wapi uendako?" Msomi alimwuliza.

"Mtu anayetorokea ugenini, huwa hana kituo maalumu."

"Familia yangu haiko mbali na hapa. Naomba uje kwangu basi."

Kusikia hivyo tu, kigoli alifurahi sana, akamfuata nyuma. Msomi alimsaidia kubeba mzigo wake, akamwongoza hadi nyumbani kwake, kigoli alipoona nyumbani kwake hapakuwa na watu wengine, alimwuliza, "Kwani huna jamaa wengine?"

"Hiki ni chumba changu cha kusomea."

"Hapa ni pazuri, kama utanionea huruma na kuniachia niendelee kuishi, naomba uifiche siri hii ili watu wengine wasinigundue." Kigoli alimwomba.

Msomi alimkubalia ombi lake, kisha wakaanza kuishi pamoja kama mume na mke. Msomi alimficha katika chumba cha siri kwa siku kadhaa ili asijulikane na watu. Siku moja msomi alimdokezea mkewe habari kuhusu huyo kigori. Mkewe Chen alichelea yule kigori asije akawaletea matata, basi alimshauri mumewe amfukuze lakini akayapa kisogo maneno yake.

Siku moja msomi alipokwenda mjini alikutana na kuhani mmoja wa Kitao. Kuhani huyo alipomwona msomi alipigwa na bumbuwazi, akamwuliza, "Umekutana na nini?"

"Sikukutana na kitu chochote." Msomi alijibu.

133

【原文】

生微告妻。妻陈，疑为大家媵妾，劝遣之。生不听。

偶适市，遇一道士，顾生而愕。问："何所遇？"答言："无之。"道士曰："君身邪气萦绕，何言无？"生又力白。道士乃去，曰："惑哉！世固有死将临而不悟者！"生以其言异，颇疑女。转思明明丽人，何至为妖，意道士借魇禳以猎食者。无何，至斋门，门内杜，不得入。心疑所作，乃逾垝垣，则室门亦闭。蹑迹而窗窥之，见一狞鬼，面

【今译】

临头还执迷不悟的人！"王生觉得他的话非同寻常，就有些怀疑那个女子了。他又转念一想，她明明白白地是个美丽的女郎，怎么会是个妖怪呢？心想道士没准是借口镇妖除怪来谋取钱财的。不一会儿，他走到了书房门口，看见大门从里面插着，没法儿进去。他心里对这种做法有些怀疑，于是翻过一道残破的墙进了院子，只见内室门也关着。他就蹑手蹑脚地走到窗前偷看，只见一个面目狰狞的恶鬼，脸色发青，牙齿又尖又长像锯齿一样，正把一张人皮铺在床上，手里拿着彩色画笔在描绘。画完之后，恶鬼扔下画笔，举起人皮，像抖动衣服一样地把人皮披在身上，于是就变成了美丽的女子。王生亲眼看见这个情形后，万分恐惧，像野兽一样四肢着地爬了出去。他急忙去追寻道士，但那道士已经不知去向了。王生到处找了个遍，才在郊外遇见了道士，他跪在道士

"Mwili wako mzima umezungukwa na nguvu za giza. Mbona unasema hujakutana na kitu chochote?"

Msomi alijitetea. Kuhani aliondoka huku akisema peke yake, "Ama kweli amerogwa! Kweli hapa duniani kuna mtu ambaye hawezi kujirudi hata wakati kifo kinapomkaribia!" Msomi aliona maneno ya kuhani yule ni ya ajabu. Kidogo akaanza kumtilia shaka yule kigori; lakini alipofikiri zaidi aliona yule kigori ni kisura tu. Angewezaje kuwa shetani? Kwa kawaida makuhani hupata riziki kwa kuwadanganya watu ati wanaweza kufukuza shetani na kuzingua ulozi. Kwa hiyo akayapuuza maneno yake.

Haukupita muda mrefu msomi alirudi nyumbani, akagundua kuwa mlango wa ua wa chumba chake cha kusomea ulikuwa umefungwa kwa ndani. Hakuweza kuingia uani. Alimshuku kuwa yule kigori ndiye aliyeufunga. Akaamua kuingia uani kwa kuruka ukuta mbovu. Lakini aligundua mlango wa chumba cha siri ulifungwa vile vile. Alinyata hadi dirishani kuchungulia ndani kwa kutumia ufa wa dirisha akamwona shetani mmoja mwenye uso wa rangi ya kijani, meno yake yamechongoka kama msumeno. Yule shetani alikuwa ametandaza ngozi moja ya binadamu kitandani, akichora picha ya binadamu kwenye ngozi hiyo kwa kalamu ya rangi. Alipomaliza kuchora alitupa kalamu yake kando, akainua ngozi ile kwa mikono miwili, akaikung'uta kama nguo, kisha

135

【原文】

翠色，齿巉巉如锯，铺人皮于榻上，执采笔而绘之。已而掷笔，举皮，如振衣状，披于身，遂化为女子。睹此状，大惧，兽伏而出。急追道士，不知所往。遍迹之，遇于野，长跪乞救。道士曰："请遣除之。此物亦良苦，甫能觅代者，予亦不忍伤其生。"乃以蝇拂授生，令挂寝门。临别，约会于青帝庙。

生归，不敢入斋，乃寝内室，悬拂焉。一更许，闻门外戢戢有声。自不敢窥也，使妻窥之。但见女子来，望拂子不

【今译】

面前苦苦求救。道士说："那就让我把它赶走吧。这东西修炼得也不容易，刚刚能找到顶替的人，可以投胎为人了，我也不忍心就伤了它的性命。"于是把手里的拂尘交给王生，让他挂在卧室的门口。临到分手的时候，道士又与王生约定以后在青帝庙见面。

王生回去以后，不敢进书斋，就睡在家里的内室，悬挂起了拂尘。到了夜里一更时分，他忽然听见门外响起了喊喊嚓嚓的声音。王生吓得连偷看也不敢，就让妻子去悄悄看一看。只见那个女子走了过来，望见挂在门口的拂尘不敢进门，站在那里咬牙切齿，过了很久才离去。但是过了一会儿她又来了，厉声骂道："那道士想吓唬我。我才不甘罢休呢，难道要我把吃到口的肉吐出来吗？"说完，取下拂尘就撕成了碎片，又撞坏卧室的门冲了进来。那鬼直接爬上王生

akaieleka begani na papo hapo akajibadili kuwa kigoli tena.

Msomi alipoona hayo, aliogopa sana, miguu yake ikalegea hata akashindwa kutembea. Kisha alitambaa kwa mikono na miguu kama mnyama na kutoka pale uani. Haraka alichanganya hatua kwenda kumfuata yule kuhani, lakini hakufahamu alikokuwa. Msomi huyo alimtafuta kuhani kila mahali, mwishowe akakutana naye nje ya kijiji, akapiga magoti mbele yake, akamwomba msaada.

Kuhani alisema, "Niachie nimtimue, kidude kile kimepata umbile la bandia baada ya kutaabika sana. Sipendelei kukimaliza haraka." Kisha kuhani alimpa msomi mgwisho mmoja na kumwagiza autundike kwenye mlango wa chumba chake cha kulala. Walipoagana walipatana kuwa wangekutana tena kwenye hekalu la kumtambikia Mungu wa mashariki hapo baadaye.

Baada ya kurejea nyumbani, msomi hakuthubutu kulala katika chumba chake cha kusomea, bali alilala katika chumba kingine na kuutundika ule mgwisho kwenye mlango. Usiku wa manane ulipofika, msomi alisikia sauti ya kikiri kakara ikitokea nje. Yeye mwenyewe hakuthubutu kuchungulia nje ila alimwambia mkewe ajaribu. Mkewe alipochungulia nje alimwona kigori mmoja akielekea chumba chao. Kuuona tu mgwisho ule kigori akawa hathubutu kuingia ndani. Alisimama pale huku akisaga meno kwa nguvu. Baada ya kitambo kirefu aliondoka. Muda si muda alirudi

【原文】

敢进，立而切齿，良久乃去。少时，复来，骂曰："道士吓我。终不然，宁入口而吐之耶！"取拂碎之，坏寝门而入。径登生床，裂生腹，掬生心而去。妻号。婢入烛之，生已死，腔血狼藉。陈骇涕不敢声。

明日，使弟二郎奔告道士。道士怒曰："我固怜之，鬼子乃敢尔！"即从生弟来。女子已失所在。既而仰首四望，曰："幸遁未远。"问："南院谁家？"二郎曰："小生所

【今译】

的床，把王生的胸腹抓裂，挖出心脏就离开了。妻子尖声哭号起来。丫鬟拿着蜡烛来一照，见王生已经死去，腹腔里血肉模糊乱七八糟的。妻子陈氏吓得不敢声张，只能忍气吞声地流眼泪。

第二天早晨，陈氏让王生的弟弟二郎跑去告诉道士。道士愤怒地说："我本来还可怜它，这恶鬼竟敢如此猖狂！"立即随着王生的弟弟来到王生家里。那女子已经不见了踪影。道士抬起头来四下张望，说："幸亏它还没有逃远。"道士又问："南院是谁家？"王二郎说："是我的房舍。"道士说："现在那鬼就在你家里。"王二郎感到十分愕然，以为没有这回事儿。道士问他："是否曾经有一个不认识的人来过？"王二郎说："我一大早就跑到青帝庙去找您，实在不知道。让我回家去问问。"说完就离去了，过了

tena, akatukana, "Kuhani ananiogopesha, lakini siwezi kuiacha nia yangu. Nawezaje kuutema mnofu uliofika mdomoni?" Mara aliuvuta chini mgwisho ule na kuuvunja. Kisha aliutwanga mlango kwa nguvu, akajichoma ndani. Kule ndani alielekea kitandani kwa msomi, akampasua tumbo, akautoa moyo wake, halafu akatoka nje huku ameuchukua moyo wake kwa mikono miwili. Mke wa msomi alilia kwa sauti kubwa. Kijakazi mmoja aliposikia kilio kile aliingia chumbani, akawasha mshumaa mmoja. Kutokana na mwanga wa mshumaa alimwona msomi ameshakufa. Damu zilimtapakaa kifuani na tumboni na ngozi na nyama zilikuwa zimeraruliwa ovyo ovyo. Mkewe Chen alitishika akawa hajiwezi kabisa. Hata alipolia sauti haikumtoka.

Siku iliyofuata, Chen alimwomba shemeji yake aende mbio kumwambia kuhani. Kwa hasira kubwa kuhani alisema, "Awali nilimsikitikia shetani yule, kumbe alithubutu kuwa jasiri namna hiyo?" Mara kuhani alikuja nyumbani kwa msomi akifuatana na mdogo wake msomi, lakini walipofika huku yule kigori alikuwa ameshaondoka, haikujulikana alikokwenda. Kuhani aliinua kichwa na kuangaza macho hapa na pale, kisha akasema, "Haidhuru, hajatorokea mbali." Halafu aliuliza, "Nani anakaa katika nyumba zile zilizoko upande wa kusini?"

"Pale ni makazi yangu." Mdogo wake msomi alijibu.

【原文】

舍也。"道士曰:"现在君所。"二郎愕然,以为未有。道士问曰:"曾否有不识者一人来?"答曰:"仆早赴青帝庙,良不知。当归问之。"去,少顷而返,曰:"果有之。晨间一妪来,欲佣为仆家操作,室人止之,尚在也。"道士曰:"即是物矣。"遂与俱往。仗木剑,立庭心,呼曰:"孽魅!偿我拂子来!"妪在室,惶遽无色,出门欲遁。道士逐击之。妪仆,人皮划然而脱,化为厉鬼,卧嗥如猪。道

【今译】

一会儿,他回来说:"果然是有。早晨来了一个老太太,想受雇在我家做仆人,我的妻子把她留了下来,现在还在我家里没走。"道士说:"就是这家伙了。"于是大家一起到了王二郎家。道士手持木剑,站在庭院当中,高声叫道:"造孽的恶鬼,赔我的拂尘来!"那老太太在屋子里大惊失色,出了门就要逃跑。道士追上前去用木剑击打她。老太太跌倒了,人皮"哗"的一声裂开脱落在地上,现出了恶鬼的原形,它卧在地上像猪一样嚎叫着。道士用木剑砍下恶鬼的头,它的身子又变成一股浓烟,环绕在地上聚成了一堆。道士拿出一个葫芦,拔去塞子,然后放在烟堆当中,只听得嗖嗖直响,像是有人用口吸气似的,转眼之间烟就被葫芦吸得干干净净。道士把葫芦塞上口,放进行囊里。大家再去看地上的那张人皮,只见眉毛、眼睛、手、脚,没有一样不具

"Wakati huu huu yule shetani yuko nyumbani kwako." Kuhani alisema.

Kijana huyu alipigwa na mshangao mkubwa. Alijiuliza ilikuwaje yule shetani awe nyumbani kwake? Kuhani alimwuliza tena, "Kuna mgeni yeyote amewahi kuja kwako?"

"Asubuhi nilikwenda katika hekalu la kumtambikia Mungu wa Mashariki, kweli sina habari yoyote, lakini ninaweza kwenda kuuliza."

Kisha aliinuka na kuelekea nyumbani kwake. Punde alirejea na kusema, "Kweli jambo hilo limetokea. Asubuhi ya leo bikizee mmoja alikuja nyumbani kwangu akitaka kuwa mtumishi wa kazi za nyumbani na mke wangu alimkubalia ombi lake. Hivi sasa yule bikizee yuko pale." Kuhani alisema, "Ndiye yule shetani!"

Kisha kuhani alikwenda kule akiongozana na yule kijana. Akiwa ameshika upanga wa mbao mkononi na kusimama katikati ya ua alisema kwa sauti kubwa, "Shetani, nirudishie mgwisho wangu!" Huko ndani yule bikizee alifadhaika sana, uso wake ukasawajika. Alitoka nje, na kujaribu kutoroka, lakini wapi! Kuhani alimvamia chapuchapu, akamkata kwa upanga wake, bikizee akaanguka chini, ngozi ya binadamu ikamdondoka chini pu! Mara shetani hasa akaonekana wazi wazi. Akiwa amelala chini alikoroma kwa nguvu kama nguruwe. Kuhani alimkata kichwa,

141

【原文】

士以木剑枭其首，身变作浓烟，匝地作堆。道士出一葫芦，拔其塞，置烟中，飕飕然如口吸气，瞬息烟尽。道士塞口入囊。共视人皮，眉目手足，无不备具。道士卷之，如卷画轴声，亦囊之，乃别欲去。

陈氏拜迎于门，哭求回生之法。道士谢不能。陈益悲，伏地不起。道士沉思曰："我术浅，诚不能起死。我指一人，或能之，往求必合有效。"问："何人？"曰："市上

【今译】

备。道士卷起那张人皮，像卷画轴一样哗哗作响，也放在行囊里，然后告别大家准备离去。

陈氏跪拜在门前，哭着哀求道士用回生之法救活王生。道士表示自己无能为力。陈氏更加悲痛，跪伏在地上不肯起来。道士沉思了片刻说："我的法术疏浅，实在是不能起死回生。我指给你一个人，他或许能，你前去求他试试，应当会有效果。"陈氏问："是什么人？"道士说："街市上有一个疯子，时常躺在粪土当中。你试着去对他叩头哀求。如果他发狂侮辱夫人，夫人你也不要生气。"王二郎也熟识那个疯子，于是他告别道士后，与嫂嫂陈氏一同去找那个疯子。到了那里，只见一个要饭的乞丐在路上疯疯癫癫地唱着歌，鼻涕拖得三尺长，身上污秽腥臭得让人无法靠近。陈氏跪着用膝盖挪到他面前。乞丐笑着说："美人爱我吗？"

maiti yake ikageuka kuwa moshi mweusi. Chungu ya moshi mweusi kikabakia pale chini. Kuhani alikitoa kibuyu kimoja, akaondoa kifuniko chake, akakiweka kwenye moshi. Kibuyu hicho kiliuvuta moshi ndani kwa nguvu kama mdomo uvutavyo pumzi. Kufumba na kufumbua kibuyu kikamaliza kuvuta moshi wote ndani. Kisha kuhani alikiziba kibuyu kile akakitia mfukoni.

Watu wote waliopata habari hiyo walikuja kuiangalia ile ngozi ya binadamu. Nyusi, mikono, miguu, kila kitu kikikaa mahali pake. Kuhani aliivingirisha ile ngozi, nayo ikatoa sauti kama ile ya kukunja picha. Aliitia ngozi ile mfukoni vile vile. Halafu akawaaga watu na kutaka kuondoka. Haraka Chen alipiga magoti mbele ya kuhani, akilia kwa uchungu na akimwomba amfufue mumewe. Kuhani alijitia kutofahamu jinsi ya kumfufua. Chen alihuzunika zaidi, akabakia chini bila kuinuka. Baada ya kuwaza kitambo kuhani alisema, "Uwezo wangu ni mdogo, kweli siwezi kumfufua mumeo, ninaweza tu kukufahamisha mtu mmoja, labda yeye ataweza. Nadhani ukienda kwake kumwomba utafanikiwa."

"Mtu huyo ni nani?" Chen alimwuliza.

"Huko mtaani yuko mwendawazimu mmoja, naye hulala kifusi cha vinyesi. Ukifika huko jaribu kumsujudia na kumwomba. Kama akifanya matata ya kukuaibisha, usikasirike."

Kijana mdogo aliyatia maanani maagizo ya kuhani, akaagana

【原文】

有疯者，时卧粪土中。试叩而哀之。倘狂辱夫人，夫人勿怒也。"二郎亦习知之，乃别道士，与嫂俱往。见乞人颠歌道上，鼻涕三尺，秽不可近。陈膝行而前。乞人笑曰："佳人爱我乎？"陈告之故。又大笑曰："人尽夫也，活之何为？"陈固哀之。乃曰："异哉！人死而乞活于我。我阎摩耶？"怒以杖击陈，陈忍痛受之。市人渐集如堵。乞人咯痰唾盈把，举向陈吻曰："食之！"陈红涨于面，有难色，既思道士之嘱，

【今译】

陈氏告诉了他事情的原委。乞丐又大笑说："人人都可以做你的丈夫，把他救活做什么？"陈氏还是一再地哀求。乞丐就说："真是怪事！人死了还来求我救活他。我难道是阎罗王吗？"说完就恼怒地用讨饭棍击打陈氏，陈氏忍着痛挨他的痛打。这时，街市上围观的人渐渐已经挤得像一堵墙了。乞丐又咳出痰和口水来，吐了满满的一把，举向陈氏的嘴边说："吃了它！"陈氏的脸涨得通红，面有难色，但又想起道士嘱咐她不要怕侮辱，就强忍着恶心一口口吞吃下去。只觉得那痰咽到喉咙中，硬得像一团棉絮，格格地响着往下走，聚结在胸口停住了。乞丐又大笑着说："美人爱我呀！"于是起身便走，不再理睬陈氏。陈氏和二郎又尾随他到了庙里，想靠近前去哀求，却找不到他。他们前前后后都搜遍，也毫无踪影，只好又羞愧又气恨地回了家。

naye, akaenda mtaani pamoja na shemeji yake.

Huko mtaani, kweli alikuwepo maskini mmoja mchafu aliyekuwa akitembea huku na huko akiimba kiwendawazimu, huku akichuruzikwa na makamasi kiasi cha lita moja hivi, Ilikuwa vigumu kumkaribia mtu wa namna hiyo kwa jinsi alivyokuwa mchafu. Chen akamwendea kwa magoti na kufika mbele yake. Mwendawazimu alimwuliza kwa kicheko, "Kisura unanipenda?" Chen alimwambia sababu za kumwomba msaada wake. Mwendawazimu alimwuliza tena kwa kicheko, "Kisura unanipenda?" Chen alimwambia sababu za kumwomba msaada wake. Mwendawazimu alimwuliza tena kwa kicheko, "Unaweza kumchagua mwanamume yeyote kuwa mume wako, yanini nimfufue mtu aliyekufa?" Chen alimwomba tena na tena. Mwendawazimu akasema, "Ajabu, unaniomba nimfufue mtu aliyekufa, kwani mimi ni Shetani Mkuu?" Akiwa na ghadhabu tele alimpiga Chen kwa fimbo kama mtu ampigavyo nyoka. Chen alijikaza kisabuni akavumilia mateso hayo.

Mtaani watu waliwasogelea polepole na kuwazunguka kama watu wanaoshuhudia arusi. Mwendawazimu alitema gao moja la mate mkononi, akamsogezea Chen mdomoni huku akisema, "Meza mate haya!" Mara uso wake Chen uliiva kwa aibu, akaonekana mwenye shida. Chen alipoyakumbuka maagizo ya kuhani

【原文】

遂强唼焉。觉入喉中，硬如团絮，格格而下，停结胸间。乞人大笑曰："佳人爱我哉！"遂起，行已不顾。尾之，入于庙中。迫而求之，不知所在。前后冥搜，殊无端兆，惭恨而归。

既悼夫亡之惨，又悔食唾之羞，俯仰哀啼，但愿即死。方欲展血敛尸，家人伫望，无敢近者。陈抱尸收肠，且理且哭。哭极声嘶，顿欲呕，觉鬲中结物，突奔而出，不及回首，已落腔中。惊而视之，乃人心也，在腔中突突犹跃，热

【今译】

　　陈氏回到家里，既哀痛丈夫死得这样悲惨，又悔恨自己舔吃了别人痰唾的羞辱，呼天抢地地哀啼，只求自己立即死去。她想给丈夫抹干血污收殓尸体，但家人都吓得远远地站着，没有人敢靠近。陈氏只好自己抱起王生的尸身，收拾流在肚子外面的肠子，一边清理一边号啕大哭。当她哭到声嘶力竭的时候，顿时觉得想要呕吐，感到聚结在胸腹间的那个硬块，突然从喉咙中涌出，她来不及转过头去，那东西已经一下子落到了王生的胸腔中。陈氏吃惊地一看，竟然是一颗人心，在王生胸腔里突突地跳动着，冒着像烟雾一样的腾腾热气。陈氏大为惊奇，急忙用两手合起王生的胸腔，极力向一起挤合，稍稍一松动，就看见一缕缕的热气从缝隙里冒出来，于是撕开丝绸，急忙把王生的胸腹裹紧。这时，她再用手抚摸尸体，已经觉得渐渐有些温热了，就又给王生盖上一

aliyameza mate yale kwa taabu: Mate yale yalimshuka kama fundo la pamba, mwishowe yakamkwama kifuani. Mwendawazimu alisema kwa kicheko kikubwa, "Kisura huyo ananipenda!" Kisha aliinuka na kuondoka hata bila ya kugeuka nyuma. Kijana mdogo na shemeji yake walimfuata nyuma, walimwona ameingia ndani ya hekalu moja. Basi wakazidi kumfuatia na kutaka kumwomba tena lakini hawakufahamu alikokwenda. Walimtafuta kila mahali, lakini pale hekaluni hakukuwa na sauti yoyote wala dalili ya kuwepo mtu. Hivyo ikambidi Chen arudi nyumbani akiwa na aibu na chuki kubwa.

Chen alimsikitikia sana mumewe aliyekufa kwa uchungu mkubwa, huku akijutia kuaibishwa kama vile. Chen alishindwa kutulia kabisa. Alikesha kulia na alitamani kuyakatiza maisha yake mara moja. Alipofuta damu zilizotapakaa kwenye maiti ya mumewe na kutaka kuiweka kwenye jeneza, watu wa nyumbani walisimama kando na kuangalia tu. Hapakutokea hata mtu mmoja aliyethubutu kusogea mbele. Chen akiwa ameipakata maiti ya mumewe aliyatia matumbo kwenye mahali pake. Alipozoa matumbo hayo, alibubujikwa na machozi. Wakati alipolia kwa uchungu, sauti yake ilimpaa. Ghafla alijisikia kichefuchefu na kutaka kutapika. Mara kitu kilichofanana na fundo la pamba kilitoka nje kwa nguvu, kikamwangukia mumewe kifuani. Watu wote walishikwa na bumbuwazi. Walipoangalia kwa

147

【原文】

气腾蒸如烟然。大异之，急以两手合腔，极力抱挤，少懈，则气氤氲自缝中出，乃裂缯帛急束之。以手抚尸，渐温，覆以衾裯。中夜启视，有鼻息矣。天明，竟活。为言："恍惚若梦，但觉腹隐痛耳。"视破处，痂结如钱，寻愈。

异史氏曰：愚哉世人！明明妖也，而以为美。迷哉愚人！明明忠也，而以为妄。然爱人之色而渔之，妻亦将食人之唾而甘之矣。天道好还，但愚而迷者不寤耳。可哀也夫！

【今译】

床棉被。半夜，她起来探视，发现王生的鼻孔里已经有了些气息。到第二天天亮，王生竟然活过来了。他只说："恍恍惚惚好像做梦一样，只觉得肚子那儿在隐隐作痛。"再一看被抓破的地方，结了个铜钱那么大的硬痂，过了不久，王生就痊愈了。

异史氏说：世界上的人真愚蠢啊！明明是妖怪，他却以为是美女。愚蠢的人也真执迷不悟啊！明明是忠告，他却认为是欺妄。然而，他爱别人的美色而去贪得无厌地猎取，自己的妻子也将会去舔吃别人的痰唾，并把它当成美味。人的善恶，都会按照天理得到相应的回报，只不过又蠢又浑的人始终不悟罢了。真是可哀啊！

makini, wakabaini kuwa ulikuwa ni moyo wa binadamu. Moyo ule ulipapatika kwenye kifua cha maiti, ukiwa umoto na kufuka moshi. Watu wote walistaajabu kwa nguvu; alipoilegeza mikono yake kidogo tu, hewa ikatoka nje kutoka pale penye ufa. Chen akamwambia mtu mmoja amletee kipande cha hariri nyeupe, akamfunga mumewe tumbo barabara. Baadaye alipoipapasa maiti, alisikia ikianza kupata joto taratibu. Akaifunika kwa mfarishi. Usiku wa manane, Chen aliuinua mfarishi taratibu na kuona maiti ikipumua. Kulipopambazuka mumewe kweli alifufuka. Alisema, "Nilikuwa nikiona kizunguzungu kama mtu aotaye ndoto, sasa najisikia maumivu kidogo tu kwenye tumbo." Alipoangalia jeraha lake akaona gaga moja lililokuwa na unene kama ule wa sarafu ya shaba, muda si muda likapona kabisa.

陆判

【原文】

　　陵阳朱尔旦，字小明。性豪放，然素钝，学虽笃，尚未知名。一日，文社众饮，或戏之云："君有豪名，能深夜赴十王殿，负得左廊判官来，众当醵作筵。"盖陵阳有十王

【今译】

　　陵阳有个书生名叫朱尔旦，字小明。他性格豪爽旷达，不过有些愚笨，学习虽然很努力，但是还没有什么声名。一天，文社的朋友们聚会喝酒，有个人对朱尔旦开玩笑说："你不是有豪爽的名声吗，如果敢在深夜里去十王殿，把左廊下的那个判官背来，大家就凑钱宴请你。"原来，陵阳有个冥府十王殿，那里供着的神鬼都是用木头雕刻成的，装饰得栩栩如生。在东边的廊下摆着一个站立状的判官，他那绿色的脸膛，赤红色的胡须，显得面貌格外狰狞凶恶。传说夜里常听到两廊下发出拷打审讯的声音，进这里参观的人往往都觉得毛骨悚然。所以大伙借此来难为朱尔旦。朱尔旦听了，笑着起身，径直往十王殿去了。没坐一会儿，就听到门外大叫道："我请大胡子尊师到了！"众人都忙站起来。顷

HAKIMU LU

Huko Tarafa ya Lingyang, Mkoa wa Anhui, paliishi mtu mmoja aliyeitwa Zhu Erdan, jina lake lingine ni Zhu Xiaoming. Mtu huyo alikuwa shujaa lakini mwenye akili nzito. Ingawa alijitahidi kusoma hakuweza kujulikana kutokana na akili yake iliyopooza.

Siku moja, alipokuwa anakunywa akari pamoja na wenzake wa Chama cha Mashabiki wa Fasihi, mmoja wao alimwambia kwa utani, "Watu wanakusifu kuwa wewe ni shujaa, sasa basi endapo usiku wa manane ukithubutu kwenda kwenye Hekalu la Wafalme Kumi na kumleta hakimu wa jahanamu kutoka katika varanda ya mashariki, kesho tutakuandalia karamu." Huko Tarafa ya Lingyang kulikuwa na Hekalu la Wafalme Kumi ambalo ndani yake mlikuwa na sanamu za Miungu na majini. Sanamu hizo zilizochongwa kwa mbao zilionekana kama hai. Katika varanda ya mashariki kulikuwa na sanamu ya hakimu iliyokuwa na uso wa rangi ya kijani, ndevu nyekundu na sura ya kutisha. Pengine

【原文】

殿，神鬼皆以木雕，妆饰如生。东庑有立判，绿面赤须，貌尤狞恶。或夜闻两廊拷讯声，入者，毛皆森竖。故众以此难朱。朱笑起，径去。居无何，门外大呼曰："我请髯宗师至矣！"众皆起。俄负判入，置几上，奉觞酹之三。众睹之，瑟缩不安于座，仍请负去。朱又把酒灌地，祝曰："门生狂率不文，大宗师谅不为怪。荒舍匪遥，合乘兴来觅饮，幸勿为畛畦。"乃负之去。

【今译】

刻间，朱尔旦背着判官进了屋，把判官放在几案上，举起酒杯，一连向判官敬了三杯。大家看看判官的样子，吓得哆哆嗦嗦，连坐都坐不稳了，于是急忙请朱尔旦再把判官背回去。朱尔旦又把酒洒在地上，恭敬地向神灵祷告："弟子刚才轻率无礼，大宗师想必不会见怪吧。我的家离此不远，理应趁着兴致到我家来喝酒，但愿你不要为人鬼异域所限。"说罢，就背起判官走了。

　　第二天，大家果然请朱尔旦宴饮一番。傍晚，朱尔旦喝得半醉回来，酒瘾未能尽兴，便又点亮灯，自斟自饮。忽然有人掀起帘子走了进来，一看，原来是判官。朱尔旦忙起身说："想来我真是要死到临头了！昨天晚上多有冒犯，今天是来砍头的吧？"判官张开长满浓须的大嘴，微笑着说：

sauti za kuhoji na kuwapiga watu kwa mjeledi zilisikika usiku kutoka katika varanda mbili za mashariki na magharibi. Hivyo hata watu walioingia kwenye hekalu hilo mchana, walihisi nywele zao zikisimama wima kwa hofu. Vijana hao walimjaribu kwa jambo hilo ili kuona kama alikuwa mwoga. Lakini Zhu alicheka na kuinuka alipokuwa amekaa kitini na kwenda moja kwa moja hadi kwenye hekalu hilo. Baada ya muda si mrefu, wenzake walisikia Zhu anapiga kelele akiwa hukohuko nje, "Nimemwalika hakimu mtukufu na amesha fika!" Wao wote walipoinuka, Zhu akawa amesha ingia ndani na sanamu mgongoni, akaiweka juu ya meza, halafu akatoa sadaka kwa kumimina akari mara tatu mbele ya sanamu hiyo. Kushuhudia yote hayo, wenzake walitetemeka vitini mwao, wakahangaika na kumsihi Zhu amrudishe hakimu.

153

Zhu alimwaga kiasi cha akari sakafuni huku akiitolea sanamu sala ifuatayo: "Mimi ni mtu mjinga tu; naomba mtukufu niwie radhi. Familia yangu iko karibu na hapa, wakati wowote ukiwa na raghba ya kuja kwangu utakaribishwa. Nitafurahi kunywa akari pamoja nawe." Kisha alimbeba hakimu na kumrudisha hekaluni.

Siku iliyofuata, kweli marafiki zake walimwandalia karamu. Kutoka karamu ya jioni hiyo Zhu alirejea nyumbani mwake akiwa

【原文】

次日，众果招饮。抵暮，半醉而归，兴未阑，挑灯独酌。忽有人搴帘入，视之，则判官也。朱起曰："意吾殆将死矣！前夕冒渎，今来加斧锧耶？"判启浓髯微笑曰："非也。昨蒙高义相订，夜偶暇，敬践达人之约。"朱大悦，牵衣促坐，自起涤器爇火。判曰："天道温和，可以冷饮。"朱如命，置瓶案上，奔告家人治肴果。妻闻，大骇，戒勿出。朱不听，立俟治具以出。易盏交酬，始询姓氏，曰：

【今译】

"不是的。昨天承蒙盛情相邀，今夜偶然得闲，我是恭敬地来赴你这个达人之约的。"朱尔旦听了非常高兴，拉着判官的衣袖，连忙请判官入座，然后亲自刷洗杯盘，点上烫酒的火。判官说："天气暖和，可以冷饮。"于是朱尔旦不再烫酒，把酒瓶子放在桌子上，然后急忙去告诉家人准备菜肴果品。妻子听后，非常恐惧，嘱咐丈夫不要出去。朱尔旦不听，等妻子准备妥当，便端着出来。他们喝起来后，朱尔旦这才问起判官的姓名，判官说："我姓陆，没有名字。"他们又谈起古代的典籍，判官应答如流。朱尔旦又问："你懂不懂八股文之道？"判官说："美丑好坏都能分辨。阴间读书作文与阳间大略相同。"陆判官的酒量很大，一口气就喝下十大杯。朱尔旦喝了一天的酒，这时醉得挺不住了，趴在

nusu-mlevi. Hata hivyo aliona bado hajaridhika, akawasha kandili na kujisaidia glasi nyingine ya akari. Wakati huo pazia la mianzi lilifunguliwa ghafla, na hakimu akaingia ndani.

"Ahaa! nitakufa leo. Mtukufu, umekuja kukata kichwa changu kwa sababu ya usafihi wangu wa jana usiku?" Zhu alinyanyuka na kusema.

"Si sababu hiyo. Jana usiku ulinialika kukutembelea na sadfa nina wasaa jioni hii, kwa hiyo nimekuja." Hakimu akajibu huku anatenga ndevu zake ndefu na kutabasamu.

Zhu alijawa na ufurufu, akamkaribisha mgeni wake akae kitako, kisha yeye mwenyewe akasafisha glasi na kupasha akari moto. Hakimu alipendekeza, "Leo kuna joto. Bora tunywe akari baridi." Zhu alitii na akaweka chupa juu ya meza, akaenda kuwaarifu watumishi wake watayarishe chakula. Mke wake aliogopa wakati alipopata fununu kuhusu hakimu na akamsihi mume wake asirejee ukumbini; Zhu hakumjali bali alingoja mpaka chakula kilipokuwa tayari kupikwa akarejea pamoja nacho. Zhu na hakimu walikunywa glasi moja baada ya nyingine. Baada ya kitambo, Zhu alimwuliza mgeni jina lake. Hakimu akajibu, "Jina langu la ukoo ni Lu. Sina majina mengine." Halafu walianza kuzungumza mambo ya

155

【原文】

"我陆姓，无名字。"与谈古典，应答如响。问："知制艺否？"曰："妍媸亦颇辨之。阴司诵读，与阳世略同。"陆豪饮，一举十觞。朱因竟日饮，遂不觉玉山倾颓，伏几醺睡。比醒，则残烛昏黄，鬼客已去。

自是三两日辄一来，情益洽，时抵足卧。朱献窗稿，陆辄红勒之，都言不佳。一夜，朱醉，先寝，陆犹自酌。忽醉梦中，觉脏腑微痛，醒而视之，则陆危坐床前，破腔出肠

【今译】

桌子上酣睡起来。等朱尔旦醒过来，只见残灯昏黄，鬼客已经离去。

从此以后，陆判官每隔两三天就来一次，交情更加融洽，有时同床而眠。朱尔旦把文稿拿出给陆判官看，陆判官就操起朱笔批改，说写得都不好。一天夜晚，朱尔旦喝醉了，先睡去，陆判官仍然自斟自饮。朱尔旦在醉梦中，忽然感觉到脏腑内微微疼痛，醒来睁眼一看，陆判官端坐在床前，正给他开膛破肚，一条条整理肠胃。朱尔旦惊呆了，问道："你我远日无仇，近日无怨，为何把我杀了？"陆判官笑着说："莫怕，我是为你换个聪慧之心。"说着从容不迫地把肠子放到腹腔里，然后再把腹部缝合上，最后用裹脚布缠在朱尔旦的腰上。手术完毕，朱尔旦看看床上一点

fasihi, kila mmoja wao akifuatisha madondoo ya mwenzake kama itokeavyo katika sauti na mwangwi. Zhu alimwuliza tena kama alifahamu usanifu. Hakimu Lu alijibu, "Usanifu wa jahanamu si tofauti na wa ulimwengu wa mwanadamu, lakini mimi ninaweza kutofautisha kati ya makala mazuri na mabaya." Huyu hakimu alikuwa mnywaji hodari, kwani aliweza kugugumia glasi kumi za akari mfululizo. Zhu aliyekuwa amekunywa siku nzima alilewa chakari na kulaza kichwa chake juu ya meza akasinzia. Wakati alipozinduka mshumaa ulikuwa umezimika na jua lilikuwa likichomoza, akagundua mgeni wake amesha ondoka.

Kutoka siku hiyo, hakimu alikuwa anakuja kila baada ya siku mbili tatu, na urafiki baina yao ukachukuana zaidi na zaidi. Siku nyingine, hakimu alilala usiku kucha nyumbani mwa Zhu. Zhu alikuwa mara kwa mara anamwonyesha hakimu insha alizoandika. Hakimu alihakiki kwa kalamu nyekundu. Kwa jumla hakimu alizibeua insha zote za Zhu.

Usiku mmoja, Zhu alipokuwa amelewa, alikwenda kulala na kumwacha hakimu aendelee kunywa peke yake. Katika usingizi wenye kuchanganyika na ulevi, alisikia maumivu ya tumbo. Alipozinduka alikuta hakimu ameketi kando ya kitanda chake

157

【原文】

胃，条条整理。愕曰："夙无仇怨，何以见杀？"陆笑曰："勿惧，我为君易慧心耳。"从容纳肠已，复合之，末以裹足布束朱腰。作用毕，视榻上亦无血迹，腹间觉少麻木。见陆置肉块几上，问之。曰："此君心也。作文不快，知君之毛窍塞耳。适在冥间，于千万心中，拣得佳者一枚，为君易之，留此以补阙数。"乃起，掩扉去。天明解视，则创缝已合，有绽而赤者存焉。自是文思大进，过眼不忘。数日，

【今译】

儿血迹也没有，只觉得肚子上有些发麻，看见陆判官把一块肉放在案桌上，便问那是什么。陆判官说："这东西就是你的心。看你作文不敏捷，知道你的心窍堵塞不通。刚才我在阴间，挑出一个聪慧心给你换上了，留下这个拿回去补那个空缺。"说完，陆判官站起身，掩上屋门就走了。天亮以后，朱尔旦解开裹脚布，看看伤口缝合处已经愈合，只有一条红线痕迹。从此以后，朱尔旦文思大进，凡阅读过的典籍，过眼不忘。过了几天，朱尔旦又把自己写的文章给陆判官看。陆判官说："写得可以了。不过你的福气薄，不能大富大贵，也就是中个秀才、举人吧。"朱尔旦问："何时中举？"陆判官说："今年必定考个头名。"不久，朱尔旦科考获得第一，乡试果然中了经魁。朱尔旦的同窗学友平时总

akiwa tayari amekwisha mpasua na anapanga kwa uangalifu viungo vya ndani vya mwili wake.

"Madhara gani nimekufanyia hata unanipasua?" Alipiga kelele Zhu.

"Usiwe na hofu, ninakubadilishia moyo." Hakimu alijibu huku anacheka.

Baada ya kusema maneno hayo, alirudisha polepole viungo vyake vya ndani kila kimoja mahali pake, na alifunga mkato wa tumbo lake, akalizungushia bendeji ya kufungia miguu na kuifunga vizuri kiunoni. Kitandani hapakuchirizikia damu hata tone. Zhu alihisi ganzi nyepesi tu ndani ya tumbo, halafu akaona hakimu anaweka kipande cha nyama juu ya meza, akamwuliza kilikuwa kitu gani. Hakimu alisema, "Huu ndio moyo wako wa asili. Moyo wako haukuwa bora kwa uandishi, kwani vitundu maalumu vilikuwa vimezibwa. Sasa hivi nimekupa moyo bora zaidi ambao niliuchagua kutoka kwenye maelfu ya mioyo ya watu kule jahanamu na sasa ninauchukua moyo wako kwenda kuuweka mahali pa moyo ule niliokupa." Kisha aliondoka, baada ya kutoka nje akashindika mlango.

Asubuhi Zhu alifungua bendeji na kuangalia kiuno chake,

159

【原文】

又出文示陆。陆曰："可矣。但君福薄，不能大显贵，乡、科而已。"问："何时？"曰："今岁必魁。"未几，科试冠军，秋闱果中经元。同社生素揶揄之，及见闱墨，相视而惊，细询始知其异。共求朱先容，愿纳交陆。陆诺之。众大设以待之。更初，陆至，赤髯生动，目炯炯如电。众茫乎无色，齿欲相击，渐引去。

朱乃携陆归饮。既醺，朱曰："涤肠伐胃，受赐已多。

【今译】

爱嘲笑他，等到见到朱尔旦的试卷后，个个目瞪口呆，无不惊异，他们细细打听后，这才了解这桩异事。于是，大家一致请求朱尔旦向陆判官先为介绍，愿意跟陆判官交个朋友。陆判官答应了这件事。大家大摆酒席，等待陆判官到来。一更初，陆判官来到，只见他红色胡须飘动，两目炯炯发光犹如电闪。众人见状，茫茫然失魂落魄，吓得脸无人色，身子发抖，牙齿打颤。时间不长，一个个都退避而去。

朱尔旦拉着陆判官回家喝酒。喝到醉醺醺的时候，朱尔旦说："洗肠剖胃的事，已经蒙受了很大的恩惠。不过还有一件事也想请你帮忙，不知行不行？"陆判官便请朱尔旦尽管说出。朱尔旦说道："心肠可以更换，想必面孔也可以更换吧。我的老婆，她是我的元配妻子，身子长得还不错，

akakuta jeraha la kiunoni limesha pona kabisa, amebaki na mtai mwekundu tu. Kutoka wakati huo alikuwa msomi mwerevu na aligundua kuwa kumbukumbu yake ilikuwa nzuri. Siku chache baadaye, alimwonyesha hakimu insha yake na hakimu aliisifu.

"Lakini mafanikio yako yatafikia kiwango cha kuweza kuwa juren[4] tu na hutaweza kupita kiwango hicho." Hakimu alisema.

"Lini nitaweza kuwa xiucai na juren?" Zhu aliuliza.

"Mwaka huu." Alijibu na kuondoka.

Baada ya muda, kweli Zhu alifaulu na kuwa wa kwanza kwenye mtihani wa kushindania kuwa xiucai, halafu alifaulu na kuwa wa pili katika mtihani wa kushindania kuwa juren. Wenzake waliozoea kumtania na kumkejeli zamani, wakati huo walishangaa walipopata kusoma majibu yake ya mtihani na walipojua jinsi jambo hili lilivyotokea. Walimwomba Zhu amweleze hakimu matakwa yao ya kuonana naye. Hakimu alikubali, na marafiki wa Zhu walifanya matayarisho yote ya kumkaribisha; lakini jioni alipokuja waliogopa baada ya kuona ndevu zake nyekundu na macho yake yaliyong'ara. Walitetemeka huku meno yao yakigongana kwa woga na muda si muda wakaondoka mmoja baada ya mwingine.

161

【原文】

尚有一事欲相烦，不知可否？"陆便请命。朱曰："心肠可易，面目想亦可更。山荆，予结发人，下体颇亦不恶，但头面不甚佳丽。尚欲烦君刀斧，如何？"陆笑曰："诺，容徐图之。"

过数日，半夜来叩关。朱急起延入，烛之，见襟裹一物。诘之，曰："君曩所嘱，向艰物色。适得一美人首，敬报君命。"朱拨视，颈血犹湿。陆立促急入，勿惊禽犬。朱

【今译】

就是头面不怎么好看。我打算麻烦您再施展一下刀斧，可以吗？"陆判官笑着说："好吧，等我慢慢找机会吧。"

过了几天，陆判官半夜里来敲门。朱尔旦急忙起身招呼他进来，拿烛光照去，看见陆判官衣襟中包着一件东西。问是什么，陆判官回答说："您从前嘱托我办的事，一直很难物色到合适的。刚才正好得到一个美女的头，恭敬地来交差来了。"朱尔旦拨开一看，脖颈上的血还湿乎乎的呢。陆判官催促快进入内室，不要惊动了鸡犬。朱尔旦正担心内室的门已经上了闩，陆判官走过去用手一推，门就打开了。他们到了卧室，见夫人正侧着身子睡觉呢。陆判官把美女头交给朱尔旦抱着，自己从皮靴中抽出一把锋利的匕首，然后按着夫人的脖子，像切豆腐一样，一用力脑袋就滚落在枕头旁

Zhu alimchukua hakimu hadi nyumbani kwake na kunywa akari pamoja naye. Wakati akari ilipopanda katika kichwa chake, Zhu akasema, "Mtukufu, ninashukuru kwa ukarimu wako wa kupanga viungo vyangu vya ndani lakini bado kuna jambo jingine ningekuomba unisaidie. Sijui kama utaweza kuniridhisha au la?"

"Jambo gani hilo?" Hakimu alimwuliza.

"Kama unaweza kubadili viungo vya ndani vya mtu, bila shaka pia unaweza kubadili uso, mke wangu hana maungo mabaya lakini sura yake haipendezi. Naomba ujaribu." Zhu alijibu.

"Ningefanya hivyo lakini ingehitaji muda." Hakimu alisema baada ya kucheka.

Baada ya muda, siku moja usiku wa manane hakimu aligonga mlangoni. Zhu aliamka haraka na kumkaribisha ndani, halafu akawasha mshumaa. Ilikuwa dhahiri kuwa hakimu alikuwa na kitu fulani katika koti lake. Kwa kulijibu swali la Zhu, hakimu alisema, "Juzi juzi uliwahi kuniomba nikufanyie jambo moja, nilikutana na taabu nyingi, lakini sasa hivi nimekipata kichwa cha kisura mmoja, na kwa hiyo nimekuja kutekeleza amri yako." Zhu alipofunua koti la hakimu aliona damu ya shingoni bado ikiwa teketeke. Wakati huo, hakimu alisema, "Inatubidi tufanye haraka

163

大中华文库

【原文】

虑门户夜扃，陆至，一手推扉，扉自辟。引至卧室，见夫人侧身眠。陆以头授朱抱之，自于靴中出白刃如匕首，按夫人项，着力如切腐状，迎刃而解，首落枕畔。急于生怀取美人头合项上，详审端正，而后按捺。已而移枕塞肩际，命朱瘗首静所，乃去。朱妻醒，觉颈间微麻，面颊甲错，搓之，得血片，甚骇，呼婢汲盥。婢见面血狼藉，惊绝。濯之，盆水尽赤。举首则面目全非，又骇极。夫人引镜自照，错愕不能

【今译】

边，那真是手起刀落，迎刃而解。陆判官急忙从朱尔旦怀中取过美女的头，合在夫人的脖子上，仔细校正了部位，然后一一按捺合拢。完成之后，判官把枕头塞在夫人肩侧，叫朱尔旦把夫人原来的头埋在一个僻静的地方，然后就走了。朱尔旦的妻子一觉醒来，觉得脖子微微发麻，脸也干涩不平，用手一搓，掉下一些血片，非常害怕，忙叫丫鬟打洗脸水。丫鬟进来，一见夫人脸上血迹斑斑，差点儿吓昏过去。夫人用手洗脸，满盆水变成了红色。当她抬起头来，已然面目全非，丫鬟一看，又是一阵惊怕。夫人拿过镜子自己来照，惊愕万分，不知出了什么变故。这时，朱尔旦进了屋，把事情经过告诉了夫人。他细细端详着夫人，只见长眉延伸到鬓发，面颊上显出一对酒窝，简直像个画里的美人。解开她

na jihadhari tusiamshe kuku au mbwa." Zhu alihofu kuwa labda mlango wa bibi yake umefungwa, lakini hakimu alipoweka mkono juu yake, mlango ulifunguka mara moja. Zhu alimwongoza hadi kitandani alipolala bibiye kwa ubavu. Hakimu alimpa Zhu kichwa ili akishike, halafu akatoa kisu kidogo kilichokuwa na umbo la jambia kwenye buti lake, alimkandamiza kichwa cha bibi wa Zhu, halafu akakata shingo yake kana kwamba alikuwa akikata tikiti-maji na kichwa chake kikaanguka kando ya mto. Alikichukua kile kichwa cha kisura kutoka mikononi mwa Zhu, akakiweka juu ya shingo ya bibi wa Zhu kwa uangalifu na kwa haraka, na akakishindilia ili kishikamane na shingo; halafu alimwegemeza bibi wa Zhu kwa mito iliyokuwa pale kitandani. Baada ya kazi zote kumalizika, alimwambia Zhu kukizika kichwa cha awali cha bibi yake mahali wasipofika watu, kisha akaondoka.

165

Bibi wa Zhu alipozinduka kutoka usingizini tu, mara alihisi ganzi ya ajabu shingoni na mkazo kwenye mashavu yake mawili. Aliweka mkono wake usoni akagusa damu iliyokauka. Alitishika, akamwita kijakazi kumletea maji ya kunawa. Kijakazi pia alitishika baada ya kuona uso wake una damu nyingi. Baada ya kunawa uso, maji ya beseni zima yamekuwa ya rangi nyekundu.

大中华文库

【原文】

自解。朱入告之。因反复细视，则长眉掩鬓，笑靥承颧，画中人也。解领验之，有红线一周，上下肉色，判然而异。

先是，吴侍御有女甚美，未嫁而丧二夫，故十九犹未醮也。上元游十王殿。时游人甚杂，内有无赖贼窥而艳之，遂阴访居里，乘夜梯入。穴寝门，杀一婢于床下，逼女与淫。女力拒声喊，贼怒，亦杀之。吴夫人微闻闹声，呼婢往视，见尸，骇绝。举家尽起，停尸堂上，置首项侧，一门啼号，

【今译】

的衣领验视，果然颈端有一圈红线痕，线痕上下肉色截然不同。

早先，吴侍御有个女儿，长得十分美丽，先后定了两家婚事，都是没能过门，丈夫就死了，所以十九岁了还没有嫁出去。正月十五元宵节那天，她去逛十王殿。当时游人杂乱，其中有个无赖看中了她的美色，便暗中探明了她的居处，趁夜黑人稀，爬梯子跳进她家的院墙。他在小姐寝室门口挖洞钻进去，先在小姐床边杀死一个小丫鬟，接着逼迫小姐想要强奸。小姐拼命抗拒，大声呼喊，无赖急眼了，把小姐也杀了。吴夫人隐约听到喧闹声，叫丫鬟前往查看，丫鬟看见尸首后，惊恐万分。这时全家上下都被惊动起来，大家把小姐的尸体停放在厅堂上，把头安在脖颈旁，一门老少哭

Alipoinua kichwa na mtumishi wake wa kike alipoona sura yake mpya, alikuwa karibu azirai kwa kustaajabu. Bibi wa Zhu alichukua kioo, akajitazama na hata yeye mwenyewe hakuweza kujitambua, akashikwa na bumbuazi mbele ya kioo. Wakati huo mumewe aliingia na kumweleza kilichotokea. Zhu alipomtazama bibi yake kwa makini zaidi, aliona sura yake imekuwa nzuri na ya kupendeza. Nyusi zake ndefu mfano wa upinde zilifikia mapanja ya uso, mashavu yalikuwa na vishimo viwili na alipoangalia shingo yake aliona mtai mwekundu ulioizunguka; rangi ya ngozi juu yake na chini yake ilikuwa tofauti.

Hapo awali katika mkoa huohuo kulikuwa na binti wa inspekta Wu. Alikuwa msichana maridadi, lakini wanaume wawili walikufa kabla ya kumwoa, kwa hivyo mpaka leo hajaolewa ingawa amekuwa na umri wa miaka kumi na tisa. Katika Sikukuu ya Taa msichana huyo alizuru Hekalu la Wafalme Kumi na wakati wa kurudi akafuatwa na jambazi hadi nyumbani kwake. Kufika huko jambazi lile lilivunja mlango wa chumba chake cha kulalia na kuingia ndani, lilimwua kijakazi mmoja aliyekuwa kando ya kitanda, halafu akamlazimisha msichana ajamiiane naye. Msichana alijikinga kwa nguvu na kupiga mayowe. Kwa kuogopa

167

纷腾终夜。诘旦启衾，则身在而失其首。遍挞侍女，谓所守不恪，致葬犬腹。侍御告郡。郡严限捕贼，三月而罪人弗得。

渐有以朱家换头之异闻吴公者。吴疑之，遣媪探诸其家。入见夫人，骇走以告吴公。公视女尸故存，惊疑无以自决，猜朱以左道杀女，往诘朱。朱曰："室人梦易其首，实不解其何故。谓仆杀之，则冤也。"吴不信，讼之。收家

【今译】

哭啼啼，闹腾了一夜。等到清晨，揭开覆盖小姐尸首的被单，发现身子还在，而脑袋却没有了。主人把所有的侍女鞭打了一顿，认为她们守候不严，致使小姐的头颅成了野狗的腹中之物。吴侍御把凶事报告了郡守。郡守严命衙役限期捕贼破案，三个月过去了，凶手仍是没有抓到。

朱家妻子换头的事渐渐传到了吴侍御耳边。吴侍御对此事颇有疑心，便派了一个老妈子去朱家打听。老妈子见了朱夫人，吓得扭头就跑，回到府里报告了吴侍御。吴侍御见女儿的尸体仍然在，又惊又疑，无法自己弄明白，便猜想是朱尔旦会妖术把他的女儿害了，于是到朱家盘问此事。朱尔旦对吴侍御说："我的妻子在梦中被换了头，实在不知道是怎么回事。说是我杀了小姐，真是冤枉。"吴侍御不信，告到

kwamba watu watakuja, jambazi lile lilimwua msichana pia. Kwa kusikia ghasia, mama yake alimwambia kijakazi wake aende kutazama ni jambo gani lilitokea. Kijakazi alipoona maiti ya msichana alibahashika. Baada ya kuisikia habari hiyo kila mtu katika familia hii aliamka. Ndipo hapo waliuchukua mwili wa msichana na kuuweka katika ukumbi pamoja na kichwa chake. Watu wote wa familia hiyo walilia usiku kucha.

Asubuhi ya siku ya pili, wakati walipoondoa shuka zilizofunika maiti, kiwiliwili kilikuweko bali kichwa kilikuwa hakionekani. Walidhani kuwa vijakazi waliolinda maiti hawakuilinda vizuri na kichwa cha msichana kililiwa na mbwa, kwa hivyo waliwapiga vijakazi hao. Mwishowe inspekta Wu alishitaki mwuaji kwa mkuu wa jun[5]. Mkuu huyo alitoa amri kali ya kumkamata mwuaji katika siku chache, lakini miezi mitatu ilipita mwuaji alikuwa bado hajakamatwa.

Baada ya muda, mtu fulani alimwambia bwana Wu habari ya kubadili kichwa iliyotokea katika familia ya Zhu. Bwana Wu alishuku familia hiyo, akamtuma ajuza mmoja kwenda nyumbani kwa Zhu kuuliza habari hiyo; na mara ajuza huyo alitambua sura ya hayati binti wa bwana Wu. Ajuza alirudi kwa haraka na

169

【原文】

人鞫之，一如朱言，郡守不能决。朱归，求计于陆。陆曰："不难，当使伊女自言之。"吴夜梦女曰："儿为苏溪杨大年所贼，无与朱孝廉。彼不艳于其妻，陆判官取儿头与之易之，是儿身死而头生也。愿勿相仇。"醒告夫人，所梦同。乃言于官。问之，果有杨大年，执而械之，遂伏其罪。吴乃诣朱，请见夫人，由此为翁婿。乃以朱妻首合女尸而葬焉。

朱三入礼闱，皆以场规被放，于是灰心仕进。积三十

【今译】

了官府。官府把朱家的所有人口都收审了一遍，口供都和朱尔旦说的一样，郡守断不了这个案子，只好把朱尔旦放了。朱尔旦回来，找到陆判官，请求他出主意。陆判官说："这事不难，我让吴家的女儿自己去说。"当日夜里，吴侍御梦见女儿说："孩儿是被苏溪的杨大年害死的，与朱孝廉没有关系。他曾经嫌妻子不够漂亮，陆判官便拿孩儿的头给他妻子换上了，这是孩儿身子虽死而脑袋还活着的好事。希望不要与朱家结仇。"醒来，吴侍御把梦中事告诉夫人，夫人也做了一个相同的梦。于是，吴侍御把梦中之事告诉了官府。官府查问，果然有杨大年这人，于是捉拿归案，终于使凶手认罪伏法。吴侍御就去拜访朱尔旦，请求与夫人相见，这样一来，两人就结成了翁婿。他们把朱尔旦妻子的头和吴侍御

kumwambia bwana wake habari aliyoona. Bwana Wu ambaye aliona maiti ya binti yake bado ipo ukumbini, hakuweza kusadiki kabisa. Baada ya kuwaza kwa makini akatuhumu kuwa labda Zhu alimwua binti yake kwa uchawi na mara alielekea kwake kumwuliza ukweli wa jambo hilo. Zhu alimwambia kuwa kichwa cha bibi yake kilibadilishwa wakati alipokuwa amelala, na kuwa yeye mwenyewe hakujua chochote kuhusu jambo hilo, akaongeza kuwa ilikuwa si haki kumshtaki kuwa mwuaji. Bwana Wu hakusadiki maneno yake, akachukua hatua za kumshtaki, lakini watumishi wote wa Zhu walipohojiwa mahakamani walieleza ajali hiyo sawa na Zhu alivyoeleza. Mkuu wa jun hakuweza kutanzua tatizo hilo, ilimbidi amwachie huru Zhu. Zhu alirudi nyumbani na bila kukawia alikwenda kwa hakimu kushauriana naye, hakimu alimwambia, "Hakutakuwa na shida, nitamfanya msichana aliyeuawa aseme mwenyewe."

Usiku ule, bwana Wu aliota ndoto kuwa binti yake alikuja na kumwambia, "Niliuawa na Yang Danian wa Mji wa Suxi, bwana Zhu hakufanya jambo hilo, Zhu alimwomba hakimu Lu ampe bibi yake sura nzuri. Hakimu Lu alimpa bibi wa Zhu kichwa changu, na ingawa mwili wangu ulikufa, kichwa changu bado

171

【原文】

年，一夕，陆告曰："君寿不永矣。"问其期，对以五日。"能相救否？"曰："惟天所命，人何能私？且自达人观之，生死一耳，何必生之为乐，死之为悲？"朱以为然。即治衣衾棺椁，既竟，盛服而没。翌日，夫人方扶枢哭，朱忽冉冉自外至。夫人惧，朱曰："我诚鬼，不异生时。虑尔寡母孤儿，殊恋恋耳。"夫人大恸，涕垂膺，朱依依慰解之。夫人曰："古有还魂之说，君既有灵，何不再生？"朱曰：

【今译】

女儿的尸身合在一起埋葬。

朱尔旦曾经三次进京参加礼部会试，都因为违反了考场规定而落榜，于是对考试做官的路子就灰心了。这样过了三十年，有一天晚上，陆判官告诉朱尔旦说："你的寿命不长了。"朱尔旦问期限，陆判官说有五天。朱尔旦问："你能救我吗？"陆判官说："一切都是上天所定，人们怎能凭私愿行事？况且在通达的人看来，生死本是一回事，何必以生为快乐，以死为悲哀呢？"朱尔旦听了，觉得很有道理。于是他去置办临终用的衣服被褥和棺材，当准备就绪后，他就穿着盛服死去了。第二天，夫人正扶着灵枢哭呢，朱尔旦忽然飘飘忽忽地从外面进来。夫人非常害怕，朱尔旦说："我虽然已经是鬼，但与生时没有什么两样。我担心你们孤

kinaishi. Usimchukie Zhu." Wakati bwana Wu alipozinduka alimwambia mke wake ndoto hiyo na kumbe mke wake pia aliota ndoto hiyohiyo. Bwana Wu alimwambia mkuu wa jun habari hizo. Baadaye Yang Danian alikamatwa, akahojiwa na mwishowe alikiri hatia yake. Bwana Wu alikwenda nyumbani mwa Zhu na aliomba kuonana na bibi yake Zhu na tangu hapo Zhu alimtendea bwana Wu kama nüxu (m.y. ni mume wa binti.)

alivyomtendea babamkwe. Kuhusu kile kichwa cha asili cha bibi wa Zhu, nacho baada ya kuunganishwa na mwili wa binti wa bwana Wu, maiti nzima hiyo ilizikwa penye mahali pema.

Baada ya tukio hilo, bwana Zhu alikwenda mji mkuu na kushiriki mitihani mara tatu kwa kusudi la kushindania kuwa jinshi[6], lakini kila mara alishindwa na mwishowe alibwaga moyo na kuacha kabisa jaribio la kujitia katika uwanja wa maofisa.

173

Miaka 30 ilipita, siku moja hakimu akatokea kwake usiku. Hakimu Lu alimwambia Zhu, "Rafiki yangu, hutaweza kuendelea kuishi duniani. Saa yako itafika baada ya siku tano." Zhu alimwuliza kama angeweza kumwokoa na hakimu alijibu, "Amri za Mbingu haziwezi kugeuzwa kufuata azma ya binadamu. Zaidi ya hayo, kwa mtu mwenye akili, uhai na kifo ni kitu kilicho sawa. Kuna haja

【原文】

"天数不可违也。"问："在阴司作何务？"曰："陆判荐我督案务，授有官爵，亦无所苦。"夫人欲再语，朱曰："陆公与我同来，可设酒馔。"趋而出。夫人依言营备，但闻室中笑饮，亮气高声，宛若生前。半夜窥之，窅然已逝。自是三数日辄一来，时而留宿缱绻，家中事就便经纪。子玮方五岁，来辄捉抱，至七八岁则灯下教读。子亦惠，九岁能文，十五入邑庠，竟不知无父也。从此来渐疏，日月至

【今译】

儿寡母的，真是恋恋不舍啊！"夫人听了非常悲痛，不禁痛哭流涕，泪水沾湿了衣襟，朱尔旦温和地安慰劝解着妻子。夫人说："古时候有人死还魂的说法，你既然能够显灵，何不再生？"朱尔旦说："天数不能违背。"夫人又问："你在阴间做什么事呢？"朱尔旦回答说："陆判官推荐我办理文案事务，有官爵，也不受什么苦。"夫人还想再说些什么，朱尔旦说道："陆公跟我一块来的，可以准备些酒菜食物。"说完就快步走出屋去了。夫人依照嘱咐，准备了酒食，只听到屋里欢笑饮酒，声高气壮，宛如生前。到半夜再窥视，屋里空荡荡的，不见二人的踪影了。从此以后，朱尔旦每过三五天就回家一趟，有时还留宿亲昵一番，顺便把家里的事情料理一下。朱尔旦的儿子名玮，刚五岁，他每次来

gani kuufurahia uhai na kukihuzunikia kifo?" Zhu alikubaliana na mawazo yake na alianza kujitayarishia jeneza na sanda; siku yake ilipofika alifariki kikondoo.

Siku ya pili, bibi yake alipokuwa akimwomboleza kwa kuvamia jeneza lake, Zhu aliingia ndani kwa kutumia mlango wa mbele. Bibi yake aliogopa. Zhu alimwambia, "Ingawa sasa mimi ni jini, lakini bado niko sawa na nilipokuwa hai; na ninawafikirieni mjane na mwana mkiwa, kwa hivyo nimekuja." Baada ya kusikia maneno hayo bibi alilia na machozi yaliloesha kifua; wakati wote huo Zhu alikuwa anamliwaza. Bibi yake alimwuliza kazi aliyokuwa akifanya huko ahera, akajibu kuwa hakimu alimpa kazi ya mwandishi wa tarishi, na hakuwa na shida yoyote. Bibi yake alikuwa akitaka kuendelea kumwuliza masuali lakini Zhu alimkatiza akasema, "Hakimu amekuja pamoja nami; tayarisha spiriti na chakula." Halafu alitoka kwa pupa, na bibi yake alifanya kama Zhu alivyomwagiza, akasikia mumewe na hakimu wakicheka kwa sauti kubwa na walikunywa spiriti katika sebule kama zamani. Usiku wa manane alipochungulia ndani, aligundua wote wawili wamesha toweka.

Tangu usiku huo, Zhu alikuwa anarudi safari moja kila baada

175

【原文】

焉而已。

又一夕来，谓夫人曰："今与卿永诀矣。"问："何往？"曰："承帝命为太华卿，行将远赴，事烦途隔，故不能来。"母子持之哭。曰："勿尔！儿已成立，家计尚可存活，岂有百岁不拆之鸾凤耶！"顾子曰："好为人，勿堕父业。十年后一相见耳。"径出门去，于是遂绝。

后玮二十五，举进士，官行人。奉命祭西岳，道经华

【今译】

都要抱一抱，等儿子长到七八岁时，就在灯下教他读书。他的儿子也挺聪明，九岁时就能写文章，十五岁时成为秀才，竟然不知道自己是个失去父亲的孩子。以后，朱尔旦渐渐地回家次数越来越少了，只不过个把月来一次而已。

有一天晚上朱尔旦又来了，他对夫人说："今晚要跟你永别了。"夫人问："去哪里？"他说："接受天帝的任命担任太华卿，即将到远地上任，那里事情繁多而路途遥远，所以不能回来。"母子俩抱着朱尔旦痛哭。朱尔旦安慰夫人说："不要这样！儿子已经长大成人，家里的生计还可以生活下去，哪里有百年不离散的夫妻呢！"又注视着儿子说："好好做人，不要毁了我留下的家业。十年后我们再见一面。"说完，径直走出家门，从此再也没有了踪迹。

ya siku mbili tatu huku akipanga mambo ya familia. Alikuwa mara kwa mara analala nyumbani usiku. Mwana wa Zhu aliyeitwa Zhu Wei alikuwa na umri wa miaka mitano wakati ule. Zhu alipokuja alikuwa akimpakata mara kwa mara mtoto mdogo huyo juu ya paja lake. Wakati Wei alipofikia umri wa miaka minane, Zhu alianza kumfundisha kusoma. Mtoto yule alikuwa mwerevu, wakati alipokuwa na umri wa miaka tisa aliweza kutunga makala. Alipokuwa na umri wa miaka kumi na mitano alianza kujifunza katika shule. Wakati wote huo hakujua kwamba hakuwa na baba. Tangu hapo, ziara za Zhu zikaanza kupunguka polepole, zikawa si zaidi ya mara moja katika mwezi.

Mpaka usiku mmoja alimwambia bibi yake, "hatutaonana tena." Bibi yake alimwuliza, "Unakwenda wapi?" Alisema, "Niliamrishwa na Mfalme wa Mbinguni kuwa ofisa huko Mlima wa Taihua, Wilaya ya Weinan, Mkoa wa Shaanxi na kwa sababu ya kazi nyingi na umbali nisingeweza kuja kuwatembelea tena." Mama na mwanawe walimshika huku wakilia kwa uchungu, lakini akamwambia bibi yake, "Usifanye hivyo! Mtoto sasa amekuwa mtu mzima, na anaweza kutawala mambo ya nyumbani. Mume na mke inawapasa watengane siku fulani." Halafu alimgeukia

【原文】

阴，忽有舆从羽葆，驰冲卤簿。讶之，审视车中人，其父也，下马哭伏道左。父停舆曰："官声好，我目瞑矣。"玮伏不起。朱促舆行，火驰不顾。去数步，回望，解佩刀遣人持赠，遥语曰："佩之当贵。"玮欲追从，见舆马人从，飘忽若风，瞬息不见。痛恨良久。抽刀视之，制极精工，镌字一行，曰："胆欲大而心欲小，智欲圆而行欲方。"

玮后官至司马，生五子，曰沉，曰潜，曰沕，曰浑，曰

【今译】

后来，朱玮二十五岁那年中了进士，官授行人之职。他奉皇上之命去祭祀西岳华山，途经华阴县的时候，忽然间有一队用雉羽装饰车盖的车马，不避出行的仪仗，急速驰来。朱玮很是惊讶，仔细审视车中坐着的人，原来正是他的父亲。他跳下马来，哭着跪伏在道路旁边。朱尔旦停住车子，说道："你的官声很好，我可以瞑目九泉了。"朱玮依然跪伏不起。朱尔旦说完，催促车马起行，飞驰而去。车马跑出一段路，朱尔旦回头望了望，解下身上的佩刀，派随从送给儿子，还远远地对朱玮喊道："带上它，保你富贵。"朱玮想追随父亲，只见车马随从飘忽若风，眨眼之间早已不见了。朱玮痛苦的心情久久不能平复。他抽出佩刀注视，只见佩刀制造非常精致，上面镌刻着一行字："胆欲大而心欲

mwanawe akamwambia,"Uwe mtu mheshimiwa na chukua tahadhari kwa mali zetu. Baada ya miaka kumi tutakutana tena." Baada ya kusema maneno hayo aliagana nao na kwenda zake.

Zhu Wei alipofikia umri wa miaka 25 alikuwa jinshi, na akapewa kazi ya kuendesha matambiko kwenye Mlima wa Taihua. Siku moja, aliposafiri alikutana na gari pamoja na farasi wengi waliokuwa wamechukua watumishi. Alipoangalia kwa uangalifu mtu aliyeketi ndani ya gari, aliona kumbe ni baba yake. Hapohapo Wei alishuka kwenye farasi wake, akapiga magoti ukingoni mwa barabara huku akilia. Kuona vile, baba yake alisimamisha gari na kusema, "Unasifiwa na watu wengi, nimeridhika." Wei alibaki palepale ardhini, hakuinuka; na baba yake aliondoka haraka bila ya kusema chochote zaidi. Lakini alipokwenda mbali kidogo alitazama nyuma na akauchukua upanga na ala yake kutoka kiunoni na kumtuma mfuasi ampe mwanawe upanga ule kuwa zawadi yake huku akisema kwa kupaza sauti, "Ukiwa na upanga huo bila shaka utatajirika." Wei alijaribu kumfuata lakini gari, wafuasi na farasi wote walikuwa wamesha tokomea kwa muda, basi akauchomoa ule upanga kuutazama, nao ulitengenezwa kwa ufundi wa hali ya juu na kwenye upanga huo kuna maandishi

179

【原文】

深。一夕，梦父曰："佩刀宜赠浑也。"从之。浑仕为总宪，有政声。

异史氏曰：断鹤续凫，矫作者妄；移花接木，创始者奇。而况加凿削于肝肠，施刀锥于颈项者哉？陆公者，可谓媸皮裹妍骨矣。明季至今，为岁不远，陵阳陆公犹存乎？尚有灵焉否也？为之执鞭，所忻慕焉。

【今译】

小，智欲圆而行欲方。"

朱玮后来升官当了司马，共生了五个孩子，名字分别叫朱沉、朱潜、朱沕、朱浑、朱深。一天晚上，梦中听到父亲说："佩刀应该送给浑儿。"于是他就把佩刀传给了四儿子朱浑。朱浑后来官至总宪，官声很好。

异史氏说：把仙鹤的腿锯下来接在鸭子的腿上，想达到以长补短的效果，这种人可谓荒唐妄想；把鲜花剪下来移到另一树上进行嫁接，可谓异想天开而富于创造性。何况用斧凿置换人的肝肠，用刀锥改变人的头颈呢！陆判官这个人真可以说是丑陋的外表包藏着美好的风骨了。明末到现在年代不太久远，陵阳的陆判官还在世间吗？还有灵验吗？如果能为他执鞭效力，这是我所高兴而仰慕的。

yaliyosema: "Uwe shujaa na uwe mwangalifu; uwe mwerevu na uwe mwaminifu."

Baadaye Wei alipanda cheo hadi kuwa kamanda na alikuwa na wana watano ambao waliitwa Chen, Qian, Wuu, Hun na Shen. Usiku mmoja, aliota ndoto kuwa baba yake alimwambia upanga ule ampe Hun, alifanya kama alivyoambiwa; na baadaye Hun alikuwa kamanda mkuu mwenye uwezo na sauti.

婴宁

【原文】

王子服，莒之罗店人，早孤。绝惠，十四入泮。母最爱之，寻常不令游郊野。聘萧氏，未嫁而夭，故求凰未就也。会上元，有舅氏子吴生，邀同眺瞩。方至村外，舅家有仆

【今译】

王子服是莒州罗店人，幼年丧父。他绝顶聪明，十四岁就成了秀才。母亲特别疼爱他，平时不叫他到郊野去游玩。给他说了个亲事，姓萧，没嫁过来就死了，所以还是独身。元宵节那天，他舅舅家的孩子吴生，邀请他一块去观景。他们刚出村，舅舅家有仆人追来，把吴生招回去了。王子服见游女如云，便也乘兴独自游玩。有个女郎带着一个小丫鬟，手中拈着一枝梅花，容华绝代，笑容可掬。王子服目不转睛地盯着女郎，竟然忘了顾忌身份。女郎走过去几步，回头对小丫鬟说："看那个儿郎，目光灼灼，跟贼一样！"把梅花扔在地上，跟丫鬟说笑着走开了。

王子服拾起梅花，怅然若失，像丢了魂似的，怏怏不乐

YINGNING

Huko katika Kijiji cha Lodian, Wilaya ya Ju, Mkoa wa Shandong, palikuwa na kijana mmoja aliyeitwa Wang Zifu, ambaye alifiwa na baba yake tangu alipokuwa mdogo. Alikuwa mtoto mwerevu na alikuwa xiucai alipofikia umri wa miaka 14 tu. Mama yake alimpenda na hakumruhusu kwenda mbali kucheza. Kwa kuwa mchumba wake Xiao alikufa, kijana Wang alikuwa bado akitafuta mchumba. Wakati wa kusherehekea Sikukuu ya Taa, mvulana Wu ambaye ni bin wa mjomba wa kijana Wang alimwalika kijana Wang kwenda kutazama shamrashamra. Walipofika nje ya kijiji, mtumishi wa mjomba wa kijana Wang sadfa aliwakuta na kumwambia mvulana Wu kuwa anahitajiwa. Wu alikwenda zake. Wang aliona kuna wasichana wengi ambao ni wazuri, akiwa na hamu kubwa, bali aliendelea kutembea peke yake. Njiani aliona msichana mmoja akifuatana na kijakazi wake. Msichana huyo aliumbika vizuri, uso wake ukiwaka kwa bashasha ya kuvutia,

【原文】

来，招吴去。生见游女如云，乘兴独遨。有女郎携婢，撚梅

花一枝，容华绝代，笑容可掬。生注目不移，竟忘顾忌。

女过去数武，顾婢曰："个儿郎目灼灼似贼！"遗花地

上，笑语自去。

生拾花怅然，神魂丧失，怏怏遂返。至家，藏花枕底，

垂头而睡，不语亦不食。母忧之。醮禳益剧，肌革锐减。医

师诊视，投剂发表，忽忽若迷。母抚问所由，默然不答。适

【今译】

地回家。王子服到家后，把花藏在枕头底下，倒头便睡，不

吃不喝，也不说话。母亲见他这样子很着急。她请和尚道士

设坛驱邪，但王子服病情越来越重，瘦得不像样子。医生给

他把脉诊治，开方下药，发散表邪，而王子服总是迷迷糊糊

的。母亲温柔地询问他究竟是怎么回事，王子服沉默不言。

正值吴生来到，母亲便嘱托他不露声色暗中追查犯病的原

因。吴生走到床前，王子服看见他就哭了。吴生靠近床边安

慰劝解他，细细追问他的心事。王子服全部说了出来，还求

他想办法。吴生笑着说："你也太痴了！这个愿望有什么难

以达到的？我会替你寻找她。她徒步到郊野去玩，说明必定

不是豪门世家。如果未曾许人，事情就好办了；就是已经有

huku mkononi akishika maua ya plamu. Wang alimkodolea macho

bila ya kujali mwiko. Baada ya kumpita Wang hatua kadhaa, huyo

msichana alimwambia kijakazi wake, "Macho ya yule kijana yapo

kama ya mwizi." Halafu msichana huyo alitupa maua yale ardhini

na wakaondoka hali wakicheka na kuzungumza. Wang aliyaokota

yale maua na kusimama pale kana kwamba alipoteza roho, kisha

akarudi nyumbani akiwa na uchungu moyoni. Baada ya kurudi

nyumbani aliweka maua chini ya mto wake na kulala kitandani.

Tangu hapo hakusema neno lolote wala hakula chochote. Mama

yake alikuwa na hangaiko la moyo, ingawa aliomba msaada

kwa waganga na wapiga ramli lakini wote hawakufaulu. Wang

alikonda kwa haraka na kuwa dhaifu kama mkufu. Mama yake

alipomwuliza sababu hakumwambia chochote.

185

Siku moja, sadfa mvulana Wu alikuja kwao. Mama wa

Wang alimwambia Wu kisirisiri aende kumwuliza Wang chanzo

cha jambo hilo. Wang alipomwona Wu alilia kwa jitimai. Wu

akisimama kando ya kitanda cha Wang alimfariji kwanza, halafu

alimwuliza sababu ya kupata ugonjwa huo. Wang alisimulia kisa

chote na kumwomba amsaidie katika jambo hilo. Wu alijibu, "Wewe

【原文】

吴生来，嘱密诘之。吴至榻前，生见之泪下。吴就榻慰解，渐致研诘。生具吐其实，且求谋画。吴笑曰："君意亦复痴！此愿有何难遂？当代访之。徒步于野，必非世家。如其未字，事固谐矣，不然，拚以重赂，计必允遂。但得痊瘳，成事在我。"生闻之，不觉解颐。吴出告母，物色女子居里，而探访既穷，并无踪绪。母大忧，无所为计。然自吴去后，颜顿开，食亦略进。数日，吴复来，生问所谋。吴绐之

【今译】

了人家，咱们豁出去多花些钱，估计也一定能够如愿。只要你病体康复，此事交给我好了。"王子服听了这话，不觉露出笑模样。吴生从王子服那里出来，把情况告诉了王子服的母亲，然后便打听那个女郎的居处。不过，不管如何寻查探访，始终没有找到女郎的踪迹。母亲非常忧虑，但什么办法也没有。自从吴生走后，王子服愁颜顿开，也能稍微吃些东西了。几天后，吴生又来了，王子服问起事情进展如何。吴生骗他说："已经找到了。我以为是谁呢，原来是我姑姑的女儿，也就是你的姨表妹，现在正等着找婆家。虽然是近亲通婚有所禁忌，但实话实说，没个不成的。"王子服喜上眉梢，问道："她住哪里？"吴生瞎编道："住在西南山中，

ni gulagula namna hii! Kutakuwa na shida gani? Nitakwenda kuuliza. Msichana huyo hawezi kuwa mtoto wa ukoo wa nasaba bora, maana alitembea kwa miguu porini. Taraa hajaposwa bila shaka unaweza kumpata. Hata kama hataki, rushwa ya fedha inaweza kumfanya akubali. Usiwe na wayowayo, yote niachie mimi." Baada ya kuyasikia maneno hayo, Wang alitabasamu bila ya kujizuia.

Wu alitoka nje kumwambia mama wa Wang mambo yalivyokuwa, halafu akaenda kudadisi anuani ya yule msichana, lakini jitihada zake zote hazikufua dafu. Ingawa tangu ziara ya Wu uso wa Wang ulikunjuka na hamu yake ya kula chakula iliongezeka, lakini mama wa Wang aliendelea kuwa na kimuyemuye. Siku chache baadaye, Wu aliitwa tena. Wakati wa kujibu swali la Wang alimwambia uwongo kuwa tatizo hili lilitanzuliwa. "Unajua yule msichana ni nani? Naye si mwingine bali ni binti wa mama yangu mkubwa, yaani ni binti wa dadaye mama. Anangoja kuposwa. Ingawa ninyi wawili mko karibu kiukoo, nathubutu kusema, tukimwambia ukweli wa jambo hilo bila shaka atakubali." Wang alifurahi. Aliuliza anaishi wapi. Ili kumridhisha, Wu alimgeresha,

187

【原文】

曰："已得之矣。我以为谁何人，乃我姑氏女，即君姨妹行，今尚待聘。虽内戚有婚姻之嫌，实告之，无不谐者。"生喜溢眉宇，问："居何里？"吴诡曰："西南山中，去此可三十馀里。"生又付嘱再四，吴锐身自任而去。

生由此饮食渐加，日就平复。探视枕底，花虽枯，未便雕落。凝思把玩，如见其人。怪吴不至，折柬招之。吴支托不肯赴召，生恚怒，悒悒不欢。母虑其复病，急为议姻，略

【今译】

离这里约有三十里。"王子服再三嘱托，吴生自告奋勇，满口答应，然后离去了。

此后，王子服饮食逐渐增加，病况也就一天天好起来。他探视枕头底下，梅花虽然干枯了，却还没有凋落。王子服凝神遐想着，摆弄着这枝梅花，就像见到了那个姑娘。王子服怪吴生不来，便写信召唤。吴生支吾推托，不去见面，王子服又气又恨，郁郁寡欢。母亲怕他旧病复发，赶紧替他筹划婚姻大事，但一跟他商议，他就摇头拒绝，一心盼着吴生到来。吴生始终没有音讯，王子服更加怨恨。不过转念一想，三十里路也并非多远，何必非要仰仗别人呢？于是把枯梅放在袖里，赌着气自己前往，家里人都不知晓。

"Anaishi kwenye milima ya kusini-magharibi, umbali wa kilomita kumi na tano hivi toka hapa." Wang alimwomba tena na tena kumsaidia katika jambo hilo. Wu alitoa ahadi kushughulikia kumposea, halafu akaondoka.

Tangu hapo Wang alipona polepole. Wang alichukua maua yaliyokuwa chini ya mto wake na ingawa yalinyauka lakini bado yalikuwa hayajakauka kabisa. Alikuwa akiyachezea mara kwa mara na kila alipoyaona maua yale ilikuwa sawa na kumwona yule msichana. Baada ya siku kadhaa, bila ya Wu kutokea, alimwandikia barua kumwomba aje. Wu alijitetea kuwa ana shughuli nyingine, hivyo hangeweza kuja. Wang alihamaki na kukosa furaha. Mama yake aliogopa asije rudiwa na ugonjwa, alitaka kumposea msichana mwingine kwa haraka; lakini alipozungumza naye jambo hilo, Wang alionesha kutokubali kwa kutingisha kichwa chake. Alikaa kila siku kumngoja Wu bali hakupata habari yoyote. Alimchukia zaidi. Wakati ule, alijiambia kuwa kilomita kumi na tano si mbali na hakuwa na haja kuomba msaada wa mtu mwingine. Basi alificha yale maua ndani ya mkono wa shati lake, akaondoka kisirisiri. Njiani hakukutana na mtu ambaye angeweza kumwuliza njia;

189

【原文】

与商榷，辄摇首不愿，惟日盼吴。吴迄无耗，益怨恨之。转思三十里非遥，何必仰息他人？怀梅袖中，负气自往，而家人不知也。

伶仃独步，无可问程，但望南山行去。约三十馀里，乱山合沓，空翠爽肌，寂无人行，止有鸟道。遥望谷底，丛花乱树中，隐隐有小里落。下山入村，见舍宇无多，皆茅屋，而意甚修雅。北向一家，门前皆丝柳，墙内桃杏尤繁，间以

【今译】

王子服孤身一人，一路上孤零零的，连个问路的人都没遇到，一直向南山走去。走了三十多里地，只见群山叠嶂，翠林爽人，山谷寂静，渺无人烟，只有一条羊肠小道。遥望山谷尽头，在花丛乱树掩映中，隐隐约约有个小村落。下山进村，看到房屋不多，都是茅草搭的小屋，而意境非常幽雅。北面有一家，门前种的都是垂柳，院墙里桃树、杏树尤其繁盛，中间还种着一丛竹林，野鸟在其中鸣叫着。王子服估计这一定是哪家的花园，不敢冒失进去。回头看看对面人家，门前有一块滑洁的大石块，于是就坐在上面休息。一会儿，听到院墙内有个女子拖长声音呼叫小荣，这声音娇细动听。正当他专注倾听之间，有一位女郎由东向西走来，手

hivyo alikwenda moja kwa moja milimani. Baada ya kutembea kiasi cha kilomita kumi na tano hivi, alijikuta katikati ya milima. Alifurahia mandhari ya pale, na pale palikuwa na kijia chembamba lakini hapakuwa na mtu yeyote. Alipotazama bondeni aliona kijiji kimoja kilichofunikwa na miti na maua, akashuka mlimani na kuelekea kwenye kijiji kile. Huko aliona nyumba chache na zote ziliezekwa kwa majani, zilionekana nzuri. Mbele ya mlango wa nyumba moja iliyoelekea kaskazini, kulikuwa na miwillou kadhaa na ndani ya ua kulikuwa na mifyulisi na miaprikoti. Ndege walikuwa wakiimba juu ya matawi na kati ya miti hiyo kulikuwa na mianzi kadhaa. Wang aliwaza kuwa labda kilikuwa ni kitalu cha watu. Hakuthubutu kuingia, akakaa kitako kupumzika juu ya jabali moja laini na safi lililokabiliana na mlango wa nyumba hiyo.

Baada ya muda alisikia sauti ya msichana kutoka ndani ikiita "Xiaorong", nayo ilikuwa sauti nyororo. Alipokuwa akisikiliza kwa makini, mara msichana mmoja alipita akitokea mashariki na kuelekea magharibi, huku akiwa na ua moja la aprikoti mkononi mwake akitaka kulichomeka katika nywele zake kichwani. Msichana yule alipoinua kichwa alimwona Wang hivyo aliacha

191

【原文】

修竹，野鸟格磔其中。意其园亭，不敢遽入。回顾对户，有巨石滑洁，因据坐少憩。俄闻墙内有女子，长呼"小荣"，其声娇细。方伫听间，一女郎由东而西，执杏花一朵，俛首自簪。举头见生，遂不复簪，含笑撚花而入。审视之，即上元途中所遇也。心骤喜。但念无以阶进，欲呼姨氏，顾从无还往，惧有讹误。门内无人可问，坐卧徘徊，自朝至于日昃，盈盈望断，并忘饥渴。时见女子露半面来窥，似讶其不去者。

【今译】

执一朵杏花，低倾着头，正要往头上插。她一抬头看见王子服，便不再戴花，微笑着拈花进去了。王子服仔细打量这个女郎，正是元宵节郊游时所遇到的。他心里惊喜非常，但想到没有借口接近，便打算呼叫姨妈，可是跟姨妈从来没有交往，又怕出差错。院门内无人可问，王子服站也不是，坐也不是，心神不定，走来走去，从早晨一直挨到日落，一心盼着院里有人出来，连饥渴都忘了。这时，那个女郎从门缝里露出半个脸，窥探着王子服，好像奇怪他为何不离开。

忽然有个老太太拄着拐杖出来，对王子服说："你是哪里来的郎君，听说从上午就来了，一至呆到这时。你打算干什么呢？莫非饿了吧？"王子服忙站起身作揖，回答说：

kulichomeka lile ua la mkononi, halafu akitabasamu na kuvingirisha ua lile alikimbilia ndani. Wang alimwangalia kwa makini na kutambua kuwa kumbe alikuwa ndiye yule msichana aliyemkuta katika shamrashamra za Sikukuu ya Taa. Alifurahi, lakini hakuwa na kisingizio chochote cha kuanzisha mazungumzo naye; alitaka kumwita yii yake [Yii hutumika kurejelea dada wa mama au meimei wa mama tu. Maana yake inafanana na mama mdogo.] kwa sauti kubwa ili yii yake aweze kutoka nje, lakini baadaye alihofia moyoni kuwa akikosea kuita atafanyaje, maana kabla ya hapo hakuwahi kuwasiliana na yii yake. Mlangoni hapakuwa na mtu yeyote ambaye aliweza kumsaidia. Hivyo hakutulia hadi jua lilipotua na hata alisahau njaa na kiu. Wakati wote ule alimwona

193

msichana yule akichungulia nje mara kwa mara kutoka mlangoni. Alionekana ana kiherehere kwa kumwona yule mvulana bado yuko pale. Baada ya dakika chache, bikizee mmoja alitoka akiegemea mkongojo wake, akamwuliza, "Kijana, unatoka wapi? Nasikia umekaa hapa tangu asubuhi. Unataka kufanya nini? Huoni njaa?" Wang alisimama kwa haraka, akamwambia kwa heshima kuwa alikuwa akiwatafuta jamaa zake. Bikizee huyo alikuwa

【原文】

忽一老媪扶杖出，顾生曰："何处郎君，闻自辰刻便来，以至于今。意将何为？得勿饥耶？"生急起揖之，答云："将以盼亲。"媪聋聩不闻。又大言之，乃问："贵戚何姓？"生不能答。媪笑曰："奇哉！姓名尚自不知，何亲可探？我视郎君，亦书痴耳。不如从我来，啖以粗粝，家有短榻可卧。待明朝归，询知姓氏，再来探访，不晚也。"生方腹馁思啖，又从此渐近丽人，大喜。从媪入，见门内白石

【今译】

"等着找亲戚呢。"老太太耳聋没听见。王子服又大声说了一遍，这才问道："你的亲戚贵姓？"王子服回答不出来。老太太笑着说："好怪哟！连姓名都不知道，怎么探访亲戚？我看郎君也是个书呆子吧。不如跟我进来，吃点粗茶淡饭，家里有床，可以住上一宿。等到明天回家，打听好姓什么，再来探访不迟。"王子服正饥肠辘辘想吃东西，何况又可以接近那个漂亮姑娘，所以非常高兴。王子服跟着老太太进去，只见门内白石铺路，夹道满是红艳艳的花朵，片片花瓣坠落在台阶上。沿着石板小路往西走，又过一道小门，豆棚花架布满庭中。老太太把王子服请入客厅，只见室内白壁光亮如镜，窗外海棠树的柔枝艳朵探入室中，床上铺盖及桌

kiziwi hakusikia aliyosema, basi Wang alisema mara nyingine kwa sauti kubwa. Bikizee alimwuliza majina ya jamaa zake. Wang alishindwa kumwambia. Bikizee alicheka na kupendekeza, "Ni jambo la ajabu kuwa unatafuta watu huku hujui majina yao. Nafikiri wewe ni nondo wa vitabu. Afadhali uingie ndani ukale chakula kidogo, tutakutayarishia mahali pa kulala, kesho asubuhi rudi kwenu, baada ya kuuliza majina ya watu unaowatafuta, njoo tena." Wakati huo ndipo Wang alipoanza kusikia njaa. Kwa vile alifikiri kuwa akibaki ataweza kumkaribia yule msichana, alikubali kwa furaha na alimfuata bikizee na kuingia wote ndani. Walielekea ndani wakifuata njia moja iliyosakafiwa kwa mawe meupe. Kando ya njia hiyo kulikuwa na maua ya rangi mbalimbali. Baada ya kupita mlango wa pili waliingia katika uwanja uliojaa chanja za mikunde na maua mazuri. Bikizee alimwonyesha Wang chumba kidogo chenye viambaza vyeupe kama vioo. Tawi moja la mtofaa pori lilichomoza ndani kwa kupitia dirishani, kivuli chake kilitua juu ya meza na kitanda. Fanicha zilikuwa nzuri na safi. Walipokaa kitako tu, mara mtu mmoja aliyekuwa nje alichungulia ndani. Bikizee aliita kwa sauti ya juu, "Xiaorong! Tayarisha

195

【原文】

砌路，夹道红花，片片堕阶上。曲折而西，又启一关，豆棚花架满庭中。肃客入舍，粉壁光明如镜，窗外海棠枝朵，探入室中，裀藉几榻，罔不洁泽。甫坐，即有人自窗外隐约相窥。媪唤："小荣！可速作黍。"外有婢子嗷声而应。坐次，具展宗阀。媪曰："郎君外祖，莫姓吴否？"曰："然。"媪惊曰："是吾甥也！尊堂，我妹子。年来以家窭贫，又无三尺男，遂至音问梗塞。甥长成如许，尚不相识。"

【今译】

椅家具都是干干净净。王子服刚坐下，就有人从窗外探头探脑窥视。老太太唤道："小荣，快去做饭！"外边有个丫鬟高声应答。坐了一会儿，他们聊起了家世。老太太说："郎君的外祖家是不是姓吴？"王子服说："是。"老太太惊呼道："你是我的外甥呀！你的母亲就是我的妹子。近年来，因为家里贫穷，又没个男孩子，也就不通音讯。外甥长得这么大了，还不相识呢。"王子服说："这次就是为姨妈而来，匆忙中就忘了姓什么。"老太太说："老身姓秦，没有生过孩子。现在有个女孩子也是庶出的，她母亲改嫁，送给我抚养。人倒聪明，就是少些教导，总是嘻嘻哈哈的不知道发愁。过一会儿，叫她见见你。"

chakula haraka." Mwanamwari mmoja alijibu kutoka nje, "Labeka, nimesikia." Baada ya kukaa kimya kwa nukta chache, Wang alianza kumweleza bikizee habari za kwao.

"Je, jina la ukoo la laoye yako[Laoye hurejelea baba mzaa mama.] ni Wu?" Bikizee alimwuliza Wang.

"Naam."

"Vyema, sikukosea. Mama yako ni meimei yangu[Meimei hurejelea ndugu wa kike aliyezaliwa baada yako.]. Wewe ni waisheng yangu[Waisheng hurejelea bin wa dada au bin wa meimei.] Kwa sababu ya umaskini na sina mtoto wa kiume, kwa hivyo sikuwa na mawasiliano nanyi. Umesha kuwa mtu mzima, mimi bado sijakufahamu."

"Kusudi langu la kuja hapa ndiyo kukutafuta. Nilikuja kwa pupa, kwa hivyo nilisahau jina lako."

"Jina langu la ukoo ni Qin. Sikuzaa mtoto. Ninaishi pamoja na binti mmoja aliyezaliwa na suria wa mume wangu. Baada ya kifo cha mume wangu, mama wa binti huyo aliolewa na mwanamume mwingine na alimwacha binti yake kwangu. Binti huyo ni mwerevu lakini alielimishwa kidogo tu. Baada ya muda,

197

【原文】

生曰："此来即为姨也，匆遽遂忘姓氏。"媪曰："老身秦姓，并无诞育。弱息仅存，亦为庶产，渠母改醮，遗我鞠养。颇亦不钝，但少教训，嬉不知愁。少顷，使来拜识。"

未几，婢子具饭，雏尾盈握。媪劝餐已，婢来敛具。媪曰："唤宁姑来。"婢应去。良久，闻户外隐有笑声。媪又唤曰："婴宁，汝姨兄在此。"户外嗤嗤笑不已。婢推之以入，犹掩其口，笑不可遏。媪瞋目曰："有客在，咤咤

【今译】

不大工夫，丫鬟做好了饭，有肥嫩的小鸡，很是丰盛。老太太不断劝让王子服多吃点。吃过饭，丫鬟进来收拾餐具。老太太说："叫宁姑进来。"丫鬟应声而去。过了好久，听见门外隐隐约约有笑声。老太太又叫道："婴宁，你的姨表哥在这里。"门外仍是嗤嗤笑个不停。丫鬟把婴宁推进来，婴宁还在捂着嘴，笑个不停，不能控制。老太太瞪了她一眼，说道："有客在，还是叽叽嘎嘎的，像个什么样子？"姑娘忍住笑，站在一边，王子服向姑娘作了一个揖。老太太说："这是王郎，你姨妈的儿子。一家人还不相识，这叫外人笑话了。"王子服问道："妹子多大了？"老太太没有听清，王子服又说了一遍，姑娘又笑起来，笑得头都抬不起来了。老太太对王子服说："我说过少教育，这时看出

nitatuma mtu kwenda kumwita aje kuonana nawe na kukusalimu."

Muda si muda, kijakazi alileta chakula ndani ya sinia kubwa ambayo ilijaa vipande vya mikia ya kuku wadogo na vitoweo vingine. Bikizee alimshawishi Wang ale. Baada ya kula chakula kijakazi alikuja kuchukua vyombo. Bikizee alimwamuru, "Mwite Yingning aje."

"Bee! " Kijakazi alikwenda kumwita.

Muda mrefu baadaye, kulikuwa na kicheko cha kipumbavu nje ya mlango. Bikizee alisema, "Yingning, kaka yako yuko hapa." Kisha kilisikika kicheko kikubwa tena. Mpaka kijakazi alipomsukuma Yingning, akaingia. Wakati huo, alikuwa bado akicheka ingawa alifunika mdomo wake kwa mkono wake wa kulia. "Mbona unajichekeshachekesha tu mbele ya mgeni?"Bikizee alisema huku akimkodolea macho. Baada ya hayo, Yingning alijizuia na kusimama wima pale. Wang alimwamkia kwa heshima. Bikizee alisema, "Kijana Wang ni mtoto wa yii yako mdogo. Hujamfahamu mpaka leo, si jambo la kuchekesha watu?" Wang aliuliza umri wa meimei yake lakini bikizee hakusikia swali lake. Wang aliuliza kwa mara nyingine tena. Swali lake lilisababisha

【原文】

叱叱，是何景象？"女忍笑而立，生揖之。媪曰："此王郎，汝姨子。一家尚不相识，可笑人也。"生问："妹子年几何矣？"媪未能解，生又言之，女复笑，不可仰视。媪谓生曰："我言少教诲，此可见矣。年已十六，呆痴裁如婴儿。"生曰："小于甥一岁。"曰："阿甥已十七矣，得非庚午属马者耶？"生首应之。又问："甥妇阿谁？"答云："无之。"曰："如甥才貌，何十七岁犹未聘？婴宁亦

【今译】

来了吧。年纪都十六岁了，傻呆呆的还像个小孩子。"王子服说："比我小一岁。"老太太说："外甥已经十七岁了，大概是庚午年生，属马的吧？"王子服点头答应。老太太又问："外甥媳妇是谁呀？"王子服回答说："还没有呢。"老太太说："像外甥这样的才貌，为何十七岁了还没有定亲呢？婴宁也还没有婆家，你俩倒极为匹配，只可惜姨表兄妹结婚不太好。"王子服没说话，两目只是注视着婴宁，顾不上眨眼旁视。丫鬟对姑娘小声说："看他目光灼灼的，贼样一点没改！"姑娘又是大笑，对丫鬟说："咱们去看看碧桃开没开。"她突然站起来，用袖子掩嘴，迈着细碎快步走出去了。走到门外，才纵声笑起来。老太太也站了起来，招呼

Yingning kucheka mpaka mbavu kukaribia kupasuka. Bikizee alimgeukia Wang na kusema, "Niliwahi kukuambia kwamba alielimishwa kidogo tu. Si umeona sasa? Yingning amesha kuwa na umri wa miaka 16 lakini bado ni mpumbavu kama mtoto mchanga."

"Mimi ni mkubwa kuliko Yingning kwa mwaka mmoja." Wang alisema.

"Oh, umesha kuwa na umri wa miaka 17, ama kweli ulizaliwa katika mwaka wa farasi" Bikizee alimwuliza Wang.

Wang aliitika kwa kuinamisha kichwa.

Bikizee alimwuliza tena, "Mke wako ni nani?"

Wang alijibu "Sijaoa bado."

Bikizee alisema "Wewe ni kijana mwerevu na mzuri, kwa nini umesha fika umri wa miaka 17, bado hujaoa? Yingning pia hajawa na familia ya mume. Laiti msingekuwa na uhusiano wa damu, mngefanywa peya bora ninyi wawili."

Wang hakusema chochote ila alimwangalia Yingning.

"Huyu ndiye yule mwenye macho ya wizi! Bado hajabadili mwenendo wake." Yingning alicheka kirohoroho, akasema hali

【原文】

无姑家，极相匹敌，惜有内亲之嫌。"生无语，目注婴宁，不遑他瞬。婢向女小语云："目灼灼，贼腔未改！"女又大笑，顾婢曰："视碧桃开未？"遽起，以袖掩口，细碎连步而出。至门外，笑声始纵。媪亦起，唤婢襆被，为生安置。曰："阿甥来不易，宜留三五日，迟迟送汝归。如嫌幽闷，舍后有小园，可供消遣，有书可读。"

次日，至舍后，果有园半亩，细草铺毡，杨花糁径，

【今译】

丫鬟收拾床铺，为王子服安排就寝。对王子服说："外甥来一趟不容易，最好住个三五天，慢慢再送你回家。如果嫌屋里憋闷，屋后有个小花园可供消闲，也有书可供阅读。"

第二天，王子服到房后一转，果然有半亩地的园子，细绒绒的小草犹如绿色地毯，杨花点点铺在小径上，园内有草屋三间，四周被花木丛团团围住。他穿过花丛，慢慢走着，只听见树头上有簌簌响声，仰头一看，原来婴宁在树上，看见王子服走来，大笑着，差点掉下来。王子服急忙喊道："不要笑了，小心掉下来！"婴宁一边笑着，一边下树，仍是抑制不住地笑个不停。快要到达地面时，一个失手掉了下来，这时笑声才收住。王子服上去扶她，暗地里掐了一下

akimtazama kijakazi, "Twende tukatazame kama maua ya mifyulisi yamechanua?" Baada ya kusema maneno hayo alinyanyuka ghafla, akaondoka pamoja na kijakazi huku akiziba mdomo kwa mkono wake wa blauzi, mpaka kufika nje kicheko chake kikafifia polepole. Bikizee alinyanyuka pia na akatoa amri kwa kijakazi kumwandalia Wang kitanda, kisha akamwambia Wang, "Ni jambo adimu kwako kuja kwetu. Inafaa ukae hapa kwa siku kadhaa, halafu tutakusindikiza kurudi nyumbani. Ukiona huna furaha, kuna kitalu nyuma ya nyumba ambapo unaweza kujipumzisha na kusoma vitabu."

Kesho yake, Wang alikwenda katika kitalu kilichokuwa na nyasi nyororo za kijani, miti mirefu na maua mazuri. Zaidi ya hayo, kulikuwa na vibanda vitatu. Akijisogeza kati ya maua, Wang alisikia sauti za su-su-su kutoka kwenye mti mmoja. Aliangalia juu, akamwona Yingning ambaye papo hapo alikuwa akicheka hata mbavu zikamwuma na karibu kuanguka. Wang alisema kwa pupa, "Wacha! Wacha! Utaanguka!" Yingning aliteremka huku akicheka bila ya kusita, mpaka alipokaribia ardhi alikosa kushika mti na akaanguka chini. Anguko lake likakatiza kicheko chake.

203

【原文】

有草舍三楹，花木四合其所。穿花小步，闻树头苏苏有声，仰视，则婴宁在上，见生来，狂笑欲堕。生曰："勿尔，堕矣！"女且下且笑，不能自止。方将及地，失手而堕，笑乃止。生扶之，阴捘其腕，女笑又作，倚树不能行，良久乃罢。生俟其笑歇，乃出袖中花示之。女接之曰："枯矣。何留之？"曰："此上元妹子所遗，故存之。"问："存之何意？"曰："以示相爱不忘也。自上元相遇，凝思成疾，自

【今译】

她的手腕，婴宁又笑起来，笑得靠着树迈不开步，许久才停住。王子服待她笑够后，才从袖中掏出梅花给她看。婴宁接过来，说："都枯萎了。为什么还留着它呢？"王子服说："这是元宵节妹子扔下的，所以保存至今。"婴宁问道："留着它有什么用呢？"王子服说："以此表示爱恋不忘啊。自从元宵节相遇，深思得病，原以为性命不保，没想到今天能够目睹妹妹容颜，希望开恩可怜可怜我。"婴宁说："这太不算个事儿了。自家的亲戚有什么舍不得的呢？等兄长走时，就叫个老仆人，把园中的花摘它一大捆，给你背去。"王子服说："妹子是个呆子吗？"婴宁问："因何说是个呆子呢？"王子服说："我不是爱花，而是爱拈花的人。"

Wang alimshika kiwiko chake na kukitomasatomasa. Yingning alianza kucheka kwe-kwe-kwe mpaka alilazimika kuegemea mti mmoja. Ulipita muda mrefu mpaka alipoweza kujikaza asicheke. Wang alingoja hadi alipomaliza kucheka, akatoa yale maua kwenye mkono wa nguo yake na kumpa Yingning.

"Yamekauka. Kwa nini unayahifadhi?" Yingning aliuliza.

"Meimei, ni wewe uliyoyapoteza wakati wa Sikukuu ya Taa, kwa hivyo niliyahifadhi."

"Kusudi lako la kuyahifadhi ni nini?" Yingning alimwuliza.

"Kwa ajili ya kuonesha mapenzi yangu na kuonesha pia kwamba sijakusahau. Tangu siku ile tulipokutana niliumwa kwa kukufikiria. Ni bahati yangu isiyotarajiwa kuweza kukutana nawe leo. Nakuomba unionee huruma."

"Huna haja kusumbuka kwa jambo hili dogo. Siwezi kumfanyia choyo mtu mwingine, sembuse wewe kaka yangu. Wakati utakapoondoka nitaamrisha kijakazi mzee aende kuchuma fungu kubwa la maua akupe."

Wang alisema, "Ama kweli meimei ni zuzu?"

Yingning akauliza, "Nani ni zuzu?"

205

【原文】

分化为异物，不图得见颜色，幸垂怜悯。"女曰："此大细事。至戚何所靳惜？待郎行时，园中花，当唤老奴来，折一巨捆负送之。"生曰："妹子痴耶？""何便是痴？"曰："我非爱花，爱撚花之人耳。"女曰："葭莩之情，爱何待言。"生曰："我所谓爱，非瓜葛之爱，乃夫妻之爱。"女曰："有以异乎？"曰："夜共枕席耳。"女俛思良久，曰："我不惯与生人睡。"语未已，婢潜至，生惶恐遁去。

【今译】

婴宁说："亲戚的情分，爱还用说吗？"王子服说："我所说的爱，并非亲戚之间的爱，而是夫妻之间的那种爱。"婴宁说："这有什么不同吗？"王子服说："夜里要同床共枕呀。"婴宁低着头思考了很久，说："我可不习惯和生人睡觉。"话没说完，丫鬟不声不响地来到，王子服惶恐不安地躲开了。

过了一会儿，王子服与婴宁在老太太的屋里又见面了。老太太问婴宁："你们到哪里去了？"婴宁回答说在园子中一起聊天。老太太又问："饭早就熟了，有什么话没完没了地说这么长时间？"婴宁说："大哥要跟我一块睡觉。"还没等婴宁说完，王子服尴尬极了，急忙用眼睛瞪她，婴宁这才微微一笑，不再说什么。幸好老太太耳聋没听清，依然是

Wang alisema, "Mimi sipendi maua, bali nampenda mtu aliyechuma maua.

"Bila shaka kila mtu anapenda jamaa zake. Huna haja kuniambia jambo hili."

"Sikumaanisha uhusiano wa kawaida bali kuhusu mume na mke."

"Kuna tofauti gani?" Yingning alimwuliza.

"Ehe, mume na mke usiku hulala kwenye kitanda kimoja."

Msichana aliinamisha kichwa huku akifikiri kwa muda halafu akasema, "Sijazoea kulala pamoja na mtu mgeni."

Hapo kijakazi aliingia kimyakimya. Wang alikimbia kwa haraka.

Baada ya kitambo, hao wawili walikutana tena katika ukumbi. Bikizee alimwuliza Yingning, "Mlikwenda wapi?"

Yingning alijibu, "Tulikuwa tukipiga domo katika kitalu."

"Chakula kimekuwa tayari kwa muda mrefu, sidhani kama muda wote huo mlikuwa mkiongea." Bikizee alinuna.

Yingning alisema, "Kaka yangu alitaka kulala pamoja nami."

Wang alitiwa babaiko na alimkonyeza kwa macho ili anyamaze.

【原文】

少时，会母所。母问："何往？"女答以园中共话。媪曰："饭熟已久，有何长言，周遮乃尔？"女曰："大哥欲我共寝。"言未已，生大窘，急目瞪之，女微笑而止。幸媪不闻，犹絮絮究诘，生急以他词掩之。因小语责女，女曰："适此语不应说耶？"生曰："此背人语。"女曰："背他人，岂得背老母？且寝处亦常事，何讳之？"生恨其痴，无术可以悟之。食方竟，家中人捉双卫来寻生。

【今译】

絮絮叨叨盘问不止，王子服忙用别的话遮掩过去。因这事，王子服小声责怪婴宁，婴宁说："难道刚才的话不应该说吗？"王子服说："这是背人的话。"婴宁说："背别人，怎能背老母呢？再说睡觉也是常事，有什么避嫌的？"王子服真是恨她的痴呆，没有办法让她明白。刚吃完饭，王子服家中有人牵了两头毛驴找他来了。

原来，王母见王子服久久没回来，心中开始疑虑，在村中找了个遍，竟然毫无踪影。因此去找吴生打听。吴生想起从前说过的话，所以教人到西南山村去寻找。寻找的人经过几个村子，才到达这里。王子服出门，正好碰上来人，于是进去禀报老太太，还请求带着婴宁一起回去。老太太高

Yingning alitabasamu na aliacha kusema tena. Kwa bahati, bikizee hakusikia maneno yake, aliendelea kuulizauliza maswali yake. Bila kukawia, Wang alifunika jambo lile kwa maneno mengine, kisha alimlaumu Yingning kwa sauti ndogo kuwa alifanya kosa.

"Maneno niliyoyasema sasa hivi hayafai kusemwa?' Msichana aliuliza.

"Maneno hayo yanaweza kusemwa nyuma ya migongo ya watu tu."

"Ninaweza kusema maneno yoyote nyuma ya migongo ya watu wengine, lakini ningewezaje kuficha jambo lolote kwa mama yangu mzee. Licha ya hayo, kulala ni jambo la kawaida, kuna haja gani kutothubutu kusema?"

Wang alifadhaishwa na ujinga wake bali hakuwa na njia ya kumwamsha. Baada ya kumaliza kula, Wang alitoka nje kutembea. Bila kutarajia alikuta watumishi wawili wa mama yake wamekuja kumtafuta wakiwa wameongoza punda wawili. Chanzo cha jambo hili kilikuwa: mama yake alishtuka wakati alipogundua Wang amepotea. Alimtafuta kijijini. Wakati alioshindwa kupata fununu yoyote, alikwenda kwa mvulana Wu kushauriana naye kuhusu

【原文】

先是，母待生久不归，始疑，村中搜觅几遍，竟无踪兆。因往询吴。吴忆曩言，因教于西南山村行觅。凡历数村，始至于此。生出门，适相值，便入告媪，且请偕女同归。媪喜曰："我有志，匪伊朝夕。但残躯不能远涉，得甥携妹子去，识认阿姨，大好！"呼婴宁，宁笑至。媪曰："有何喜，笑辄不辍？若不笑，当为全人。"因怒之以目。乃曰："大哥欲同汝去，可便装束。"又饷家人酒食，始送

【今译】

兴地说："我早有这个想法，也不是一天半天的了。只是我身老体衰不能走远路，外甥能够带着妹子回家去，认识一下姨妈，太好了！"说罢就呼叫婴宁，婴宁笑着来了。老太太说："有什么喜事，笑个没完？如果把这个爱笑的毛病去掉，就是个十全十美的人了。"说着生气地看了她两眼。又接着说："大哥打算带你一同回去，去收拾收拾吧。"老太太又招待王家来人吃了酒菜饭食，才送他们出去，叮嘱婴宁说："你姨妈家田产丰裕，养得起个把闲人。到了那里不必急着回来，稍微学点诗书礼仪，将来也好侍候公婆。顺便麻烦你姨妈，给你找个好丈夫。"王子服和婴宁听罢嘱咐就起程上路。走到山坳，回头看望，依稀还能看到老太太仍然靠着门向北方眺望。

jambo hilo. Wu alikumbuka maneno aliyoyasema kwa kijana Wang. Alishauri ingefaa kwenda kusini-magharibi kumtafuta milimani. Kwa kufuata shauri lake, watumishi walikwenda vijiji vyote vilivyokuwa kando ya njia hiyo. Mwishowe walifika hapa. Wang alipokuwa akitoka nje alikutana na watumishi hao mlangoni. Wang aliingia ndani na kumtafadhalisha bikizee akubali Yingning kwenda kwao pamoja naye. Bikizee alijibu, "Nimekuwa na mawazo hayo si kwa siku moja tu, lakini nimezeeka, siwezi kusafiri masafa marefu. Ni vyema umchukue meimei yako kwenda kwenu na kumjulisha kwa yii yake mdogo." Hivyo bikizee alimwita Yingning, naye alikuja huku akicheka kama kawaida yake. Bikizee alisema, "Kuna furaha gani inayokuchekesha bila ya kusita? Ungekuwa msichana bora usingekuwa unachekacheka ovyo." Hivyo alimkodolea macho kwa hasira, kisha akasema, "Kaka yako anataka kukuchukua kwenda kwao. Sasa uende ukajipambe." Bikizee aliwakaribisha kwa pombe na chakula watumishi waliokuja kutoka ukoo wa Wang, halafu aliwasindikiza wao wote kuanza safari yao. Alimwambia Yingning, "Yii yako mdogo ni tajiri. Anamudu kukukimu. Usiwe na pupa kurudi. Mwenye pupa

211

【原文】

之出曰："姨家田产丰裕，能养冗人。到彼且勿归，小学诗礼，亦好事翁姑。即烦阿姨，为汝择一良匹。"二人遂发。至山坳，回顾，犹依稀见媪倚门北望也。

抵家，母睹妹丽，惊问为谁，生以姨女对。母曰："前吴郎与儿言者，诈也。我未有姊，何以得甥？"问女，女曰："我非母出。父为秦氏，没时，儿在襁中，不能记忆。"母曰："我一姊适秦氏，良确，然姐谢已久，那得复

【今译】

到家后，王母看见有个非常漂亮的姑娘，惊问她是谁，王子服说是姨家的女儿。母亲说："从前吴郎对你说的话，那是骗你的。我没有姐姐，哪里来的外甥女呀？"又询问婴宁，婴宁说："我不是这个母亲生的。我的父亲姓秦，他死时，我还在襁褓中，还不知记事。"王母说："我有一个姐姐嫁给秦家，这是确实的，不过她早就死了，哪能还存在呢？"于是细细询问婴宁母亲的面庞及其皮肤痣疣，都一一符合姐姐的特点，又疑心重重地说："倒是的。不过死了很多年了，怎么能还活着呢？"正疑虑中，吴生来了，婴宁躲进内室。吴生询问了事情经过，久久陷于迷惑不解中，他突然问道："这个姑娘是不是叫婴宁？"王子服答应是，吴生连称怪事。王子服问吴生知道些什么，吴生便说："秦家

hadiriki kula tamu. Na vilevile usiache kujifunza adabu kutoka

kwake ili uweze kuhudumia vizuri bavyaa na mavyaa siku zijazo.

Zaidi ya hayo, ni afadhali umwombe yii yako mdogo kukutafutia

mume mwema na mzuri wa sura." Baada ya kusikiliza maneno

yake hayo Wang na Yingning waliondoka. Walipofikia bonde la

mlima walitazama nyuma na wakaona bikizee bado akiegemea

mlango kuwaangalia.

Walipofika nyumbani mwa Wang, mama wa Wang aliona

msichana mmoja mzuri akifuatana naye, akamwuliza kwa

mshangao huyo msichana ni nani. Wang bila kukawia alimwambia

habari yote.

"Maneno yote aliyowahi kukuambia mvulana Wu yalikuwa

213

uwongo. Sasa sina dada wala meimei, ningewezaje kuwa na

waishengnü? (Waishengnü hutumika kurejelea binti wa dada au

binti wa meimei)" Mama yake alisema.

"Mimi si yule bikizee aliyezaa. Jina la ukoo la baba yangu ni

Qin na aliaga dunia wakati nilipokuwa mtoto mchanga, kwa hivyo

sijui jambo lolote la miaka ile." Yingning alisema.

"Hakika, nilikuwa na dada mmoja aliyeolewa na bwana Qin

【原文】

存？"因审诘面庞、志赘，一一符合。又疑曰："是矣。然亡已多年，何得复存？"疑虑间，吴生至，女避入室。吴询得故，惘然久之，忽曰："此女名婴宁耶？"生然之，吴亟称怪事。问所自知，吴曰："秦家姑去世后，姑丈鳏居，祟于狐，病瘠死。狐生女，名婴宁，绷卧床上，家人皆见之。姑丈殁，狐犹时来。后求天师符黏壁间，狐遂携女去。将勿此耶？"彼此疑参。但闻室中吃吃，皆婴宁笑声。母曰：

【今译】

姑姑去世后，姑父一人在家独居，迷上了狐狸精，后来病死了。狐狸生了个女儿叫婴宁，用席包着放在床上，家里人都看见了。姑夫死后，狐狸还常来。后来请来张天师的符贴在墙壁上，狐狸这才带着婴宁走了。莫非就是她吗？"大家都拿不准地议论着这件事情。只听见内室里婴宁嗤嗤地笑个不停。王母说："这个丫头也太憨了。"吴生希望见见婴宁。王母便进入内室，这时婴宁仍旧憨笑着不管不顾。王母催她出去见客，她这才极力忍住笑，又面对着墙镇静了好一会儿才出来。她出来后，冲吴生刚一拜过，就扭身跑回去了，放声大笑起来。满屋子的女人都被逗笑了。

吴生提出自己前往婴宁家里去看看究竟，顺便替王子服

lakini alikufa miaka mingi iliyopita, anawezaje kuwa hai mpaka sasa, kisha alimwangalia kwa makini Yingning, aliona kweli sura, kiwaa cheusi na chunjua vyote vimeshabihiana kidogo na vya dada yake. Mama wa Wang alisema kwa mshangao, "Angewezaje kuweko duniani mpaka leo ilhali alikufa miaka mingi iliyopita." Hapo ndipo Wu aliingia na Yingning alijificha ndani.

Mvulana Wu aliposikia hadithi hiyo aliduwaa kwa muda mrefu halafu akauliza, "Jina la huyu msichana ni Yingning, sivyo?" Wang alijibu,"Naam!". Wu alikariri kuwa hili ni jambo la ajabu. Kisha Wang alimwuliza Wu jinsi alivyojua jina lake. Wu alijibu, "Baada ya shangazi yangu kufariki dunia, mume-wa-shangazi yangu alirogwa na mbweha. Baada ya muda si mrefu, mume-wa-shangazi yangu pia alikufa. Kabla ya kifo chake mbweha huyo alizaa binti mmoja, ambaye alipewa jina la Yingning. Watu wa ukoo mzima walifahamu jambo hilo. Baada ya mume-wa-shangazi yangu kuaga dunia mbweha hakuacha kuja, mpaka kuhani mmoja wa Kitao alipoalikwa kuja kupunga pepo na kuzindika hirizi mlangoni ndipo mbweha akaondoka daima pamoja na binti yake. Yingning si ndo huyo binti?" Walipokuwa wakikisia hivyo, sauti za vicheko zilisikika kutoka ndani. Mama

215

【原文】

"此女亦太憨生。"吴请面之。母入室，女犹浓笑不顾。母促令出，始极力忍笑，又面壁移时，方出。才一展拜，翻然遽入，放声大笑。满室妇女，为之粲然。

吴请往觇其异，就便执柯。寻至村所，庐舍全无，山花零落而已。吴忆姑葬处，仿佛不远，然坟垅湮没，莫可辨识，诧叹而返。母疑其为鬼，入告吴言，女略无骇意。又吊其无家，亦殊无悲意，孜孜憨笑而已。众莫之测。母令与少

【今译】

说媒。找到那个山村后，发现一间屋舍也没有，只有凋零的落花飘洒在地上。吴生想起姑姑埋葬的地方仿佛就在附近，只是坟头荒没，无法辨认，只好诧异感叹而回。王母听说后，怀疑遇到了鬼，把吴生的话告诉了婴宁，婴宁一点儿也不害怕。又哀怜她无家无靠的，她也毫不伤悲，只是一刻不停地傻笑。大家都捉摸不透。王母叫婴宁和自己的小女儿一同生活起居。婴宁每天早早地来给王母请安，针线活做得精巧绝伦，就是喜欢笑，怎么禁止也禁止不住，不过嬉笑之时风姿嫣然，大笑也不损害她的妩媚，大家都很喜爱她。邻里的妇女姑娘也都争着同她要好交往。

王母选择好吉日良辰，准备让二人拜堂成婚，但是总怕

wa Wang alisema, "Huyu msichana ni bunga." Wu aliomba
kumwona. Mama wa Wang aliingia ndani kumwita, akamwona
Yingning bado anacheka bila ya kujizuia. Mama wa Wang
alimhimiza atoke nje, naye alikabilia ukuta kwa dakika kadhaa
mpaka alipokoma kucheka akatoka nje lakini baada ya kusalimu
tu alikimbilia ndani vuu na kuanza kuangua kicheko tena. Watu
wote wa chumbani walichekeshwa naye.

Wu aliomba kibali cha kwenda mahali alipokaa Yingning
ili kumposea Wang. Wakati alipofika mahali alipoonyeshwa,
nyumba alizokaa Yingning hazikuonekana ila maua ya mlimani
yalitawanyika huku na huko tu. Wu alikumbuka kuwa shangazi
yake alizikwa mahali pasipokuwa mbali na mahali hapo, lakini
hakuliona kaburi lake wala hakuweza kutambua mahali penyewe.
Akiwa hajui la kufanya, ilimbidi arejee. Mama wa Wang alishuku
Yingning alikuwa pepo mbaya. Alipomwambia Yingning maelezo
ya mvulana Wu, Yingning hakuonyesha dalili yoyote ya kushtuka
na alipomwambia kuwa hataweza kuwaona jamaa zake, Yingning
vilevile hakujiwa na huzuni. Alikuwa akicheka kijinga tu. Watu
wote walishangazwa na vitendo vyake hivyo. Mama wa Wang

【原文】

女同寝止。昧爽即来省问，操女红精巧绝伦。但善笑，禁之亦不可止，然笑处嫣然，狂而不损其媚，人皆乐之。邻女少妇，争承迎之。

母择吉将为合卺，而终恐为鬼物。窃于日中窥之，形影殊无少异。至日，使华妆行新妇礼，女笑极不能俯仰，遂罢。生以其憨痴，恐漏泄房中隐事，而女殊密秘，不肯道一语。每值母忧怒，女至，一笑即解。奴婢小过，恐遭鞭楚，

【今译】

婴宁是个鬼物。后来在太阳底下偷偷察看婴宁的身影，与常人无异。到了吉日那天，让婴宁盛装打扮行新娘礼，可是婴宁笑得太厉害不能行礼，只好作罢。王子服由于婴宁又憨又傻，担心她向外人泄漏房中私情，结果她却严守房中隐秘，只字不提。每逢王母忧愁生气时，只要婴宁一到，一笑就能化解。奴婢使女犯了小过错，怕遭到主人的鞭打，就央求婴宁先去王母那里说话，然后犯错的奴婢使女再去投见，这样就可以免去责罚。婴宁爱花成癖，凡是亲戚朋友家有好花，她都搜集个遍，有时连金钗首饰也暗里当出去，用来购买优良品种。几个月后，院里所有地方，包括台阶两旁、茅厕周围都栽满了花。

后院有一架木香，靠近西边邻居家的院墙。婴宁经常爬

alimwandalia kulala pamoja na binti yake mdogo. Asubuhi ya

kila siku Yingning alikuja kumwamkia mama wa Wang. Ushoni

wa Yingning ulikuwa bora; ustadi wake wa kucheka pia ulikuwa

wa kiwango cha juu, hata akicheka namna gani uzuri wake

haukupunguka hata kidogo, kwa hivyo watu wote walimpenda.

Majirani wanawake walifululiza kuja kwake.

Mama wa Wang alichagua siku moja nzuri ya kuwafanyia

harusi, lakini bado alihofu kuwa Yingning ni pepo. Watu wengine

walimwambia kwamba pepo hawana vivuli. Basi alimchunguza

kisirisiri Yingning chini ya jua, akagundua kuwa Yingning alikuwa

sawa na binadamu, yeye vilevile alikuwa na kivuli. Moyo wake

ukatulia.

219

Siku ile ya harusi ilipowadia Yingning alipambwa kwa mavazi

mazuri ya biarusi. Wengine walipomhimiza atekeleze ada za ndoa

kwa kufuata mila ya kijadi. Yingning alicheka tu mpaka akashikilia

mbavu, hivyo watu walimwacha asifuate ada hizo za kijadi. Hapo

awali Wang aliogopa msichana huyo mbumbumbu asingeweza

kuficha siri ya faraghani; kwa bahati alikuwa msiri na hakupata

kutoa siri hadharani. Kila mama wa Wang alipohuzunika au

【原文】

辄求诣母共话，罪婢投见，恒得免。而爱花成癖，物色遍戚党，窃典金钗，购佳种，数月，阶砌藩溷，无非花者。

庭后有木香一架，故邻西家。女每攀登其上，摘供簪玩。母时遇见，辄诃之，女卒不改。一日，西人子见之，凝注倾倒。女不避而笑。西人子谓女意已属，心益荡。女指墙底笑而下，西人子谓示约处，大悦。及昏而往，女果在焉。就而淫之，则阴如锥刺，痛彻于心，大号而踣。细视，

【今译】

到木香花架子上，摘些花插在头上或放在屋里把玩。王母看到时，就要责怪她，她始终不改。一天，西邻家的儿子看到婴宁正在花架子上摘花玩，被她的姿容迷倒了，一个劲儿盯着看。婴宁没有躲避，依然是笑着。西邻子以为婴宁对自己有意，更加心旌扬荡。婴宁用手指指墙根，笑着下去了，西邻子以为那是告诉他约会的地方，非常高兴。黄昏时，西邻子前去指定的地方，婴宁果然在那里。西邻子过去奸淫她，突然感到下身像被锥刺扎了一般，疼痛难忍，禁不住大叫着跌倒了。再一细看，根本不是婴宁，而是横在墙根的一根枯木，下身所接触到的是被雨水泡烂了的一个窟窿。西邻子的父亲听到大叫声，急忙跑过来询问情况，西邻子只是呻吟着不说话。妻子来了，这才如实说了事情经过。点火照亮，只

kukasirika, Yingning akija na kuchekacheka, mavyaa yake mara anajawa na furaha. Vijakazi wakifanya makosa, kwa kuogopa kupigwa kwa mjeledi, walikuwa mara kwa mara wanamwomba Yingning aweko pale wakati walipoitwa na mama wa Wang na kwa njia hiyo waliweza kuepuka adhabu. Yingning alikuwa mraibu wa kupanda maua. Aliomba maua ya kila aina kutoka kwa jamaa na marafiki; hata aliweka rehani kisirisiri mapambo yake ya dhahabu ili kununua maua adimu. Baada ya miezi kadhaa mahali pote pa nyumbani ama karibu na ngazi au kando ya uzio wa michongoma palijaa vijibustani vya maua. Katika kitalu chao kulikuwa na mmea uitwao muxiang[7] ambao chanja yake ilipakana na ukuta wa jirani yao wa magharibi. Yingning alikuwa anaparamia mara kwa mara juu ya chanja yake kuchuma maua. Mama wa Wang alimlaani kwa ukali kila alipomwona akifanya hivyo, ingawaje hakukuwa na matokeo yoyote.

221

Siku moja, Yingning alipokuwa akichuma maua mwana wa jirani alimwona, akamtazama kwa muda mrefu. Yingning hakuondoka bali alimchekea tu, kwa hivyo huyo kijana akawa na ashiki. Yingning aliposhuka kutoka chanjani alionyesha kwa kidole chake

【原文】

非女，则一枯木卧墙边，所接乃水淋窍也。邻父闻声，急奔研问，呻而不言。妻来，始以实告。爇火烛窍，见中有巨蝎，如小蟹然，翁碎木捉杀之。负子至家，半夜寻卒。邻人讼生，讦发婴宁妖异。邑宰素仰生才，稔知其笃行士，谓邻翁讼诬，将杖责之。生为乞免，逐释而出。母谓女曰："憨狂尔尔，早知过喜而伏忧也。邑令神明，幸不牵累，设鹘突官宰，必逮妇女质公堂，我儿何颜见戚里？"女正色，矢不复笑。母

【今译】

见枯木窟窿中有一只大蝎子，像小螃蟹一般大，西邻家老头劈开了木头，捉住蝎子打死了。然后把儿子背回家里，半夜儿子就死了。邻居那家把王子服告了，揭发婴宁妖异作怪。县官平时很钦佩王子服的才学，熟知他是个行为正派的书生，判定邻居老头是诬告，准备杖打处罚。王子服替邻居老头乞求免打，县官这才把他解了绑，赶了出去。事后，王母对婴宁说："看你如此憨傻的样子，早就知道过分的乐呵中隐伏着忧患。幸亏县官明察，这才没有牵累，如果遇上个糊涂的长官，必定会把你抓到公堂上对质，那时我儿还有什么脸面再见亲戚朋友？"婴宁露出一本正经的神态，发誓以后决不再笑。王母说："人哪有不笑的，只不过应该有时有晌

chini ya ukuta huku akitabasamu. Huyo kijana alidhani Yingning

anamwonyeshea mahali pa kuonana, hivyo alichanjamaa. Wakati

wa magharibi alikwenda pale peke yake. Kweli Yingning alikuwepo.

Basi huyo kijana alimjongelea na kumbaka. Punde si punde alihisi

kana kwamba kidude chake kile kilichomwa na sindano hata

maumivu yalimfika moyoni. Alipiga yowe halafu alianguka chini.

Alipotazama kwa uangalifu aligundua kumbe yule si bimdogo

bali ni gogo moja lililooza ambalo limelala kando ya ukuta na

aliloingilia ni tundu lililofanyika kwa kudondokewa na matone ya

mvua. Baba yake aliposikia yowe alikuja halahala na kumwuliza

nini kimetokea, kijana huyo hakusema chochote isipokuwa kulia

tu mpaka mke wake alipomulika gogo lile kwa mwenge wakaona

nge mmoja mkubwa ndani ya tundu ambaye ukubwa wake ulikuwa

kama kaa mdogo. Mzee alipasua gogo na kumpondaponda yule

nge, baadaye akambeba mtoto wake kurejea chumbani. Usiku wa

manane huyo kijana alikata roho. Mzee huyu alimshtaki Wang na

kufichua kwamba Yingning ni zimwi. Hakimu alikipenda kipaji cha

Wang tangu zamani na kujua mwenendo wake ni bora, kwa hivyo

alidhani mzee huyu anamsingizia Wang na alitoa amri kumchapa

223

【原文】

曰："人罔不笑，但须有时。"而女由是竟不复笑，虽故逗，亦终不笑，然竟日未尝有戚容。

一夕，对生零涕。异之。女哽咽曰："曩以相从日浅，言之恐致骇怪。今日察姑及郎，皆过爱无有异心，直告或无妨乎？妾本狐产。母临去，以妾托鬼母，相依十馀年，始有今日。妾又无兄弟，所恃者惟君。老母岑寂山阿，无人怜而合厝之，九泉辄为悼恨。君倘不惜烦费，使地下人消此

【今译】

儿啊。"从此以后，婴宁竟然真的不再笑，就是有人逗她，她也不笑，不过整天也没有悲伤的表情。

一天晚上，婴宁对着王子服一把鼻涕一把眼泪哭起来。王子服很是诧异。婴宁哽咽着说："以前因为一块过日子短，说了恐怕让你们害怕惊怪。现在发现婆婆和你对我都是特别疼爱，没有异心，所以实话相告或许没有什么妨碍吧？我本是狐狸生的。母亲临走的时候，把我托付给鬼母，我们相依生活了十多年，才有今日。我又没有兄弟，所依靠的只有你了。老母在山里独自孤寂吃苦，没有人可怜她给她迁坟合葬，她在九泉之下将遗恨无穷。你如果不怕麻烦和花钱，使地下人消除悲伤痛苦，或许可以使生养女儿的人不再忍心

kwa kiboko. Wang alimwombea msamaha, na kwa hiyo mzee huyo akafukuzwa pale mahakamani. Mama wa Wang alimwambia Yingning, "Wewe ni juha. Tangu zamani nilijua furaha yako ya kupindukia itakuponza. Safari hii kwa bahati hatukuzongwa ndani ya kesi hii, kwa kuwa hakimu ni mtu mwema. Tungekuta hakimu aliyechanganyika tungefikishwa mahakamani kuhojiwa, na mwanangu uso wake angeuweka wapi atakapoonana na jamaa na majirani?" Yingning alionekana kama ana moyo mzito na mara hii hakucheka hata kidogo. Mama wa Wang aliongeza, "Siyo kwamba mtu hawezi kucheka bali lazima acheke katika wakati unaofaa." Tangu wakati huo Yingning aliacha kucheka mutlaki. Hata kama kulikuwa na watu waliomchekesha kwa makusudi, hakupata kucheka hata mara moja. Japo aliacha kucheka kabisa lakini hakuwahi kuonyesha kutofurahi usoni mwake.

225

Jioni moja, alikuja kwa mume wake huku machozi yakimlenga. Mume wake alishangaa. Yingning alisema, "Hapo awali tulipoanza kuishi pamoja, nilihofia kwamba nikiwaambieni ukweli wa mambo mtashtuka, sasa mavyaa na wewe nyote mnanipenda na hamnishuku tena, nikiwaambieni ukweli wa mambo yangu bila ya kuficha

【原文】

怨恫，庶养女者不忍溺弃。"生诺之，然虑坟冢迷于荒草，女但言无虑。刻日，夫妻舆椑而往。女于荒烟错楚中，指示墓处，果得妪尸，肤革犹存。女抚哭哀痛。舁归，寻秦氏墓合葬焉。是夜，生梦妪来称谢，寤而述之。女曰："妾夜见之，嘱勿惊郎君耳。"生恨不邀留。女曰："彼鬼也，生人多，阳气胜，何能久居？"生问小荣，曰："是亦狐，最黠，狐母留以视妾，每摄饵相哺，故德之，常不去心。昨问母，云

【今译】

把女儿溺死和抛弃。"王子服答应了婴宁的要求，只是顾虑荒草中难以找到坟冢，婴宁说这个用不着顾虑。选定日子，夫妻二人用车拉着棺木前往。婴宁在漫山遍野的荒草丛中，指点着坟墓方位，果然找到了老太太的尸体，而尸体尚且完好。婴宁抚尸痛哭起来，后来把老太太的尸体抬回来，又找到秦家的坟地，一起合葬了。这天夜里，王子服梦见老太太前来道谢，醒来后便告诉了婴宁。婴宁说："我夜里也见到了她，还嘱咐她不要惊吓了你。"王子服很遗憾没有请她留下。婴宁说："她是鬼，这里生人多，阳气盛，她怎么能久留？"王子服又问起小荣，婴宁说："她也是狐狸，最机灵了，狐母把她留下照顾我，经常弄吃的东西喂我，她的好处

labda haitaleta matata. Mimi nilizaliwa na mbweha. Wakati mama yangu mzazi alipoagana nami aliniwekea amana kwa mama-ibilisi yangu, yaani yii yako mkubwa. Niliishi pamoja naye zaidi ya miaka 10. Sina ndugu mwingine ila wewe tu; wewe ni mtu pekee ninayeweza kukutegemea. Na sasa mama-ibilisi yangu anaishi peke yake mlimani. Hakuna mtu mwenye huruma wa kuhamisha maiti yake na kuizika ubavu kwa ubavu na kaburi la baba yangu. Bila shaka anaona uchungu huko ahera. Kwa vile wewe si mchoyo wa pesa, ningekuomba ufanye jambo jema hili ili roho ya mama-ibilisi yangu iweze kupumzika kwa amani na siku zijazo watu wa duniani hawatavumilia kuwatosa majini au kuwatupilia mbali watoto wa kike waliozaliwa na masuria." Wang alikubali lakini alihofu hawangeweza kutambua kaburi lake. Yingning alisema kuwa hakuna haja ya kuhangaika juu ya jambo hilo. Siku hiyo Wang na mkewe walikwenda hali wakichukua jeneza moja tupu kwa mkokoteni. Walipofika mlimani Yingning alimwonyesha kaburi la mama-ibilisi yake lililokuwepo katika nyasi. Baada ya kulichimbua waliona maiti ya bikizee bado haijaoza. Yingning alilia kwa uchungu na halafu wakatia maiti ndani ya jeneza na

227

【原文】

已嫁之。"由是岁值寒食，夫妻登秦墓，拜扫无缺。女逾年生一子，在怀抱中，不畏生人，见人辄笑，亦大有母风云。

异史氏曰：观其孜孜憨笑，似全无心肝者；而墙下恶作剧，其黠孰甚焉。至凄恋鬼母，反笑为哭，我婴宁殆隐于笑者矣。窃闻山中有草，名"笑矣乎"，嗅之，则笑不可止。房中植此一种，则合欢、忘忧并无颜色矣。若解语花，正嫌其作态耳。

【今译】

我总是念念不忘。昨天问过鬼母，说小荣已经嫁人了。"从此以后，每年清明，王子服夫妻俩都要登临秦家坟地，拜祭扫墓从不间断。过了一年，婴宁生下一个儿子，这孩子在娘的怀抱中就不怕生人，见人就笑，大有母亲的风度秉性。

异史氏说：看婴宁那憨笑的样子，好像是个没心没肺的；然而看她在墙下使出的恶作剧，也是很狡猾机智的。至于凄切地怀恋鬼母，一反狂笑为痛哭，婴宁大概是用笑来隐藏自己的吧。我听说山中有一种草，名叫"笑矣乎"，人们闻到它，就会笑个不停。如果房里种上这么一株草，那么相比之下，就使合欢和忘忧失去了光彩。至于解语花，它的扭捏作态正是令人讨厌的。

kulipeleka jeneza hadi maziara ya ukoo wa Qin na kulizika pahala palipo sambamba na kaburi la bwana Qin. Usiku huohuo Wang aliota ndoto kuwa yii yake mkubwa alikuja kumshukuru. Alipoamka alimwambia Yingning habari hiyo. Yingning alisema, "Mimi pia nilimwona katika ndoto yangu. Nilimwambia asikuzindue." Wang alimwuliza kwa nini hakumbakiza. Yingning alijibu, "Yeye ni ibilisi, angewezaje kukaa kwa muda mrefu pamoja na binadamu?" Halafu Wang alimwuliza habari za Xiaorong. Mke wake alisema, "Yeye pia alikuwa mbweha. Alikuwa mwerevu mno. Mama-mbweha yangu alimbakiza kunitunza. Alikuwa ananiletea matunda na keki mara kwa mara, kwa hiyo nilikuwa na urafiki mkubwa naye na siwezi kumsahau. Jana usiku nilimwuliza mama-ibilisi, aliniambia kuwa Xiaorong amesha olewa." Baada ya hapo, kila siku ya tambiko ilipofika, Wang na mkewe walikwenda kwenye maziara ya ukoo wa Qin kutoa heshima zao na kuyasafisha. Mwaka mmoja baadaye, Yingning alizaa mtoto wa kiume. Mtoto huyo hakuwa na hofu hata kidogo kwa watu wageni na alipenda kumchekea kila mtu aliyemkuta. Hakika alifanana na mama yake alivyokuwa ujanani.

229

聂小倩

【原文】

宁采臣，浙人，性慷爽，廉隅自重。每对人言："生平无二色。"适赴金华，至北郭，解装兰若。寺中殿塔壮丽，然蓬蒿没人，似绝行踪。东西僧舍，双扉虚掩，惟南一小

【今译】

浙江人宁采臣性格慷慨爽直，品行端方，洁身自好。他常常对人说："平生除了妻子外，不好任何女色。"有一次，他到金华去，走到北门处的一座寺庙解下了行李。这座寺庙殿屋及宝塔都很壮丽，但是庭院里却长满了一人多高的蓬蒿，好像很久没人走动过了。东西两侧的僧舍门扉虚掩着，只有南侧的一间小屋门锁像是新的。再往大殿东角落望去，只见修长的翠竹足有两手合围那么粗，台阶下有个大水池，池中的野莲已经开花。宁采臣很喜欢这里幽静的环境。当时正赶上学政到金华测试秀才，城里客房租金昂贵，他打算留宿在这里，于是一边散步一边等僧人回来。

天色渐晚，有个壮士走来，开了南屋的门。宁采臣连忙

NIE XIAOQIAN

Ning Caichen alikuwa mzaliwa wa Mkoa wa Zhejiang. Naye alikuwa na tabia nzuri na heshima nyingi. Ning mara kwa mara aliwaambia watu kwamba alimpenda mke wake tu na hakuwahi kumpenda mwanamke mwingine yeyote. Siku moja alipokwenda Mji wa Jinhua alipumzika katika hekalu lililokuwepo kaskazini ya mji huo. Ingawa kumbi na hekalu vilikuwa vikionekana vizuri lakini kwenye ua wake yalimea mbayaya na makwekwe mengi marefu zaidi kuliko kimo cha mtu. Hekalu hilo lilionekana halifikiwi na watu mara kwa mara. Milango mikukuu ya vyumba vya mashariki na magharibi ilikuwa imeshindikwa, ila mlango wa chumba kidogo cha kusini tu ndio ulikuwa umefungwa kwa kufuli mpya. Mashariki ya ukumbi wa kaskazini kulikuwa na kichaka cha mianzi minene; ndani ya dimbwi kubwa la maji; maua ya yungiyungi yalikuwa yamechanua. Alipenda mahali penye ukimya akaamua kubaki pale. Kwa kuwa mtihani ulikuwa unafanywa katika mji huo, mtahini mkuu alikuwa amekuja na watahiniwa

231

【原文】

舍，扃键如新。又顾殿东隅，修竹拱把，阶下有巨池，野藕已花。意甚乐其幽杳。会学使按临，城舍价昂，思便留止，遂散步以待僧归。

日暮，有士人来，启南扉。宁趋为礼，且告以意。士人曰："此间无房主，仆亦侨居。能甘荒落，且晚惠教，幸甚。"宁喜，藉藁代床，支板作几，为久客计。是夜，月明高洁，清光似水，二人促膝殿廊，各展姓字。士人自言：

【今译】

赶过去施礼，并告诉他自己打算留宿。壮士说："这里没有房主，我也是借住。你不在乎荒凉，早晚能得到你的指教，当然很好了。"宁采臣很高兴，忙铺干麦秸当作床，支起木板当作桌子，打算住上一些日子。这天夜里，明月高悬，月色皎洁，犹如清水一般，二人在佛殿廊下促膝谈心，各自通名报姓。壮士自我介绍说："我姓燕，字赤霞。"宁采臣猜测他是个赶考的秀才，但听说话的声音，又不像浙江人，于是便问他家乡何处。壮士自己说是秦地人，言语很是坦诚。过了一会儿，彼此也没什么可说的了，便拱手告别，各自回房睡觉。

宁采臣由于新来乍到，很长时间睡不着觉。他听到房屋北边有小声嘀咕的声音，好像有人家。宁采臣便趴在北墙根

walikuwa wengi, hoteli zote zilipanda bei. Hivyo alizurura huku na kule, akingoja mpaka makuhani warudi. Jioni, msomaji mmoja alikuja na kufungua mlango wa kile chumba kidogo cha kusini. Ning alimwendea mbiombio, baada ya kumsalimu alimwambia mawazo yake. Msomaji alimwambia, "Huna haja kuomba kibali cha mtu yeyote, mimi tu ninalala hapa. Kama hujali, nitakaa pamoja nawe katika hekalu hili." Ning alichangamka kwa jambo hili la kupendeza. Alijitengenezea kitanda cha majani na kuweka mbao kama meza ili kukaa hapo kwa muda mrefu zaidi. Usiku ule mwezi ulikuweko juu mbinguni na mbalamwezi ilikuwa safi na angavu kama maji. Waliketi pamoja chini ya varanda ya ukumbi na kuongea ana kwa ana. Kila mtu alimwambia mwenzi wake jina. Msomaji alijijulisha kwa Ning, "Jina langu la ukoo ni Yan na jina langu ni Chixia". Ning alifikiri moyoni kuwa labda yeye ni msomaji aliyekuja hapa kushiriki katika mtihani ila kusikiliza matamshi yake hayakuwa kama lafudhi ya Mkoa wa Zhejiang. Ning alipomwuliza alijibu kuwa alikuja kutoka Mkoa wa Shaanxi. Maneno yake yalikuwa maaminifu na rahisi kufahamika. Maongezi yao yalipokwisha waliagana na kwenda kulala.

233

Ning akiwa ugenini hakuweza kupata usingizi. Ghafla alisikia

【原文】

"燕姓，字赤霞。"宁疑为赴试诸生，而听其音声，殊不类浙。诘之，自言"秦人"。语甚朴诚。既而相对词竭，遂拱别归寝。

宁以新居，久不成寐。闻舍北喁喁，如有家口。起伏北壁石窗下，微窥之。见短墙外一小院落，有妇可四十馀，又一媪衣黯绯，插蓬沓，鲐背龙钟，偶语月下。妇曰："小倩何久不来？"媪云："殆好至矣。"妇曰："将无向姥姥有

【今译】

石窗下，窥视外面的动静。只见短墙外有个小院，院中有个四十多岁的妇女，还有一个老太太，穿着褪了色的红色衣服，头上插着大银梳子，年老体衰，正和那个妇女在月下说话。妇女说："小倩这么久了为何还不来？"老太太说："大概快来了吧。"妇女说："是不是向姥姥您发过怨言呢？"老太太说："没听见什么，不过流露出闷闷不乐的神态。"妇女说："这丫头不要好生待她。"话声未断，有一个十七八岁的姑娘走来，长得艳丽绝伦。老太太笑着说："背地不应该议论人。我俩正念叨，你这小妖精就悄无声息地来了，幸好没有说你的坏话。"又接着说："小娘子真是个画中的美人，假使我是个男人，也会被你勾了魂去。"那个姑娘说："姥姥要不夸我几

ghasia za sauti kutoka kaskazini ya chumba chake. Alinyanyuka kuangalia nje kwa kupitia dirishani. Katika ua mdogo uliokuwa upande mwingine wa ukuta mfupi alimuona bibi mmoja mwenye umri wa miaka 40 hivi pamoja na bikizee mwenye kibiongo aliyevaa gauni jekundu zito na kwenye kichwa alichomeka pambo lenye umbo la kitana kikubwa, nao walikuwa wakizungumza kwenye mbalamwezi.

"Kwa nini Xiaoqian hajaja?" Yule bibi aliuliza.

"Inampasa awe hapa sasa." Bikizee alijibu.

"Alinung'unika mbele yako, sivyo?" Yule bibi aliuliza.

"Hapana," yule bikizee alijibu, "lakini alionekana hana furaha."

"Mtu wa namna hiyo hastahili kutendewa vyema." Yule bibi alisema.

Alipomaliza kusema maneno hayo tu, msichana mmoja mzuri mwenye umri wa miaka 17 hivi alikuja.

"Wacha kumsema mtu nyuma ya mgongo wake." Bikizee alisema huku akitabasamu, kisha akamgeukia yule msichana mzuri na kuongeza, "Tunakutaja na halani wewe mwenyewe unatokea, kwa bahati tulikuwa hatukusema chochote kibaya. Tazama, wewe ni

【原文】

怨言否？"曰："不闻，但意似蹙蹙。"妇曰："婢子不宜好相识！"言未已，有一十七八女子来，仿佛艳绝。嫣笑曰："背地不言人。我两个正谈道小妖婢，悄来无迹响，幸不訾着短处。"又曰："小娘子端好是画中人，遮莫老身是男子，也被摄魂去。"女曰："姥姥不相誉，更阿谁道好？"妇人女子又不知何言。宁意其邻人眷口，寝不复听。又许时，始寂无声。

【今译】

句，还有谁会说我好呢？"后来妇女也跟姑娘说了几句，听不清说的什么。宁采臣估计这几个人都是邻居的家眷，也就回去睡觉，不再听什么。又过了一会儿，这才没有了说话声。

宁采臣刚要睡着，觉得有人进了屋里，急忙起身审视，原来是北院里的那个姑娘，惊问来人用意。那个姑娘笑着说："明月之夜，我睡不着觉，想同你亲热欢好。"宁采臣板着脸严肃地说："你应防备别人的议论，我也害怕别人的闲话。一旦失足，就会丧尽廉耻。"姑娘说："夜里无人知晓。"宁采臣又呵斥她。她徘徊着还想说些什么，宁采臣大声叱道："快走！不然的话，我就喊南屋的人来了。"姑娘畏惧，这才退下。刚走出门，又返回来了，拿出一锭黄金放

mzuri ulioje! Kama ningekuwa mvulana, ningetopea kukupenda."

"Laolao (m.y. ni mama mzaa mama; wakati mwingine kwa ajili ya kuheshimu bikizee yeyote, vilevile huweza kumwita laolao), kama hukunisifu wewe, atanisifu nani?" Msichana huyo alijibu.

Baada ya hapo, yule bibi na msichana huyo walianza kuzungumza. Msomi Ning alidhani wao walikuwa jamaa wa familia ya jirani, hana raghba na maongezi yao, alirudi kulala. Baada ya muda kukawa kimya. Alipokaribia kushikwa na usingizi tu, mara alihisi kama mtu fulani aliingia katika chumba chake, akanyanyuka halahala, akaona ni yule msichana aliyemwona dakika chache zilizopita. alimwuliza kwa mshangao sababu ya kuja kwake.

"Nimeshindwa kupata usingizi usiku huu ulio na mbalamwezi. Nataka kutembea nawe." Msichana alijibu.

"Bora uchukue tahadhari ili usije semwa na wengine, na mimi pia naogopa wengine wasiniseme. Tukifanya kama ulivyosema tutakuwa na aibu ya kuonana na wengine." Ning alijibu kwa ukali.

"Usiku kama huu, wengine hawawezi kujua." Yule msichana alisema.

Ning alimlaumu tena. Yule msichana alirandaranda kama

237

【原文】

　　方将睡去，觉有人至寝所。急起审顾，则北院女子也。惊问之，女笑曰："月夜不寐，愿修燕好。"宁正容曰："卿防物议，我畏人言。略一失足，廉耻道丧。"女云："夜无知者。"宁又咄之。女逡巡若复有词，宁叱："速去！不然，当呼南舍生知。"女惧，乃退。至户外复返，以黄金一铤置褥上。宁掇掷庭墀，曰："非义之物，污吾囊橐！"女惭，出，拾金自言曰："此汉当是铁石。"

【今译】

在褥子上。宁采臣抓起黄金，把它扔到屋外，说道："不义之财，别弄脏了我的囊袋！"这个姑娘惭愧地走出屋，拾起黄金，自言自语说："这个汉子真是铁石一般。"

　　第二天早晨，有个从兰溪来的书生，带着一个仆人来参加考试，住在东厢房，夜里突然暴死。只见他脚心有一个小窟窿眼儿，就像锥子刺的一样，细细地有血渗出。谁也不知道什么缘故。过了一宿，他的仆人也死了，症状完全一样。傍晚时，燕赤霞回来了，宁采臣便去询问他，燕赤霞认为是鬼魅闹事。宁采臣历来就刚直不屈，一点儿也不在意。

　　半夜中，那个姑娘又来了，对宁采臣说："我见过的人多了，没有一个像你这样刚强正直。你实在是个圣贤，

aliyetaka kusema jambo. Ning alimlaani, "Ondoka hapa upesi!
Ama sivyo nitamwita msomaji wa chumba cha kusini aje."
Msichana alihofu na kuondoka chapuchapu. Baada ya kufika nje
ya chumba alirudi tena na kuweka kitandani mwa Ning kipande
cha dhahabu. Ning alikichukua na kukitupa barazani akisema,
"Kitu hiki kisicho halali kitachafua mfuko wangu!" Msichana
aliona haya, akaondoka na alipookota kipande kile cha dhahabu
alijisemea, "Moyo wa mtu huyu ni mgumu kama chuma."

Siku ya pili kulipopambazuka, msomaji mmoja wa Mji wa
Lanxi, Mkoa wa Zhejiang aliyekuja kushiriki katika mtihani alifika
na kukaa katika chumba cha mashariki pamoja na boi wake,
lakini usiku uliofuata wote wawili waliuawa. Kila maiti ya watu
hao ilionekana kuwa na kijitundu kidogo katika unyayo wa mguu
kana kwamba kilichomwa kwa sindano na damu kilitoka nje
kidogo. Hakukuwa na mtu aliyejua nani alifanya mauaji hayo.
Usiku msomaji Yan aliporudi hapa, Ning alimwuliza anafikiriaje
kuhusu jambo hilo. Yan alijibu kuwa ilikuwa kazi ya jini. Ning
alikuwa mtu shupavu, hakulijali hata kidogo. Usiku wa manane
yule msichana alitokea tena akisema, "Nimewahi kuona watu
wengi bali hakukuwa na mmoja aliyekuwa na moyo mgumu kama

239

240

【原文】

诘旦，有兰溪生携一仆来候试，寓于东厢，至夜暴亡。足心有小孔，如锥刺者，细细有血出。俱莫知故。经宿，仆一死，症亦如之。向晚，燕生归，宁质之，燕以为魅。宁素抗直，颇不在意。

宵分，女子复至，谓宁曰："妾阅人多矣，未有刚肠如君者。君诚圣贤，妾不敢欺。小倩，姓聂氏，十八夭殂，葬寺侧，辄被妖物威胁，历役贱务，腆颜向人，实非所乐。今

【今译】

我不敢欺骗你。我名小倩，姓聂，十八岁时夭折，埋葬在寺庙旁边，后被妖精威胁，做这些下贱的事情，不顾羞耻面向众人，实在不是心甘情愿的。现在寺庙中没有能杀的人了，恐怕夜叉要来。"宁采臣害怕，请姑娘想个办法。小倩说："与燕生同室就可以免除灾难。"宁采臣问："你为什么不迷惑燕生呢？"小倩说："他是个奇人，不敢接近。"又问："怎么迷惑人呢？"小倩说："亲昵我的人，我就暗中用锥子扎他的脚心，那时他就会昏迷不知，借此抽他的血供给妖精喝。或者用金钱引诱他，其实那不是真金，而是罗刹鬼的骨头，留下就会被摘走心肝。这两种办法都是用来投其所好的。"宁采臣感谢小倩说出真相，问戒备的时间。小倩讲

wako. Wewe kweli ni mtu mwenye hekima na busara, sithubutu kukufanyia udhalimu. Mimi ninaitwa Xiaoqian, jina langu la ukoo ni Nie. Nilikufa wakati nilipokuwa na umri wa miaka 18 na nilizikwa kando ya hekalu hili, halafu dungumaro alinimiliki na kunilazimisha kuwaroga watu kwa uzuri wangu, lakini nafanya hivyo kinyume na nia yangu. Sasa katika hekalu hili hakuna mtu anayeweza kuuawa. Nachelea dungumaro atakuja kukuua." Ning alishikwa na woga, akamwuliza Xiaoqian nini afanye.

"Lala pamoja na msomaji Yan katika chumba kimoja." Xiaoqian alijibu.

"Kwa nini humrogi msomaji yule?"

"Yeye ni mtu wa ajabu. Sithubutu kumjongelea."

"Unaroga mtu kwa njia gani?"

"Mtu anaponikumbatia ninamchoma kijitundu katika unyayo wake kwa sindano, halafu huyo mtu atapoteza fahamu, na baadaye nachukua damu yake kumpa dungumaro ili ainywe. Njia nyingine ni kutongoza mtu kwa dhahabu, Dhahabu yenyewe ni ya bandia. Kwa kweli ni mfupa wa pepo mbaya. Pindi akipokea dhahabu, moyo na maini vyake vitatolewa. Njia ipi ninatumia, hutegemea hali ilivyo."

241

【原文】

寺中无可杀者，恐当以夜叉来。"宁骇求计。女曰："与燕生同室可免。"问："何不惑燕生？"曰："彼奇人也，不敢近。"问："迷人若何？"曰："狎昵我者，隐以锥刺其足，彼即茫若迷，因摄血以供妖饮。又或以金，非金也，乃罗刹鬼骨，留之能截取人心肝。二者，凡以投时好耳。"宁感谢。问戒备之期，答以明宵。临别泣曰："妾堕玄海，求岸不得。郎君义气干云，必能拔生救苦。倘肯囊妾朽骨，归葬安

【今译】

就在明天晚上。临别时，小倩哭着说："我坠入了地狱之海，找不到岸边。郎君义气冲天，必定能够拔生救苦。如果肯把我的朽骨包起来，送回家安葬，不亚于再生父母。"宁采臣毅然答应下来，于是又问原来埋在哪里。小倩说："只要记住有乌鸦筑巢的那棵白杨树下就是了。"说罢出门，倏然间不见了。

　　第二天，宁采臣怕燕赤霞外出，早早就过去约他来居住的屋子一聚。七八点钟，宁采臣准备好酒菜，请燕赤霞一块儿喝酒，同时注意观察着燕赤霞。宁采臣约请燕赤霞一块住宿，燕赤霞托词自己性情孤僻，喜欢安静而不同意。宁采臣不听，硬是把行李搬了过来。燕赤霞迫不得已，只好把床搬过来一起住了。燕赤霞嘱咐宁采臣说："我知道足下是个

Ning alimshukuru na aliuliza lini dungumaro atakuja. Xiaoqian alijibu, "Kesho usiku." Wakati wa kuagana, Xiaoqian alisema huku akilia, "Nimezama kwenye kina kikubwa cha bahari na siwezi kufika pwani. Wewe ni mwadilifu, bila shaka unaweza kuniokoa. Endapo utaichimbua mifupa yangu na kuizika kwenye mahali palipo salama, basi wema wako utakuwa mkubwa kuliko kuniumba upya." Bila ya kusita Ning alikubali, akamuuliza Xiaoqian mahali alipozikwa.

Xiaoqian alijibu, "Kumbuka, ni kwenye mpoplari ambao juu yake kuna kiota cha kunguru."

Baada ya kusema maneno hayo, Xiaoqian alitoka mlangoni na kuyoyoma.

Siku iliyofuata, Ning alihofu kuwa msomaji Yan labda angekwenda mahali pengine; basi alikwenda mapema kumwalika. Jioni ilipofika, Ning alimwandalia tembo na chakula; baada ya kunywa tembo na kula chakula, aliomba kulala katika chumba cha Yan usiku huu. Msomaji Yan alikataa kwa hoja ya kupenda kulala peke yake. Ning hakumsikiliza, alichukua vitu vyake vyote vya kitandani na kuvipeleka chumbani kwake. Msomaji Yan hakuwa na la kufanya ila kukubali tu. Kabla ya kulala alimwonya

243

【原文】

宅，不啻再造。"宁毅然诺之。因问葬处，曰："但记取白杨之上，有乌巢者是也。"言已出门，纷然而灭。

明日，恐燕他出，早诣邀致，辰后具酒馔，留意察燕。既约同宿，辞以性癖耽寂。宁不听，强携卧具来。燕不得已，移榻从之。嘱曰："仆知足下丈夫，倾风良切。要有微衷，难以遽白。幸勿翻窥箧襆，违之，两俱不利。"宁谨受教。

既而各寝。燕以箱箧置窗上，就枕移时，齁如雷吼，

【今译】

大丈夫，很是倾慕你的风度。不过我有些心里话，一时不便说明。请你千万不要翻弄察看箱匣里包着的东西，违背我的话，对你我都没有好处。"宁采臣恭谨听命。

不久，各自睡觉。燕赤霞把小箱子放在窗台上，躺下不大工夫，就鼾声如雷，宁采臣却睡不着觉。快到一更天时，窗外隐隐约约有个人影。不一会儿，走近窗前来窥视，目光忽闪忽闪的。宁采臣害怕，刚想要呼叫燕赤霞，突然间有一个东西冲破箱子飞出去，晶光闪闪犹如一匹白色绸子，把窗户上的石棂子都撞折了，忽然一射，马上又收回来，宛如电闪那样快。燕赤霞觉察有动静便起身了，宁采臣假装睡觉，暗中却在观察着。只见燕赤霞捧着小箱子查看，他从小

Ning, "Najua wewe ni msomi mwaminifu na ninakuheshimu lakini mpaka sasa sijaweza kukuambia ukweli wa mambo yote. Nakushauri usipeleleze sanduku langu, ama sivyo linaweza kuwa jambo baya kwetu sote wawili." Ning aliahidi kufanya kama alivyoambiwa, kisha akajilaza kitandani. Msomaji Yan aliweka sanduku lake juu ya ubao ulio chini ya dirisha, halafu na yeye akapanda kitandani pia, muda si muda akaanza kukoroma kwa sauti kubwa. Ning mwenyewe hakuweza kushikwa na usingizi. Baada ya muda, aliona nje ya chumba kikijongea kivuli kimoja cha mtu, halafu kikakaribia dirishani na kuchungulia ndani, macho yake yaling'ara kama taa. Ning alifadhaika. Alipotaka kumwita Yan ghafla kitu fulani kilichokuwa kama kipande cha hariri nyeupe kilizukia nje kutoka sandukuni, kikavunja fremu ya dirisha iliyotengenezwa kwa kutumia jiwe na kikarudia ndani halahala kama umeme. Yan alisikia ghasia hiyo na akaamka. Muda wote huo Ning alijifanya amelala ili achunguze nini kitatokea. Yan alifungua lile sanduku na kutoa kitu fulani ambacho alinusa na kukiangalia chini ya mbalamwezi. Kitu hicho kilikuwa cheupe kama kristali, kilikuwa na urefu wa inchi mbili, upana wake ni kama ukindu. Kisha alikifunga kwa makini na kukiweka mlemle

245

【原文】

宁不能寐。近一更许，窗外隐隐有人影。俄而近窗来窥，目光睒闪。宁惧，方欲呼燕，忽有物裂箧而出，耀若匹练，触折窗上石棂，欻然一射，即遽敛入，宛如电灭。燕觉而起，宁伪睡以觇之。燕捧箧检征，取一物，对月嗅视，白光晶莹，长可二寸，径韭叶许。已而数重包固，仍置破箧中，自语曰："何物老魅，直尔大胆，致坏箧子。"遂复卧。宁大奇之，因起问之，且以所见告。燕曰："既相知爱，何敢

【今译】

箱子中取出一件东西，对着月光又是闻又是看，只见它晶莹闪亮，长有二寸，宽如韭叶。查看过后，再把它包起来，足足包裹了好几层，仍然放回已经破了的小箱子内，自言自语说："什么老鬼魅，如此大胆，居然把我的小箱子都弄坏了。"而后又躺下睡觉。宁采臣非常惊奇，便起来询问这是怎么回事，还把自己所见到的情况告诉了燕赤霞。燕赤霞说："我们既然彼此相好，我怎敢深藏不说呢。我是个剑客。如果不是石窗棂，妖精早就死了，不过它也受伤了。"宁采臣问："包的那是什么东西？"燕赤霞说："是剑。刚才闻了闻，有妖气。"宁采臣想看看，燕赤霞很痛快地拿出来给他看，只见是一把荧荧发光的小剑。于是宁采臣对燕赤

ndani ya sanduku lile kukuu. Alijisemea, "Ni dungumaro mzee wa namna gani huyo hata athubutu kushindana na upanga wangu." Kusema hivyo akarejea kitandani. Ning alishangaa. Aliamka na kumwuliza nini kilitokea, hali kadhalika alimwambia Yan yote aliyoyaona.

"Kwa kuwa wewe na mimi tumekuwa marafiki wakubwa, siwezi kuficha jambo hilo. Ukweli wa jambo hili ni kuwa mimi ni mwanaupanga. Kama si fremu ile ya jiwe, dungumaro huyo angalikufa, juu ya hivyo alijeruhiwa vibaya." Yan alisema.

"Kilikuwa kitu gani ulichotia ndani?" Ning alimwuliza.

"Kilikuwa upanga. Juu yake nilipata kunusa harufu ya dungumaro."

Ning aliomba kuuangalia. Yan alitoa ile silaha. Ulikuwa upanga mdogo unaong'ara. Kutoka wakati huo, Ning alianza kumheshimu rafiki yake kuliko hapo awali.

Siku iliyofuata aliona alama za damu nje ya dirisha. Halafu alitoka nje ya hekalu na kuelekea kaskazini; pale kwenye makaburi aligundua ule mpoplari ambao juu yake kulikuwa na kiota cha kunguru. Baada ya kutimiza kazi yake, Ning alijitayarisha kurudi nyumbani. Mwanaupanga alimwandalia karamu ya kuagana. Zaidi

247

【原文】

深隐。我，剑客也。若非石椟，妖当立毙，虽然，亦伤。"问："所缄何物？"曰："剑也。适嗅之，有妖气。"宁欲观之，慨出相示，荧荧然一小剑也。于是益厚重燕。

明日，视窗外，有血迹。遂出寺北，见荒坟累累，果有白杨，乌巢其颠。迨营谋既就，趣装欲归。燕生设祖帐，情义殷渥。以破革囊赠宁，曰："此剑袋也，宝藏可远魑魅。"宁欲从授其术。曰："如君信义刚直，可以为此。然

【今译】

霞更加尊重敬爱了。

第二天，宁采臣看到窗外有血迹。他出了寺庙向北走去，只见荒坟累累，一座坟堆中果然长着一棵白杨，杨树梢上有个乌鸦窝。宁采臣等心中打好主意后，就收拾行李，准备回去。燕赤霞设酒饯行，情义很是深厚。他拿出一个破了的皮袋子送给宁采臣，说："这是个剑袋，要珍藏好，可以远避鬼魅邪魔。"宁采臣想跟他学剑术。他说："像你这样的讲信义，又刚正直爽，是可以当个剑客的。不过，你是富贵中人，不是这道中的人。"宁采臣假托有个妹子埋在这里，挖出尸骨，用衣被包裹好，便租只小船回去了。

宁采臣的住室临近郊野，于是把坟墓安置在房宅外，埋

ya hayo, alimtunukia uo mkukuu uliotengnezwa kwa kutumia ngozi ya mnyama, akasema, "Uo huu ulikuwa wa kuwekea upanga. Uuhifadhi vizuri. Ukiwa nao, majini wote wabaya hawatathubutu kukukaribia." Ning alitaka kujifunza ufundi wa Yan, Mwanaupanga Yan alimwambia, "Ningeweza kukufundisha ufundi wangu kwa urahisi kutokana na uadilifu wako, lakini wewe ni mtu uliyeko katika utajiri, na si mtu wa njia yetu." Baada ya hapo, Ning alivunga kuwa ana meimei mmoja ambaye alizikwa hapa karibuni.

Siku ifuatayo, Ning alikwenda kuichimbua mifupa ya Xiaoqian na kuifunga kwa nguo yake, baadaye alirejea nyumbani kwake kwa kupanda mashua.

Chumba cha kusomea cha Ning huko kwao kilielekea porini. Aliizika mifupa ya Xiaoqian karibu na chumba hicho, akatoa sadaka na kuanza kusali kwa maneno yafuatayo:

"Kwa kuionea huruma roho yako ya ukiwa nimeizika mifupa yako karibu na chumba changu kidogo na duni ambapo tutaweza kusikilizana sauti za nyimbo na sauti za vilio vyetu. Hakuna dungumaro atakayethubutu kukufanyia udhalimu au kukutweza.

Nakuomba usikatae glasi hii ya kileo ingawa ni cha kawaida."

【原文】

君犹富贵中人，非此道中人也。"宁乃托有妹葬此，发掘女骨，敛以衣衾，赁舟而归。

宁斋临野，因营坟葬诸斋外，祭而祝曰："怜卿孤魂，葬近蜗居，歌哭相闻，庶不见陵于雄鬼。一瓯浆水饮，殊不清旨，幸不为嫌。"祝毕而返。后有人呼曰："缓待同行！"回顾，则小倩也。欢喜谢曰："君信义，十死不足以报。请从归，拜识姑嫜，媵御无悔。"审谛之，肌映流霞，

【今译】

葬后，宁采臣祭道："可怜你魂魄孤单，把你埋葬在我的斗室之旁，你的歌声与哭泣我都能听到，大概可以免于雄鬼的欺凌。这一碗汤水请你喝了吧，虽然并不醇美，希望不要嫌弃。"宁采臣祷告完便往回走。后面有人叫道："慢点儿，等我一块走！"回头一看，原来是小倩。小倩欢喜地感谢说："你真是讲信义，我就是为你死去十次也不能报答你的恩情。请带我去拜见公婆，就是当婢妾丫鬟也不后悔。"宁采臣细细打量着小倩，见她肌肤白里透红犹如霞光，小脚翘起如同细笋，白天端详相貌，比之夜里更显娇艳无比，于是一同进入家宅。宁采臣嘱咐她坐着等一会儿，自己先去禀报母亲，母亲听后十分惊讶。当时宁采臣的妻子久病卧床，母

Baada ya kutambika Ning alielekea nyumbani. Njiani ghafla alisikia kuitwa kutoka nyuma, "Ningojee! Twende pamoja." aligeuka, akamwona Xiaoqian, naye alikuja kumshukuru, akisema kwa furaha nyingi, "Hata kama ningekufa mara kumi, nisingeweza kulipa wema wako ulionitendea. Nichukue hadi nyumbani kwako na kufahamiana na mavyaa yangu. Sitajuta hata kama nitakuwa suria wako." Ning alipomwangalia kwa uangalifu aliona kuwa ngozi yake ni nyeupe yenye wekundu kidogo na vidole vyake ni kama vichipukizi vyembamba vya mianzi. Hasa mwili wake mzima ni mzuri bila ya kifani. Basi Ning alimwongoza hadi nyumbani. Alimwambia Xiaoqian angoje kidogo katika chumba cha kusomea, akaingia ndani kumwarifu mama yake kwanza. Mama yake alishtuka. Wakati huo, mke wa Ning alikuwa amepatwa na ugonjwa kwa muda mrefu. Mama yake alimshauri Ning asimwambie mke wake chochote kuhusu jambo hilo ili asimwogopeshe. Walipomaliza kuzungumza tu, mara Xiaoqian aliingia na kupiga magoti mbele yao. Ning alisema, "Huyo ndiye Xiaoqian." Mama yake alishangaa, akamgeukia Xiaoqian na kumwangalia. Xiaoqian alisema, "Mimi niko peke yangu, nimetengana na baba, mama na ndugu. Kwa ukarimu na huruma za mwanao nimepata

251

【原文】

足翘细笋，白昼端相，娇艳尤绝。遂与俱至斋中。嘱坐少待，先入白母，母愕然。时宁妻久病，母戒勿言，恐所骇惊。言次，女已翩然入，拜伏地下。宁曰："此小倩也。"母惊顾不遑。女谓母曰："儿飘然一身，远父母兄弟。蒙公子露覆，泽被发肤，愿执箕帚，以报高义。"母见其绰约可爱，始敢与言，曰："小娘子惠顾吾儿，老身喜不可已。但生平止此儿，用承祧绪，不敢令有鬼偶。"女曰："儿实

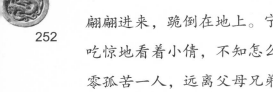

【今译】

亲告诫儿子不要说出这事，唯恐惊吓她。正说着，小倩已经翩翩进来，跪倒在地上。宁采臣说："这就是小倩。"母亲吃惊地看着小倩，不知怎么办好。小倩对母亲说："孩儿飘零孤苦一人，远离父母兄弟。承蒙公子对我的大恩大德，情愿嫁给公子，以报答他。"母亲见她长得温柔秀美，这才敢跟她讲话，说道："小娘子愿意照顾我的儿子，老身非常喜欢。但是我这一辈子只有这一个儿子，靠他继承祖宗烟火，不敢叫他娶个鬼女。"小倩说："孩儿实在是没有歹意。已死之人既然得不到老母的信任，请以兄妹相称，跟着母亲过，早晚侍候您老人家，这样好吗？"母亲可怜她一片诚心，就答应了她。小倩当时就想去拜见嫂子，母亲说她有病

sura ya mtu. Ningekuomba uniruhusu kufanya kazi za huduma nyumbani kwako ili niweze kurudisha fadhila yake." Mama wa Ning alipoona kuwa Xiaoqian alikuwa msichana mzuri na wa kupendeza akathubutu kuzungumza naye, "Kibibi, mapenzi yako uliyoonyesha kwa mwanangu yalinifurahisha, lakini mwanangu ni tumaini pekee la familia yangu, sithubutu kukubali aoe mke-jini."

"Haki ya Mungu, sina kusudi lingine. Endapo huniamini basi niache nimtendee Ning kama kaka yangu na kuishi chini ya himaya yako na nitakuhudumia kama binti."

Mama yake Ning hakuweza kukataa uaminifu wake. Hapohapo Xiaoqian aliomba kuruhusiwa kuonana na saozi yake[m.y. ni mke wa kaka tu, maana yake inatofautiana na maana ya wifi.] Ombi lake lilikataliwa kwa kisingizio cha mke wa Ning amepatwa na ugonjwa. Basi Xiaoqian alikwenda jikoni na kutayarisha chakula, akitembea huku na kule kana kwamba ameishi hapa tangu zamani.

Usiku ulipofika, mama wa Ning alianza kuchelea. Alimwambia Xiaoqian kwenda kulala bali hakumwandalia kitanda. Xiaoqian alielewa kusudi lake, basi alitoka nje. Alipopita kwenye chumba cha kusomea, alitaka kuingia chumbani lakini mara alirudi nyuma

253

【原文】

无二心。泉下人既不见信于老母，请以兄事，依高堂，奉晨昏，如何？"母怜其诚，允之。即欲拜嫂，母辞以疾，乃止。女即入厨下，代母尸饔，入房穿榻，似熟居者。

日暮，母畏惧之，辞使归寝，不为设床褥。女窥知母意，即竟去。过斋欲入，却退，徘徊户外，似有所惧。生呼之，女曰："室有剑气畏人。向道途之不奉见者，良以此故。"宁悟为革囊，取悬他室，女乃入，就烛下坐。移时，

【今译】

不宜相见，这才作罢。小倩立即进了厨房，为母亲做饭，她在房间中走来走去，好像久住的人一样熟悉。

傍晚，母亲有点儿害怕小倩，让她回去睡觉，不给她设置床铺。小倩暗知母亲的心意，于是立即离开。她走到书斋时，想进去，又退了回来，在门外徘徊不定，好像怕什么东西。宁采臣招呼她，她说："室内剑气使人害怕。前些时候在途中之所以没有拜见你，也是这个缘故。"宁采臣想到是由于皮袋子的缘故，便拿下来挂在别的屋里，小倩这才进来，靠近烛光坐下。过了一会儿，不见小倩说一句话。又过了好久，小倩问道："你夜里读书吗？我小时候念过《楞严经》，现在多半都忘了。请求你借我一卷，夜里闲暇时，

hatua kadhaa na kuanza kuzururazurura mbele ya mlango kwa sababu ya basua. Ning alipoona hali hiyo alimwita na kumwuliza anataka kufanya nini. Xiaoqian alijibu, "Uo huu wa upanga wa nyumbani unaniogopesha na hiyo ndiyo sababu sikufuatana nawe katika safari ya kurejea hapa." Mara Ning alifahamu na alining'iniza uo ule wa upanga katika chumba kingine. Halafu Xiaoqian aliingia chumbani, akaketi kando ya mshumaa. Walikaa pale kwa muda mrefu bila ya kusema chochote, halafu Xiaoqian alimwuliza Ning, "Unasoma kitabu kila usiku? Nilipokuwa mtoto niliwahi kuhifadhi moyoni Msahafu wa Lengyan. Sasa nimesha sahau zaidi ya nusu yake, kwa hivyo ningekuomba uniazime kitabu hicho. Ukiwa na wasaa jioni unaweza kunisikiliza nikisome na kunisahihishia makosa." Ning alisema atafanya hivyo. Baada ya hapo walikaa kimya tena. Ilipokaribia saa nne Xiaoqian alikuwa bado hataki kuondoka. Ning alimhimiza.

"Mimi ni roho moja ya upweke. Nilikuja hapa kutoka mahali pa mbali. Ninaogopa kulala ndani ya kaburi la hapa." Xiaoqian alisema kwa huzuni.

"Katika chumba changu cha kusomea hamna kitanda cha ziada. Licha ya hayo, sisi wawili, kaka na meimei, hatufai kulala

【原文】

殊不一语。久之，问："夜读否？妾少诵《楞严经》，今强半遗忘。浼求一卷，夜暇，就兄正之。"宁诺。又坐，默然，二更向尽，不言去。宁促之。愀然曰："异域孤魂，殊怯荒墓。"宁曰："斋中别无床寝，且兄妹亦宜远嫌。"女起，容颦蹙而欲啼，足俇儴而懒步，从容出门，涉阶而没。宁窃怜之，欲留宿别榻，又惧母嗔。女朝旦朝母，捧匜沃盥，下堂操作，无不曲承母志。黄昏告退，辄过斋头，就烛

【今译】

好请兄长指正。"宁采臣答应下来。小倩又是坐着，默默无语，二更都要过去了，还是不说走。宁采臣催她离开。她愀然神伤地说："他乡的孤魂，真怕那荒凉的墓穴啊。"宁采臣说："屋里又没有别的床铺，再说兄妹之间也应避嫌。"小倩起身，双眉紧锁，嘴角咧着想哭，抬起脚又不愿意走，走走停停，最后挨到了门口，下了台阶就不见了。宁采臣暗中可怜她，想留下她住在别的房间，但又怕母亲怪罪。早晨起来，小倩先去问候母亲，端上洗脸水，伺候洗盥梳头；然后又下堂操作家务，没有不顺承母亲心意的。黄昏时她便告退，来到书斋，在烛光下念经。感觉到宁采臣要睡了，这才伤感地离去。

原先，宁采臣妻子病倒后，母亲操劳过度，难以承受，

katika chumba kimoja." Ning alisema.

Xiaoqian alinyanyuka akikunja uso na kutaka kulia, akiburura miguu polepole kwa hakika hakutaka kupiga hatua. Mwishowe alitoka mlangoni na baada ya kushuka ngazi alitokomea. Ning alimwonea huruma moyoni; alitaka kumruhusu kulala katika chumba kingine lakini aliogopa mama yake angehamaki. Tangu hapo, kila siku kuanzia asubuhi hadi jioni Xiaoqian alimhudumia mama yake Ning akimletea maji katika beseni ili anawe, akifanya kazi za nyumbani kwa hiari yake na akijitahidi kumfurahisha kwa kila njia. Wakati wa magharibi, alikuwa akimuaga mama yake Ning na kuingia katika chumba cha kusomea kudurusu Msahafu wa Lengyan kwa muda. Kila alipoona Ning anataka kulala aliondoka pasi na furaha.

257

Hapo awali, ugonjwa wa mke wa Ning ulimletea mama yake Ning misukosuko mingi, bali tangu afike Xiaoqian, hali hiyo ilibadilika kabisa. Mama yake Ning alistarehe zaidi kuliko siku zilizopita, akamshukuru Xiaoqian kimoyomoyo. Polepole alimtendea kama binti yake mwenyewe, akasahau kuwa Xiaoqian ni jini. Kwa huruma, mama yake Ning hakutaka Xiaoqian aende tena kaburini kulala na walianza kulala pamoja katika chumba

【原文】

诵经。觉宁将寝，始惨然去。

先是，宁妻病废，母劬不可堪，自得女，逸甚，心德之。日渐稔，亲爱如己出，竟忘其为鬼，不忍晚令去，留与同卧起。女初来未尝食饮，半年渐啜稀饭。母子皆溺爱之，讳言其鬼，人亦不之辨也。无何，宁妻亡。母阴有纳女意，然恐于子不利。女微窥之，乘间告母曰："居年馀，当知儿肝鬲。为不欲祸行人，故从郎君来。区区无他意，止以公子

【今译】

自从得到小倩帮助，变得非常的安逸，所以打心里感谢她。日子渐长，彼此愈加熟悉，甚至把小倩当成了自己的闺女一样亲爱，竟然忘记她是个鬼，到了晚上不忍让她离开，便留她一起住。小倩初来时从来不吃不喝，半年后渐渐地喝些稀粥了。母子二人都很溺爱小倩，从来避开不提她是鬼，别人也就更不知道了。不久，宁采臣的妻子病故了。母亲私下有纳小倩做媳妇的心思，但是又怕对儿子不利。小倩略微察觉到母亲的心思，找机会告诉母亲说："我在这里住了一年多了，应当知道孩儿心眼好坏。我是不想再祸害行人，所以才跟郎君来这里。我对郎君没有别的意思，只是公子光明磊落，连天人都钦佩他，我其实只想依附公子三五年，借此

kimoja. Hapo awali Xiaoqian alipokuja hapa, bado alikuwa jini, hakula chakula wala kunywa maji. Baada ya nusu mwaka alianza kunywa uji, mama na mwanawe wakampenda zaidi na zaidi na waliacha kabisa kutaja Xiaoqian ni jini, na watu wengine vilevile hawakuweza kupembua watu na majini. Baada ya muda, mke wa Ning alikufa. Mama yake alitamani kumwoza Xiaoqian. Juu ya hivyo, bado alikuwa na hatihati kwamba Xiaoqian angemletea mwanawe msiba. Xiaoqian aligundua mawazo yake na akatumia fursa moja kumwelezea mama yake Ning, "Mpaka sasa, nimekaa pamoja nawe zaidi ya mwaka mmoja, inakupasa ujue nia yangu. Kwa ajili ya kutowadhuru wasafiri nilimfuata mwanao kuja hapa. Sikuwa na dhamira nyingine. Kwa kuwa mwanao alijionesha kuwa yeye ni mtu mwongofu na hata wakaa mbinguni walimsifu, nimetamani kuishi pamoja naye kwa muda wa miaka mitatu. Kusudi langu ni kuwa mfalme aweze kunipa jina moja la heshima, nami nitaona fahari huko ahera." Mama yake Ning alijua pia Xiaoqian hakuwa na nia mbaya. Alilohofu ni kuwa Ning hataweza kuendeleza kizazi chao. Xiaoqian alisema, "Mbingu tu inaweza kuwapa watu watoto. Nyota ya Ning ni njema; najua kwamba atakuwa na watoto watatu na bahati yake nzuri

259

【原文】

光明磊落，为天人所钦瞩，实欲依赞三数年，借博封诰，以光泉壤。"母亦知无恶，但惧不能延宗嗣。女曰："子女惟天所授。郎君注福籍，有亢宗子三，不以鬼妻而遂夺也。"母信之，与子议。宁喜，因列筵告戚党。或请觐新妇，女慨然华妆出，一堂尽眙，反不疑其鬼，疑为仙。由是五党诸内眷，咸执贽以贺，争拜识之。女善画兰梅，辄以尺幅酬答，得者藏什袭以为荣。

【今译】

博得个封诰，也使在泉壤中的我光耀一番。"母亲也知道小倩没有恶意，只是害怕影响传宗接代。小倩又说："子女都是上天授给的。郎君命中有福报，将生有光宗耀祖的三个儿子，不会因为娶了鬼妻而丧失。"母亲相信小倩的话，便与儿子商议。宁采臣很高兴，于是大摆酒宴，请来亲戚朋友。有人提出请新娘子出来看看，小倩便爽快地穿着华丽的衣服出来了，满屋子的人都看呆了，不但不疑心是鬼，反而认为是天仙下凡。于是，远近亲戚的内眷都带着礼品去祝贺，争先恐后拜会相识。小倩擅长画兰花梅花，常常把画的条幅送给亲戚表示答谢。得到画幅的人都珍藏起来，以此为荣。

有一天，小倩低着头坐在窗前，显出忧伤焦虑的样子。

hatanyang'anywa kwa sababu ya kumwoa mke-jini" Mama yake Ning alisadiki maneno yake, akashauriana na mwanawe. Baada ya kusikia mawazo ya mama yake, Ning alikuwa na bashasha na furaha kama mapambazuko ya asubuhi na alitayarisha karamu na kualika jamaa na marafiki zake waje kushiriki harusi yao. Wageni waliomba kumtazama biarusi. Xiaoqian alitoka akivaa mavazi mazuri ya harusi. Wageni wote walipigwa na butwaa, wakidhani huenda yeye ni malaika badala ya kumshuku ni jini. Baada ya harusi, zawadi kemkem za pongezi zilimiminika na kutolewa mfululizo na wanawake wa ukoo wake ambao walishindana kujitambulisha kwake. Xiaoqian alibobea kwa kuchora picha za orkid na plamu. Aliwapa picha alizochora kama zawadi. Alikuwa mchoraji kwelikweli. Wapokeaji wote waliona fahari kupata picha alizochora.

Siku moja, Xiaoqian alikuwa ameketi mbele ya dirisha akiinamisha kichwa; alionekana kama hana furaha. Ghafla alimwuliza Ning ule uo wa upanga uko wapi.

"Kwa kuwa unauogopa, niliuweka mahali pengine." Ning alijibu.

"Sasa nimesha ishi kwa muda mrefu pamoja na binadamu,

【原文】

一日，俛颈窗前，怊怅若失。忽问："革囊何在？"曰："以卿畏之，故缄置他所。"曰："妾受生气已久，当不复畏，宜取挂床头。"宁诘其意，曰："三日来，心怔忡无停息，意金华妖物，恨妾远遁，恐旦晚寻及也。"宁果携革囊来。女反复审视，曰："此剑仙将盛人头者也。敝败至此，不知杀人几何许！妾今日视之，肌犹粟慄。"乃悬之。次日，又命移悬户上，夜对烛坐，约宁勿寝。欻有一物，如

【今译】

忽然间，小倩问道："皮袋子在哪？"宁采臣说："因为你怕它，所以把它封起来放到别的地方了。"小倩说："我接受人的生气很久了，应该不会再畏惧它，最好取来挂在床头上。"宁采臣询问用意何在，小倩说："这三两天，心里一直怔忡不安，想必金华那个妖精痛恨我远远地逃走，恐怕早晚会寻找到这里。"宁采臣便把皮袋子拿来。小倩反复察看，说道："这是剑仙盛人头的皮袋子呀。都破旧到这个样子了，不知杀了多少人！我现在看见它，身子还起鸡皮疙瘩呢。"而后，把皮口袋悬在床头上了。第二天，小倩又叫把皮口袋挂在门上。夜晚，小倩与宁采臣对烛而坐，还提醒宁采臣不要睡觉。忽然，有一个东西像飞鸟一样坠落下来，

kwa hivyo sitauogopa tena. Heri uweke uo huu mchagoni." Xiaoqian alisema.

"Kwa nini nifanye hivi?"

"Siku tatu hizi moyo wangu unashtukashtuka na nina hofu kuwa dungumaro wa Jinhua alikasirika kwa kutoroka kwangu, labda atakuja kunikamata."

Basi Ning alileta ule uo wa upanga, Xiaoqian aliangalia na kuangalia tena, akasema, "Huu ni uo ambao mwanaupanga aliwahi kuweka vichwa vya binadamu. Nao umesha kuwa mkukuu namna hii! sijui aliua watu wangapi! Yaani ninapoutazama tu hapa, mwili wangu bado unanyongónyea." Baadaye Ning aliutundika uo huo mchagoni na siku iliyofuata aliuhamisha juu ya mlango. Usiku waliketi mkabala wa mshumaa na kukaa macho. Xiaoqian alimwonya Ning asilale. Ghafla kitu fulani kilishuka kama ndege kwa kishindo. Kwa kuchelea Xiaoqian alijificha kati ya mapazia mawili. Ning alikiangalia kitu hiki akaona kilikuwa dungumaro mwenye macho ya kung'ara na kinywa cha damu. Dungumaro huyo alielekea mlangoni moja kwa moja. Alinyatia nyatunyatu hadi mlangoni na alinyakua uo ule wa upanga kwa mikono; alionekana kana kwamba anataka kuuchana uwe vipandevipande.

263

【原文】

飞鸟堕，女惊匿夹幕间。宁视之，物如夜叉状，电目血舌，眈闪攫拿而前，至门却步。逡巡久之，渐近革囊，以爪摘取，似将抓裂。囊忽格然一响，大可合簏，恍惚有鬼物，突出半身，揪夜叉入，声遂寂然，囊亦顿缩如故。宁骇诧。女亦出，大喜曰："无恙矣！"共视囊中，清水数斗而已。

后数年，宁果登进士。女举一男。纳妾后，又各生一男，皆仕进有声。

【今译】

小倩吓得藏在帷帐后面。宁采臣一瞧，这东西像个夜叉，两眼闪闪如电光，舌头血红血红，张牙舞爪奔过来，到了门前又退了几步。徘徊了好久，才敢接近皮口袋，伸出爪子去摘取，好像要把皮口袋撕碎。忽然间，皮口袋咯噔一响，变得像个大土筐一般大，恍惚中好像有个鬼物从里面探出半身，一下子把夜叉揪了进去，然后声音顿然消失，皮口袋又缩回了原来的样子。宁采臣看到这情景，真是又害怕又惊讶。小倩也走出来，非常高兴地说："好了，没有事了！"他们一起观看皮口袋，只见里面有几斗清水而已。

后来又过了几年，宁采臣果然考上了进士。小倩也生下一个男孩。等宁采臣娶了妾后，妾与小倩又各生了一个男孩，这三个儿子长大后都做了官，声誉很好。

Wakati huo uo ule wa upanga ulitoa kishindo na ukavuvumuka kuwa mkubwa kama makapu mawili yaliyowekwa pamoja. Mara ghafla, dungudungu moja kubwa lililokaa kama ibilisi lilijitokeza nusu-mwili wake na lilivutia yule dungumaro ndani ya uo huo mkubwa, halafu sauti haikusikika na ule uo mkubwa wa upanga ulijirudisha kama ukubwa wake wa asili. Ning alistaajabu zaidi. Wakati huo Xiaoqian alitoka kwa furaha na kusema, "Hiki ni kikomo cha misukosuko yangu." Ndani ya uo wa upanga waliona tu vibaba kadhaa vya maji; hamkuwa na kitu chochote kingine. Baada ya miaka michache, Ning alikuwa jinshi na Xiaoqian alizaa mtoto wa kiume. Kisha Ning alioa suria wawili, kila mmoja alivyaa mtoto mmoja wa kiume. Hatimaye, wana hao watatu wa Ning wote walikuwa wakuu mashuhuri.

水莽草

【原文】

　　水莽，毒草也，蔓生似葛，花紫类扁豆。误食之，立死，即为水莽鬼。俗传此鬼不得轮回，必再有毒死者，始代之。以故楚中桃花江一带，此鬼尤多云。

【今译】

　　水莽草属于毒草，蔓生像葛藤，花是紫色的，类似扁豆花。人们如果误吃了它，就会立即中毒死亡，成为水莽鬼。民间传说这种水莽鬼不能进入轮回转生，必须再有人中毒死亡后，才能被替代出来。所以楚地桃花江一带，水莽鬼特别多。

　　楚地人称同一年出生的人为同年，递名片拜访时，都是称为庚兄庚弟，子侄辈则称其为庚伯，传统习惯就是这样子。有一个祝生到同年家去拜访，半路上又热又渴，想喝点儿水。忽然间，见路旁有个老太太支着棚子卖水，便忙过去。老太太把他迎进棚内，端茶倒水很是殷勤。祝生嗅到

UNYASI WA SHUIMANG

Katika miaka mingi iliyopita, palitokea aina ya unyasi wenye sumu ulioitwa unyasi wa shuimang. Unyasi wa shuimang ni mmea utambaao, Maua yake ni ya zambarau. Mtu akila unyasi wa shuimang atakufa na hubadilika kuwa shamsu wa shuimang.

Hadithi ya mapokeo yasema kuwa roho ya shamsu wa aina hiyo haiwezi kuingia kwenye mwili wa mtu mwingine isipokuwa anaweza kuzaliwa upya baada ya kupata mtu mwingine aliyekula sumu ya shuimang na atachukua nafasi yake. Walikuweko shamsu wengi katika sehemu ya Mto Taohua, Dola la Chu ambako neno 'rika' lilitumika kwa wale watu waliozaliwa katika mwaka uliokuwa mmoja. Wao walitembeleana na kuitana 'kaka wa umri mmoja' au 'didi wa umri mmoja' (Didi hurejelea ndugu wa kiume aliyezaliwa baada yako.); bin na zhizi zao (Zhizi hurejelea bin wa kaka au wa didi na zhinü hurejelea binti wa kaka au wa didi.) huwaita watu hao 'bobo wa umri mmoja' (Bobo hurejelea ndugu

267

【原文】

楚人以同岁生者为同年，投刺相谒，呼庚兄庚弟，子侄呼庚伯，习俗然也。有祝生造其同年某，中途燥渴思饮。俄见道旁一媪，张棚施饮，趋之。媪承迎入棚，给奉甚殷。嗅之有异味，不类茶茗，置不饮，起而出。媪急止客，便唤："三娘，可将好茶一杯来。"俄有少女，捧茶自棚后出。年约十四五，姿容艳绝，指环臂钏，晶莹鉴影。生受盏神驰，嗅其茶，芳烈无伦。吸尽再索。觑媪出，戏捉纤腕，脱指环

【今译】

茶水有怪味，不像一般的茶水，便放在那里不喝，起身要走。老太太急忙拉住祝生，唤道："三娘子，快端一杯好茶来。"不一会儿工夫，有个少女捧着茶杯从棚子后面走过来。她年纪约有十四五，姿色容貌非常艳丽，带着指环臂钏，晶莹透明，光彩照人。祝生接过茶杯，早已神魂颠倒，嗅一下茶水，芳香无比，喝尽后又再三索要。祝生见老太太不在，调戏地抓住少女的纤细手腕，脱掉指环一枚。少女红着脸颊微笑着，祝生更是心神摇荡，又急忙问少女住在哪里。少女说："郎君晚上假如再来，我还在这里。"祝生要了一小撮茶叶，收好了指环，就走了。

wa kiume aliyemtangulia baba kuzaliwa. Maana yake inafanana na amu.) Jambo hilo lilikuwa mila ya huko.

Mvulana mmoja aliyeitwa Zhu alikwenda kumtembelea rafiki yake ambaye Zhu na rafiki huyu ni rika moja. Njiani aliona kiu kali. Ghafla alimwona bikizee aliyeketi kando ya barabara chini ya kibanda na alikuwa akitoa maji ya chai bure kwa wapitanjia, Zhu alielekea kwa yule bikizee kupata chai. Bikizee alimkaribisha katika kibanda na kumpa bakuli la chai kwa ukarimu, lakini harufu ya chai hiyo haikuwa sawa na harufu ya chai za kawaida, hivyo aliweka bakuli chini, akanyanyuka kutaka kuondoka. Bikizee alimzuia na akaita kwa kupaza sauti, "Sanniang, lete chai bora!" "Beka, nakuja sasa!" Mara kidosho mmoja alikuja kutoka nyuma ya kibanda akiwa amechukua kikombe cha chai mkononi. Alikuwa na umri wa miaka 15 hivi na alinawiri mithili ya tumba linalosubiri kuchanua. Alikuwa amevaa pete vidoleni na vikuku mikononi ambavyo viling'arang'ara. Zhu alipopokea kikombe kutoka mkononi mwake akili yake iliruka; akanywa polepole chai aliyopewa na kidosho huyo. Chai hiyo ilinukia kuliko yoyote ile nyingine. Baada ya kumaliza kunywa. Zhu aliomba zaidi na

269

【原文】

一枚。女赪颊微笑，生益惑。略诘门户，女曰："郎暮来，妾犹在此也。"生求茶叶一撮，并藏指环而去。

至同年家，觉心头作恶，疑茶为患，以情告某。某骇曰："殆矣！此水莽鬼也。先君死于是。是不可救，且为奈何？"生大惧，出茶叶验之，真水莽草也。又出指环，兼述女子情状。某悬想曰："此必寇三娘也。"生以其名确符，问何故知。曰："南村富室寇氏女，夙有艳名。数年前，误

【今译】

祝生到了同年家里，觉得心里恶心，怀疑是喝茶水害的，便把事情经过告诉了同年。同年大惊说道："坏了！这是水莽鬼。我的父亲就死在水莽鬼手中。这无法挽救，如何是好？"祝生非常害怕，掏出茶叶来验察，果真是水莽草，又拿出指环，讲述少女的情况。同年猜想说："这少女必定是寇三娘。"祝生听到他说的名字确实相符，便问何以得知的。他说："南村富裕大户寇家有个女儿，历来就有艳丽的名声。几年前，由于误吃水莽草而死，想必她成了妖魅。"有人说被水莽鬼魅迷惑的人，如果知道鬼的姓氏，再找出她穿过的裤裆，用它煮水喝就可以痊愈。同年便急忙跑到寇

wakati alipoona bikizee ametoka, punde alishika kiwiko cha kidosho na kuchukua pete moja kutoka kidoleni mwake. Kidosho huyo alitahayari. Zhu alikanganyika zaidi na alimwuliza kidosho mahali anapoishi. Kidosho alijibu,"Njoo tena jioni hii. Utanikuta hapahapa," Zhu aliomba kigao cha majani ya chai na kuyaficha pamoja na ile pete, akaondoka. Alipofika nyumbani mwa rika yake, alianza kuhisi kichefuchefu. Mara aliishuku ile chai, akamwambia rafiki yake mkasa aliokutana nao.

"Lahaula! Utakufa." Rafiki yake alisema kwa mshituko, "Wao ni shamsu wa shuimang. Baba yangu alikufa kwa namna hiyohiyo na hatuwezi kukuokoa. Tutafanyaje?" Zhu aliogopa. Alitoa kigao kile cha majani ya chai. Kweli ni nyasi za shuimang, kisha alimwonyesha ile pete na kumwambia sura ya yule kidosho.

"Bila shaka yeye ni Kou Sanniang," baada ya kuwaza nukta kadhaa, rafiki yake alisema.

"Umewezaje kujua jina lake?" Zhu aliuliza baada ya kusikia rafiki yake akitaja jina ambalo yule bikizee aliwahi kuita.

"Oh, katika Kijiji cha Nan kulikuwa na msichana mmoja nyerezi wa ukoo tajiri, ambaye aliitwa jina hilo, alikufa miaka michache

271

【原文】

食水莽而死，必此为魅。"或言受魅者，若知鬼姓氏，求其故裆，煮服可痊。某急诣寇所，实告以情，长跪哀恳。寇以其将代女死故，靳不与。某忿而返，以告生。生亦切齿恨之，曰："我死，必不令彼女脱生！"

某舁送之，将至家门而卒，母号涕葬之。遗一子，甫周岁。妻不能守柏舟节，半年改醮去。母留孤自哺，劬瘁不堪，朝夕悲啼。

【今译】

家，把实情告诉他们，久久跪着哀求。寇家因为考虑到他是替代自己女儿死的，所以吝惜不给。同年愤恨返回，告诉了祝生。祝生恨得咬牙切齿，说道："我死了，必定不让他的女儿脱生！"

同年抬着祝生送回去，刚到家门就死了，祝母号啕大哭，将儿子埋葬了。祝生留下一个儿子，刚满周岁。妻子守不住，半年后就改嫁了。祝母把孤儿留在身边，自己哺养他，劳苦不堪，终日哭泣。

一天，祝母正抱着孙子在屋里哭泣，忽然祝生悄悄地进来了。祝母非常恐惧，擦掉眼泪问儿子是怎么来的。祝

iliyopita kutokana na kula nyasi za shuimang. Pasi na shaka, uliyemuona ndiye huyo msichana."

Wakati ule, walikuweko watu waliosema kuwa mtu yeyote akirogwa na shamsu wa shuimang, ukijua jina lake na kupata pachipachi ya suruali yake, utaweza kujiokoa kwa kuichemsha pachipachi ya suruali hiyo ndani ya maji na kunywa maji hayo kama unavyokunywa dawa. Baada ya kusikia habari hiyo, rafiki wa Zhu alikimbilia hadi kwenye familia ya Kou, aliwaelezea hali ilivyo ya Zhu na akaomba wazazi wa Sanniang kumpa suruali kukuu ya Sanniang. Ingawa rafiki wa Zhu alipiga magoti kwa muda mrefu mbele yao, lakini hawakukubali kumpa kwa kuwa kifo cha Zhu kitaweza kumfufua binti yao. Hivyo rafiki yake alirudi kwa hamaki akiwa mikono mitupu na kumwambia Zhu habari hiyo. Zhu aliuma meno yake kwa ghadhabu, akasema, "Nikifa katu sitamwacha Sanniang azaliwe upya." Rafiki yake aliajiri makuli wawili kumpeleka nyumbani kwa kutumia machela, Zhu alipowasilishwa mlangoni tu alikata roho. Mama wa Zhu aliingiwa na ghamu kubwa, alilia kwa muda mrefu hali akikumbatia maiti ya mwanawe, baadaye wakaizika. Zhu aliacha

273

【原文】

　　一日，方抱儿哭室中，生悄然忽入。母大骇，挥涕问之。答云："儿地下闻母哭，甚怆于怀，故来奉晨昏耳。儿虽死，已有家室，即同来分母劳，母其勿悲。"母问："儿妇何人？"曰："寇氏坐听儿死，儿甚恨之。死后欲寻三娘，而不知其处，近遇某庚伯，始相指示。儿往，则三娘已投生任侍郎家，儿驰去，强捉之来。今为儿妇，亦相得，颇无苦。"移时，门外一女子入，华妆艳丽，伏地拜母。生

274

【今译】

　　生回答说："儿子在地下听见母亲哭，心中甚是伤悲，所以就来侍候母亲。儿子虽然死了，在阴间已经有了家室，马上就叫她同来分担母亲的劳苦，母亲不要再悲伤了。"祝母问："儿媳妇是什么人？"祝生说："寇家听任儿死去，儿非常恼恨。死后想寻找三娘，却不知她在什么地方。最近遇上一位庚伯，才告诉了她的住处。儿去找，三娘已投生到任侍郎家。儿迅速追去，硬是把她捉来。现在成为儿的媳妇，也还相处不错，没吃什么苦。"过了一会儿，门外有个女子进来，穿着华丽的衣服，长得十分漂亮，她跪在地上拜见祝母。祝生说："这就是寇三娘。"祝母看了，觉得虽然不是

nyuma mtoto mmoja mdogo aliyekuwa na umri wa mwaka mmoja tu. Mke wake alishindwa kukaa mjane, baada ya miezi sita aliolewa tena, akamwacha mtoto wa Zhu chini ya ulezi wa nyanya yake ambaye alikuwa hamudu kazi za nyumbani. Kila siku alilia tangu asubuhi mpaka usiku.

Siku moja, alipolia huku akimbeba mjukuu wake, bin yake Zhu aliingia kimyakimya. Bikizee alishangaa. Alifuta machozi na kumwuliza kwa nini alirudi. "Mama, nilisikia kilio chako motoni. Nilihuzunika kwa hivyo nimekuja kukutunza. Ingawa nilikufa lakini nimepata jiko. Mke wangu vile vle amekuja kukusaidia. Mama usiwe na simanzi," alijibu. Mama yake alimwuliza mke wake alikuwa nani. Zhu alijibu, "Wakati familia ya Kou ilipokataa kunisaidia niliwachukia. Baada ya kufa, nilimtafuta Sanniang, lakini sikumpata na siku za karibuni nilikutana na bobo yangu mmoja, ambaye aliniambia mahali alipokuweko Sanniang. Nilikwenda pale, bila kutarajia Sanniang alikuwa amesha zaliwa upya. Aliyemzaa ni mke wa ofisa Ren na akawa binti yao. Nilikimbilia pale kwa kasi na nilimchukua kwa kutumia mabavu. Sasa amekuwa mke wangu na tunaishi pamoja. Maisha yetu si

275

【原文】

曰："此寇三娘也。"虽非生人，母视之，情怀差慰。生便遣三娘操作。三娘雅不习惯，然承顺殊怜人。由此居故室，遂留不去。

女请母告诸家。生意勿告，而母承女意，卒告之。寇家翁媪，闻而大骇。命车疾至，视之，果三娘，相向哭失声，女劝止之。媪视生家良贫，意甚忧悼。女曰："人已鬼，又何厌贫？祝郎母子，情义拳拳，儿固已安之矣。"因问：

【今译】

活人，心里也稍感安慰。祝生便让三娘操作家务。三娘很不习惯做家务，但是顺承祝母意愿也还令人喜欢。从此他们就住在过去住的房间，留下来不走了。

三娘请祝母告诉她的家里。祝生不想让母亲告诉，但是祝母还是顺着三娘的意愿，把这事告诉了三娘家。寇家老两口听后大惊。他们连忙坐车赶来，一看果然是三娘，对着她失声大哭，三娘劝慰老两口止住了哭泣。寇家老太太看见祝生家很清贫，心里很不好受。三娘说："人已经成了鬼，还厌恶贫穷干什么？再说祝家母子对我情义很厚，我已经满足了。"父母问："那个卖茶的老太太是谁呀？"三娘说：

mabaya." Baada ya muda, mwanamke kijana aliyevalia aliingia ndani. Alimsalimu mama wa Zhu. Wakati huo Zhu alisema, "Huyu ndiye Sanniang wa familia ya Kou." Ingawa yeye si binadamu, mama wa Zhu alipomwona alipata faraja kidogo. Zhu alimwagiza mkewe kwenda kumsaidia mama yake kufanya kazi za nyumbani. Ijapokuwa Sanniang hakuzoea kufanya kazi za aina hizo, alitii agizo lake. Tangu hapo, hawa wawili mume na mke walikaa katika chumba kile alichowahi kuishi Zhu na hawakuondoka tena.

Siku moja, Sanniang alimwomba mavyaa yake kuwaarifu wazazi wake habari yake na kuwakaribisha waje hapa kusudi qingjia (Qingjia hurejelea uhusiano wa kijamaa baada ya kufunga ndoa kati ya bin na binti wa familia mbili, yaani jina linalotumika kuitana wazazi wa mke na wazazi wa mume. Maana yake inafanana na kivyere/ vivyere katika Kiswahili. Qingjiagong hurejelea babamkwe wa bin au bavyaa wa binti; qingjiamu hurejelea mamamkwe wa bin au mavyaa wa binti.) wa pande mbili wafahamiane. Mama wa Zhu aliarifu qingjia bila ya kujali mawazo ya Zhu, japokuwa alipinga. Baada ya kusikia habari hiyo, mzee Kou na mke wake walishikwa na bumbuazi na mara walipanda gari kuelekea nyumbani mwa

277

【原文】

"茶媪谁也？"曰："彼倪姓。自惭不能惑行人，故求儿助之耳。今已生于郡城卖浆者之家。"因顾生曰："既婿矣，而不拜岳，妾复何心？"生乃投拜。女便入厨下，代母执炊，供翁媪。媪视之凄心，既归，即遣两婢来，为之服役，金百斤，布帛数十匹，酒胾不时馈送，小阜祝母矣。寇亦时招归宁。居数日，辄曰："家中无人，宜早送儿还。"或故稽之，则飘然自归。翁乃代生起夏屋，营备臻至。然生终未

【今译】

"她姓倪。她自知不能迷惑行人，所以求我帮助。如今已经转生在郡城卖茶水的人家。"说着又看着祝生说："既然当了女婿了，还不拜见岳父岳母，我心里该怎么想呢？"于是祝生才过去给岳父岳母行拜见礼。三娘便下厨房，代祝母做饭，招待自己父母。寇家老太太看到这种情景，心里很难受，回家后立即派来两个丫鬟来做活，还送来一百斤银子、几十匹布帛，还经常送酒送肉，使祝母稍稍富裕一点。寇家还时时接三娘回家。三娘回家住上几天，就说："家里没人，应当早些送女儿回去。"有时寇家有意多留她住几天，寇三娘就会悄悄走掉。寇家老头子还给祝生盖起大房子，一

Zhu. Walipomwona binti yao wakalia wote. Sanniang aliwasihi

kuacha kulia, lakini mama yake alipoona jinsi familia ya Zhu

ilivyokuwa maskini hakuweza kujizuia. Sanniang alisema, "Sisi

tumekuwa shamsu, tunadharauje umaskini? Licha ya hayo,

ninatendewa vema hapa na ninaweza kupata furaha ninayotaka."

Halafu wazazi wake walimwuliza kwamba bikizee yule aliyeuza

chai pamoja naye alikuwa nani. Sanniang alijibu, "Jina lake la ukoo

ni Ni, amezeeka. Kwa kuwa yeye alikuwa na sura hunde, amesha

poteza uwezo wake wa kuroga watu, aliniomba nimsaidie. Sasa

amesha zaliwa upya katika familia moja inayouza ugimbi katika

Mji wa Juncheng." Baada ya kusema hayo, alimgeukia mumewe

akaongeza "Njoo, maadamu umesha kuwa nüxu wa familia yetu,

279

lazima uoneshe heshima kwa babamkwe na mamamkwe wako,

ama sivyo nitafikirije?" Kusikia maneno hayo Zhu aliwasalimu

wakwe zake. Sanniang aliingia jikoni kuwaandalia chakula badala ya

mavyaa yake. Mama wa Sanniang alipoona hali hiyo, moyo wake

ulikuwa mzito, basi yeye na mumewe wakaagana na qingjia yao

na kurejea nyumbani. Baada ya kufika kwao, mara akawatuma

vijakazi wawili kwenda kuhudumia qingjia na zaidi ya hayo

【原文】

尝至翁家。

一日，村中有中水莽毒者，死而复苏，相传为异。生曰："是我活之也。彼为李九所害，我为之驱其鬼而去之。"母曰："汝何不取人以自代？"曰："儿深恨此等辈，方将尽驱除之，何屑此为！且儿事母最乐，不愿生也。"由是中毒者，往往具丰筵，祷诸其庭，辄有效。

积十馀年，母死。生夫妇亦哀毁，但不对客，惟命儿

【今译】

切都非常周到齐备。不过祝生始终没有去寇家拜见。

有一天，村里有人中了水莽草的毒，死去后又苏醒过来，大家在传播这件事时都认为很奇怪。祝生说："这是我使他活过来的。他被李九所害，我替他把鬼驱逐走了。"祝母说："你为什么不取人代替自己呢？"祝生说："我极恨这类人，正想把他们都赶走，我怎么肯做这种事！再说我侍候母亲很快乐，不愿转生。"由此，凡是中了水莽草毒的，往往准备丰富的酒食，送到祝家院里祈祷帮助，很灵验。

过了十多年，祝母死了。祝生夫妇哀毁守丧，但是不面见客人，只是叫儿子披麻戴孝，教他礼仪规矩。埋葬母亲

alimpa mama wa Zhu wakia mia za fedha, dazeni za majora ya hariri na nguo. Isitoshe aliwapelekea zawadi mara kwa mara kama vile mvinyo na nyama, hivyo basi mama wa Zhu akaweza kuishi maisha ya starehe zaidi. Bikizee Kou alikuwa mara kwa mara anamwita binti yake kurudi kwao kukaa siku kadhaa. Kila baada ya kukaa kwa muda, Sanniang alikuwa anasema, "Mavyaa yangu hana mhudumu. Inafaa nirudi mapema." Baadhi ya safari, wazazi wake walikusudia kumbakiza siku mbili tatu zaidi, lakini yeye mara kwa mara alikuwa anaondoka binafsi bila ya kuagana na wazazi wake. Baba wa Sanniang alimjengea Zhu nyumba bora na kumnunulia fanicha za kifahari, lakini Zhu hakuwahi kuingia mlangoni mwa wakwe zake hata mara moja.

281

Siku moja, mtu mmoja wa kijijini aliyekufa baada ya kula sumu ya shuimang alifufuka. Wanakijiji wote wakaona jambo hili ni la ajabu. Zhu alisema, "Ni mimi niliyemfufua. Aliuawa na shamsu wa shuimang aliyeitwa Li Jiu. Mimi nilimfukuzilia mbali shamsu huyo." Mama wa Zhu alimwuliza kwa nini hakujitafutia mtu mmoja kumbadili. Zhu alijibu, "Nawachukia shamsu hawa, kwa hivyo nawafukuza wao wote. Nitawezaje kukubali kufanya

【原文】

缞麻擗踊,教以礼仪而已。葬母后,又二年馀,为儿娶妇。妇,任侍郎之孙女也。先是,任公妾生女数月而殇。后闻祝生之异,遂命驾其家,订翁婿焉。至是,遂以孙又妻其子,往来不绝矣。

一日,谓子曰:"上帝以我有功人世,策为'四渎牧龙君'。今行矣。"俄见庭下有四马,驾黄幨车,马四股皆鳞甲。夫妻盛装出,同登一舆,子及妇皆泣拜,瞬息而渺。是

【今译】

后,又过了两年多,为儿子娶了媳妇。这个媳妇就是任侍郎的孙女。在此之前,任侍郎的小老婆生了个女儿,没几个月就夭折了。后来听说祝生与三娘的异事,于是叫人赶车到了祝家,与祝生订了翁婿关系。到这时,任侍郎又把孙女嫁给祝生的儿子,往来不断。

一天,祝生对儿子说:"上天因为我对人间有功,封我为'四渎牧龙君'。现在就要赴任去了。"不一会儿看见庭院中有四匹马,驾着黄帷子车,马的四条腿长满了鳞甲。祝生夫妻穿着盛装走出来,一同登上车,儿子与儿媳妇都哭着拜别,他们一转眼就不见了。同一天,寇家见女儿来,拜别

hivi! Licha ya hayo, ningependa kukutunza namna hii, na sitaki kuzaliwa upya." Tangu wakati huo, watu waliokula sumu ya shuimang walikuwa wanamwandalia Zhu karamu murua na kuomba dua kwenye ua wake. Kila mara kweli waliweza kupata msaada.

Baada ya miaka kumi na zaidi, mama yake Zhu alikufa. Zhu na mke wake walihuzunika mno, lakini hawakuonana na mtu yeyote aliyekuja kuomboleza. Waliagiza bin yao kukaa matanga na kumfundisha desturi na mila kuhusu mazishi tu.

Miaka miwili baada ya mazishi ya mama yake Zhu, Bin wa Zhu alioana na mjukuu wa kike wa ofisa Ren aliyewahi kutajwa hapo juu. Asili ya kisa hiki ilikuwa kwamba suria wa ofisa huyo alizaa binti mmoja, naye alikufa alipokuwa na umri wa miezi michache tu. Baadaye, alisikia hadithi ya ajabu kuhusu mke wa Zhu, basi alikuja kuonana na Zhu na wakajenga uhusiano wa ukwe. Mpaka hapo ofisa Ren alimwozesha mjukuu wake wa kike kwa bin wa Zhu, na vivyere wa pande mbili walitembeleana mara kwa mara.

Siku moja, Zhu alimwambia bin yake, "Kwa kuwa nimewatumikia binadamu vizuri, Mungu aliniteua kuwa Mtunzi wa Majoka. Leo

283

【原文】

日，寇家见女来，拜别翁媪，亦如生言。媪泣挽留。女曰：
"祝郎先去矣。"出门遂不复见。其子名鹗，字离尘，请诸
寇翁，以三娘骸骨与生合葬焉。

【今译】

父母，说的话与祝生一样。老太太哭着挽留。女儿说："祝
郎已经先走了。"出门就不见了。祝生的儿子叫祝鹗，字离
尘，在请求寇家同意后，把三娘的尸骨与祝生合葬在一起。

ninakwenda kwenye mahali pangu pa kazi." Punde si punde, farasi wanne walitokea uani wakikokota mkokoteni mtupu wenye pazia la manjano, miguu yote ya farasi hao ilikuwa na magamba. Zhu na mke wake walitokea wakiwa wamevalia mavazi rasmi, wakapanda mkokoteni huo na kuketi kwenye nafasi zao. Bin na mke wake waliagana nao huku wakilia. Kufumba na kufumbua Zhu na mkewe walitoweka. Siku hiyohiyo, wazee wa familia ya Kou waliona binti yao alikuja kuagana nao na aliwaambia habari hiyohiyo. Mama yake alilia na alijaribu kumsemeza abakie. Binti yake alisema," Mume wangu ametangulia, inanilazimu nimfuate." Baada ya kusema maneno hayo, alitoka nje na kuyoyomea mbali.

Bin wa Zhu aliitwa Zhu E; jina lake lingine lilikuwa ni Zhu Lichen. Alimuomba mzee Kou ampe mifupa ya Sanniang na aliizika kando ya kaburi la baba yake.

胡四姐

【原文】

尚生，泰山人。独居清斋。会值秋夜，银河高耿，明月在天，徘徊花阴，颇存遐想。忽一女子逾垣来，笑曰："秀才何思之深？"生就视，容华若仙，惊喜拥入，穷极狎昵。

【今译】

有一个姓尚的书生，泰山人。他平时独自一人住在一间简朴的书房里。在一个秋天的夜里，银河朗朗，明月高悬，尚生在花木丛中来回踱步，想入非非。忽然间，有个女子从墙头翻过来，笑着说："秀才为何想得如此入迷呢？"尚生走近一瞧，原来是个美貌如仙的女子，于是又惊又喜，拥抱着进入了书房，尽情地亲昵了一阵儿。女子自我介绍说："我姓胡，叫三姐。"尚生问她住在哪里，她只是笑，并不回答。尚生也不再追问，只是希望和她永远在一起罢了。从此以后，女子天天夜里来相会。

一天夜里，三姐与尚生在灯下促膝相坐，尚生喜欢三

DADA HU NNE

Hii ni hadithi kuhusu kijana Shang, ambaye alikuwa mzaliwa wa huko Mlima wa Tai. Aliishi peke yake kwa utulivu katika chumba kidogo. Usiku mmoja wa majira ya kipupwe ambao mwezi ulikuwa mwangavu na nyota ziling'arang'ara mbinguni, alikuwa akitembeatembea chini ya mbalamwezi huku na huko katika ua. Ghafla msichana mmoja alikuja kwa kutambuka ukuta na alimwuliza Shang kwa tabasamu, "Mbona unaonekana ni mwenye mawazo mazito? " Shang aliinua kichwa na kuona sura ya msichana huyu ni nyerezi kwelikweli kama malaika. Alistaajabu na alimpiga pambaja kwa mkono mmoja na kuingia ndani ya chumba kimoja. Walizungumza kwa furaha. Kisura huyu alimwambia Shang jina lake la ukoo lilikuwa Hu na aliitwa Tatu, lakini Shang alipotaka kujua mahali alipoishi, kisura huyo alicheka tu bila ya kumwambia. Hivyo Shang vilevile aliacha kumwuliza tena, walitamani tu kuweza kushirikiana kwa

287

【原文】

自言："胡氏，名三姐。"问其居第，但笑不言。生亦不复置问，惟相期永好而已。自此，临无虚夕。

一夜，与生促膝灯幕，生爱之，瞩盼不转。女笑曰："眈眈视妾何为？"曰："我视卿如红药碧桃，即竟夜视，不为厌也。"三姐曰："妾陋质，遂蒙青盼如此。若见吾家四妹，不知如何颠倒。"生益倾动，恨不一见颜色，长跽哀请。逾夕，果偕四姐来。年方及笄，荷粉露垂，杏花烟润，

【今译】

288

姐，不由得眼珠子直勾勾地盯着三姐不动。三姐笑着说："为啥这么虎视眈眈地看着我？"尚生说："我看你就像那红芍药、碧桃花，即使看上一晚上，也看不够。"三姐说："我这样丑陋，还让你如此垂青。若是见到我家的四妹，不知你会如何发狂呢。"尚生心里更加骚动，恨不得马上一睹风采，于是跪下哀求，希望见到她。过了一个晚上，三姐果然带着四姐来了。只见她刚十五六岁，面庞犹如垂露的荷花、烟润的娇杏一样细嫩滋润，她嫣然一笑，流露出无限的娇媚与艳丽。尚生不禁狂喜，连忙拉她们坐下。三姐与尚生说着笑着，四姐却只是低着头，摆弄着绣花带子。没过一会

raha namna hii daima. Tangu siku hiyo, Tatu alikuja na kuongea naye kila usiku.

Usiku mmoja, walipoketi magoti kwa magoti kando ya mshumaa, Shang alimkodolea macho Tatu, hata hakuweza kuyaondoa macho yake kutoka katika uso wa Tatu kwa sababu ya kumpenda mno.

"Kwa nini unanitazama namna hii?" Tatu alimwuliza.

"Ninakuangalia kwa makini kwa sababu wewe ni nyerezi kama ua jekundu la peoni na ua jeupe la fyulisi. Hata kama nikikuangalia usiku mzima sitachoka," Shang alijibu.

"Kama unanifikiria hivyo, sijui akili yako ingekuwaje kama ungemwona meimei yangu Nne," Shang alisikitika kwamba hakumfahamu Nne na alipiga magoti kwa muda mrefu kumwomba Tatu amtambulishe kwa Nne.

Usiku uliofuata, Tatu kweli alimletea Shang meimei yake, naye alionekana ni kipusa mwenye umri wa miaka kumi na tano hivi aliyefanana na ua la yungiyungi chini ya matone ya umande na kama ua la aprikoti linalozungukwa na ukungu wa alfajiri.

【原文】

嫣然含笑，媚丽欲绝。生狂喜，引坐。三姐与生同笑语，四姐惟手引绣带，俛首而已。未几，三姐起别，妹欲从行。生曳之不释，顾三姐曰："卿卿烦一致声！"三姐乃笑曰："狂郎情急矣！妹子一为少留。"四姐无语，姊遂去。二人备尽欢好。既而引臂替枕，倾吐生平，无复隐讳。四姐自言为狐，生依恋其美，亦不之怪。四姐因言："阿姊狠毒，业杀三人矣。惑之，罔不毙者。妾幸承溺爱，不忍见灭亡，当

大中华文库

290

【今译】

儿，三姐起身要走，四姐打算跟着回去。尚生紧拽住四姐不让走，看着三姐说："你帮助说说吧！"三姐就笑着说："疯郎君急坏了！妹子就多坐一会儿吧。"四姐没说什么，三姐于是先走了。尚生与四姐享尽了欢悦。接着彼此枕着对方的手臂，倾吐生平，没有一点儿隐瞒。四姐说自己是个狐狸，尚生热恋着她的美丽，也就不惊怪。四姐又说："姐姐狠毒，已经害死三个人了。人要被迷惑住，没有不死的。我有幸被你这样溺爱，不忍心看着你死，应该早早与她断绝关系。"尚生害怕，请求想个办法。四姐说："我虽然是个狐狸，但已经得到了仙人的法术，我可以在寝室门口贴上一道

Shang alimhusudu na akamwalika kuketi, kisha akaanza kuongea

na Tatu, huku Nne ameketi kando yao akiinamisha uso kuangalia

sakafu na kuchezea kibwebwe chake tu. Baada ya kitambo kupita,

Tatu alinyanyuka na kusema kuwa ataondoka. Meimei yake

alisimama na kutaka kuondoka pia.

Shang alishika mkono wa Nne kwa nguvu, halafu alimgeukia

Tatu na kusema, "Tafadhali nisaidie kumwomba Nne abaki,"

Tatu alimwambia Nne, "Mvulana huyu mkware hawezi

kujitawala. Ni bora ubaki hapa kwa muda."

Nne alinyamaza kimya. Tatu aliondoka peke yake. Watu

hao wawili waliobakia walianza kuzama katika ukunjufu wa

moyo. Walilala kitandani huku wakielezeana historia zao bila

ya kuficha jambo lolote. Nne alimwambia Shang kuwa alikuwa

mbweha. Shang alishikwa na uzuri wake, hakujali jambo hilo

hata kidogo . Nne aliongeza, "Dada yangu ni mkatili. Amesha

ua watu watatu. Mtu yeyote anayerogwa naye hataweza kuepuka

kifo. Nakushukuru kwa kunipenda namna hii na sivumilii kuona

uuliwe naye. Nakuonya uvunje uhusiano naye mara moja." Shang

291

【原文】

早绝之。"生惧，求所以处。四姐曰："妾虽狐，得仙人正法，当书一符粘寝门，可以却之。"遂书之。既晓，三姐来，见符却退，曰："婢子负心，倾意新郎，不忆引线人矣。汝两人合有夙分，余亦不相仇，但何必尔？"乃径去。

数日，四姐他适，约以隔夜。是日，生偶出门眺望，山下故有槲林，苍莽中，出一少妇，亦颇风韵。近谓生曰："秀才何必日沾沾恋胡家姊妹？渠又不能以一钱相赠。"

【今译】

符，就可以阻止她进来。"于是写了一道符。天亮后，三姐来到，见符不敢进，说道："这丫头负心，倾心喜欢新郎，就把牵线的人给忘了。你俩有缘分，我也不会与你们做对，但何必这样呢？"说罢就走了。

过了几天，四姐有事到别处去，约定隔一夜再来。这一天，尚生偶然出门看看，山下原有一片槲树林，从密密的丛林中走出一个少妇，长得很有风韵。她靠近尚生说："秀才何必要沾沾自喜地迷恋胡家姊妹呢？她们又不能给你一个大钱。"说着就拿出一贯钱送给尚生，说："先拿回去，买些好酒，我随后携带些点心小菜来，和你快活快活。"尚

alipumbaa na kumwomba Nne amsaidie. Nne alijibu "Ingawa mimi ni mbweha niliwahi kufundishwa ufundi maalumu na malaika. Nitakuandikia talasimu moja, uining'inize mlangoni na hivyo utaweza kumfukuza." Baada ya kusema maneno hayo, Nne aliandika talasimu palepale.

Siku ya pili asubuhi, wakati Tatu alipokuja na kuiona hiyo talasimu alirudi nyuma hatua kadhaa, akasema," Punda wee! Unaniacha kwa sababu ya kumpendelea mvulana huyo, hata kuwadi wenu mmemsahau. Ninyi wawili mmejaliwa kuwa na fursa ya kupendana, nami siwaonei uhasimu, kwa nini mnanitenda namna hii?" Baada ya kuwatukana alikwenda zake.

293

Siku chache baadaye, kwa kuwa Nne atakwenda mahali pengine kwa shughuli fulani, alimwambia Shang hatakuja siku ya pili; hivyo siku iliyofuata Shang alikwenda nje kutembea peke yake. Ghafla bimdogo mrembo alijitokeza katika msitu wa miti iitwayo mialoni uliokuweko chini ya mlima. Alimsogelea Shang na kumwuliza, "Kwa nini kila siku unashikamana na wale wanawari wa familia ya Hu? Wao hawawezi kukuletea hata senti moja."

【原文】

即以一贯授生，曰："先持归，贳良酝，我即携小肴馔来，与君为欢。"生怀钱归，果如所教。少间，妇果至，置几上燔鸡、咸彘肩各一，即抽刀子缕切为窝，醕酒调谑，欢洽异常。继而灭烛登床，狎情荡甚。既曙始起，方坐床头，捉足易舄，忽闻人声，倾听，已入帏幕，则胡姊妹也。妇乍睹，仓皇而遁，遗舄于床。二女逐叱曰："骚狐！何敢与人同寝处！"追去，移时始返。四姐怨生曰："君不长进，与骚狐

【今译】

生拿着钱回家，按着少妇说的办了。不大工夫，少妇果然来到，往小桌子上摆上一只烧鸡、一个咸猪肘子，接着又用刀子仔细地切成肉丁，饮酒调笑，非常欢乐融洽。后来便吹灭灯火，双双上床，尽情亲昵浪荡。他们天大亮才起床，正当少妇坐在床头穿鞋的时候，忽然听到人声，仔细听，已经进了慢帐里来了，原来是胡家姐妹。少妇看见就仓皇逃跑，床上留下了没有顾上穿的鞋。胡家姐妹冲着少妇背影叱责道："骚狐狸！胆敢和人一同睡觉！"边说边追，过了一段时间才返回来。四姐埋怨尚生说："你真没出息，与骚狐狸成双结对，不能再接近你了。"说着，怒气冲冲地要离去。尚生

Kisha alimpa Shang kiasi cha pesa. Alimwambia Shang kwenda kununua chupa ya spiriti bora, halafu akaongeza,"Nitaleta asusa tule pamoja. Tutakuwa na changamko." Shang alichukua pesa hizo na kwenda nyumbani, akafanya kama bimdogo alivyomwambia. Baada ya muda, bimdogo huyo kweli alikuja. Aliweka mezani kuku wa kuokwa, bega la nguruwe lililotiwa chumvi na akavikata kuwa vipandevipande, halafu walijimiminia spiriti, wakajiburudisha, Hatimaye walizima mishumaa na kupanda kitandani, wakaanza kujamiiana kama wehu.

Kulipopambazuka waliamka, wakaketi kitandani na kuanza kuvaa viatu. Bila ya kutarajia, walisikia sauti za watu. Walipokuwa wakisikiliza kwa makini Tatu na meimei yake wakaingia ndani. Bimdogo alipowaona aligutuka, akakimbia kwa haraka na kuacha viatu vyake kitandani. Tatu na Nne walighadhibika mno, wakamkemea, "Mbweha unayenuka we! Unathubutuje kutembea na mtu?" Walimkimbilia masafa marefu, bali hawakumfikia, baada ya muda wakarejea. Nne alimgombeza Shang, "Mbona unatembea na mbweha mwovu? Tutakata urafiki nawe! Baada ya kusema

295

【原文】

相匹偶，不可复近！"遂悻悻欲去。生惶恐自投，情词哀恳。三姐从旁解免，四姐怒稍释，由此相好如初。

一日，有陕人骑驴造门曰："吾寻妖物，匪伊朝夕，乃今始得之。"生父以其言异，讯所由来。曰："小人日泛烟波，游四方，终岁十馀月，常八九离桑梓，被妖物蛊杀吾弟。归甚悼恨，誓必寻而殄灭之。奔波数千里，殊无迹兆，

【今译】

吓得跪在地上，苦苦恳求她不要生气。三姐也从旁边劝解，四姐的怒气这才稍稍消散，以后彼此相好，一如既往。

一天，有个陕西人骑着驴来到尚家大门前，说："我到处寻找这个妖精，也不是一天半天了，如今总算找到了。"尚生的父亲见来人说话怪异，便询问事情的由来。来人说："我天天奔走在山水之间，游历四方，一年十二个月倒有八九个月不在家乡，结果让妖精迷惑害死了我的弟弟。我回到家乡非常悲愤，发誓一定找到妖精杀死它。我已经奔波几千里路了，一直没找到踪影，如今妖精就在你家。如果不消灭它，当有人和我弟弟一样被害死。"当时尚生跟女人亲

maneno hayo Tatu na Nne walitaka kuondoka. Shang alisumbuka na kuanza kuomba msamaha.Tatu alisuluhisha ugomvi na Nne akapunguza hamaki zake na mwishowe wakapatana tena.

Siku moja, mtu mmoja wa Mkoa wa Shaanxi alikuja kutembea akipanda punda mmoja. Alipofika mlangoni, akasema," Nimewa tafuta pepo wabaya hawa wawili kwa muda wa siku nyingi, mpaka leo ndo nimewapata hapa." Baba wa Shang aliona ajabu baada ya kusikia maneno ya mtu huyo, kwa hivyo akamwuliza amekuja kutoka wapi. Mtu huyo alijibu, "Nimesafiri kila mahali. Kila mwaka mimi husafiri nje kwa muda wa miezi minane au tisa. Nilipokuweko safarini, pepo wawili walimwua didi yangu. Baada ya kurudi nyumbani nilihuzunika na kuwachukia mno. Nilikula kiapo kuwaangamiza. Ingawa nimesafiri mamia ya kilomita sikugundua dalili yao, kumbe wapo katika nyumba yenu, iwapo siwaui hao pepo wawili, watu wengine watauawa nao kama didi yangu." Wakati huo, Shang na wale mbweha wawili wamesha kuwa marafiki wakubwa. Baba na mama wa Shang pia wamesha jua kidogo jambo hili. Baada ya kusikia maelezo

【原文】

今在君家。不翦，当有继吾弟亡者。"时生与女密迩，父母微察之，闻客言，大惧，延入，令作法。出二瓶，列地上，符咒良久，有黑雾四团，分投瓶中。客喜曰："全家都到矣。"遂以猪脬裹瓶口，缄封甚固。生父亦喜，坚留客饭。生心恻然，近瓶窃视，闻四姐在瓶中言曰："坐视不救，君何负心？"生益感动，急启所封，而结不可解。四姐又曰："勿须尔，但放倒坛上旗，以针刺脬作空，予即出矣。"生

【今译】

密往来，父母也有所觉察，听了客人这番言语，非常害怕，马上请客人进去，求他施展法术。来客取出两只瓶子，摆在地上，然后画符念咒，过了好久，这才有四团黑雾分别投入瓶中来。来客高兴说："全家都在这里了。"于是用猪膀胱裹住瓶口，封得严严实实。尚生的父亲也很高兴，坚持要留客人吃饭。尚生心里很难受，走近瓶子偷看，听见四姐在瓶子里说："你坐视不救，怎么会如此负心？"尚生心里更加难过，急忙去启瓶子上的封条，但结得紧紧的，怎么也解不开。四姐又说："不必解结了，只要放倒法坛上的令旗，用针刺破猪膀胱，我就能出来了。"尚生按着四姐说的做，果

ya mgeni walitishika mno. Walimwomba mtu huyo wa Shaanxi kuingia ndani kuwakamata pepo hao. Mgeni huyo alitoa chupa mbili na kuziweka sakafuni, kisha akatabana. Mafundo manne ya moshi mweusi yaliingia mawili mawili katika kila chupa. Mtu huyo alisema akiwa na ufurufu mkubwa, "Nimesha pata familia yao nzima." Kisha akaiwamba midomo ya chupa kwa vibofu na kuifunga ki-ki-ki. Baba yake Shang vilevile alifurahia, akamwalika mgeni kula chakula pamoja nao, Wakati huo Shang alikuwa na moyo mzito. Alizikaribia zile chupa na kuziangalia. Alipotega sikio lake, akamsikia Nne akisema kutoka ndani, "Juha wee, unasimama hapa bure, kwa nini hufikiri njia kuniokoa?"

Shang alizidi kusisimka na mara akaanza kujaribu kufungua kile kifuniko lakini alishindwa. Nne alisema, "Siyo hivyo, angusha ile bendera iliyokitwa juu ya juwaa lile la udongo na kukitoboa kibofu hiki kwa ncha ya wano hili la bendera, hivyo nitaweza kutoka." Shang alifanya kama Nne alivyomwambia. Katika dakika hiyo, moshi mweupe ulitoka kutoka katika tundu lile lililotobolewa na kuyoyoma chapuchapu angani, mtu wa Shaanxi alipotoka

【原文】

如其请，果见白气一丝，自孔中出，凌霄而去。客出，见旗横地，大惊曰："遁矣！此必公子所为。"摇瓶俯听，曰："幸止亡其一。此物合不死，犹可赦。"乃携瓶别去。

后生在野，督佣刈麦，遥见四姐坐树下。生近就之，执手慰问。且曰："别后十易春秋，今大丹已成。但思君之念未忘，故复一拜问。"生欲与偕归，女曰："妾今非昔比，不可以尘情染，后当复见耳。"言已，不知所在。又二十年

【今译】

然见一丝白气从孔中冒出，冲霄而去。来客出来时，看见令旗倒在地上，大惊说："跑了！这一定是公子干的。"他俯身摇瓶，听了听，说："幸好只跑了一个。这东西不该死，尚可饶了它。"于是携带着瓶子，告辞而去。

后来的一天，尚生在田地里督察长工割麦子，远远看见四姐坐在树下。尚生就走过去，拉着手问好。四姐说："别后已过了十个春秋了，如今我已修炼成仙。由于思念你的心还没有完全割舍，所以再来看望看望你。"尚生想拉着四姐一同回家，四姐说："我已经今非昔比，不能再沾染尘世之情，以后还会见面。"说完，就不见了。又过了二十多年，

na kuona bendera imelazwa juu ya ardhi alishangaa na kusema, "Wametoroka! Kijana, haikosi ni wewe uliyefanya jambo hili." Alitikisa chupa nyingine na kusikiliza kwa makini sauti ya ndani, halafu akasema, "Kwa bahati nzuri, pepo mmoja tu ametoroka. Jamaa zake bado wangalipo, jaala juu ya dude lile lililotoroka haijamfisha, bado anaweza kusamehewa." Hivyo alichukua chupa na kwenda zake.

Baada ya miaka kadhaa, siku moja Shang alipokuwa akisimamia wakulima kuvuna ngano, ghafla alimuona Nne kwa mbali, ameketi chini ya mti. Shang alimkaribia, Nne akamshika mkono wake na kusema, "Miaka kumi imesha pita tangu tulipoonana mara ya mwisho. Mpaka sasa, nimesha jifundisha na kujiendeleza mpaka nimepata maisha ya milele. Nakukumbuka kila siku, leo nimekuja kukutazama." Shang alimtaka aende nyumbani pamoja naye. Nne alijibu, "Mimi siko sawa na zamani. Siwezi kugusa malimwengu, lakini tutakuwa na fursa ya kuonana tena." Baada ya kusema maneno hayo alitoweka.

Miaka ishirini baadaye, Shang alipokuwa peke yake nyumbani

【原文】

馀，生适独居，见四姐自外至。生喜与语。女曰："我今名列仙籍，本不应再履尘世。但感君情，敬报撤瑟之期。可早处分后事，亦勿悲忧，妾当度君为鬼仙，亦无苦也。"乃别而去。至日，生果卒。

尚生乃友人李文玉之戚好，尝亲见之。

【今译】

尚生正一个人在屋里，看见四姐从外边进来。尚生高兴地凑过去同四姐说话。四姐说："我如今已经名列仙籍，本不应该再到尘世中来。但是感谢你的情意，特地来告诉你的死亡之期。可以早些处理后事，你也不必悲伤忧愁，我会度你成为鬼仙，也没有什么苦楚。"说罢告别而去。到了四姐说的日子，尚生果然死去。

尚生是我的朋友李文玉的亲戚友好，他曾经目睹这件事情。

bila kutarajia Nne aliingia. Shang alijawa na furaha kupita kiasi na alianza kupiga gumzo naye. Nne alisema, "Jina langu limeorodheshwa katika daftari ya majina ya malaika. Kusema kweli, kwangu mimi haifai kuja duniani tena, lakini kwa ajili ya kukushukuru, leo nimekuja kukuambia tarehe yako ya kufariki dunia ili upate kujitayarisha mapema. Usihuzunike, nitakusaidia kupita vikwazo na kuwa Mungu." Nne aliondoka baada ya kumwambia tarehe. Siku hiyo ilipowadia Shang alikufa kweli. Shang alikuwa jamaa wa sahibu yangu Li Wenyu ambaye aliwahi kukutana mara kwa mara na Shang kabla hajafa.

303

祝翁

【原文】

济阳祝村有祝翁者，年五十馀，病卒。家人入室理缞经，忽闻翁呼甚急。群奔集灵寝，则见翁已复活。群喜慰问，翁但谓媪曰："我适去，拚不复返。行数里，转思抛汝

【今译】

济阳县的祝村有个祝老头，年纪有五十多岁，病死了。家里人进屋穿戴孝服，忽然听见祝老头急促喊叫。大家一起跑到停放灵柩的地方，看见老头已经复活了。大家很高兴，上前慰问，老头只是对老婆说："我刚走时，决心不再返回阳间了。走了几里路，转念一想，抛下你这一副老骨头在儿孙们手里，饥寒温饱都得仰仗人家，活着也没有乐趣，不如跟我一块走。所以我又回来了，打算带你一块儿走。"大家都认为他刚苏醒过来，不免说些胡话，根本就不相信。老头又说了一遍，老太太说："这样也挺好。不过你刚活过来，怎么能又死呢？"老头挥挥手说："这没有什么难的。家里的杂事快去处理一下。"老太太笑着不动，老头再三催她去

MZEE ZHU

Katika Kijiji cha Zhu, Wilaya ya Jiyang, Mkoa wa Shandong, palitokea mzee mmoja, ambaye jina lake la ukoo pia likiitwa Zhu. Alipokuwa na umri wa miaka hamsini na zaidi alifariki dunia. Jamaa zake walipoanza kumshonea sanda mara ghafla walisikia miito ya hima ya mzee huyo, wakakimbilia mbiombio kwenye jeneza, wakamwona amefufuka. Walikuwa na furaha nyingi na kuanza kumpoza moyo. Mzee huyo alimwambia mke wake, "Wakati nilipokufa sikutazamia kurudi tena. Baada ya kutembea kilomita kadhaa nilifikiri njiani kuwa nimekuacha wewe bikizee uliyebakiwa na mifupa na ngozi zee tu, utalazimika kufuata amri za watoto, na utaishi kwa kutegemea watu wengine, bila shaka hutakuwa na raghba ya kuishi duniani peke yako. Basi niliona ni heri nirejee hapa kukuchukua na tutaondoka pamoja," Watu wa pembeni walidhani mzee huyo aliyefufuka alikuwa anaweweseka. Hawakuamini maneno yake hata kidogo bali mzee alikuwa

【原文】

一副老皮骨在儿辈手，寒热仰人，亦无复生趣，不如从我去。故复归，欲偕尔同行也。"咸以其新苏妄语，殊未深信。翁又言之，媪云："如此亦复佳。但方生，如何便得死？"翁挥之曰："是不难。家中俗务，可速作料理。"媪笑不去，翁又促之。乃出户外，延数刻而入，绐之曰："处置安妥矣。"翁命速妆。媪不去，翁催益急。媪不忍拂其意，遂裙妆以出。媳女皆匿笑。翁移首于枕，手拍令卧。媪曰："子女

【今译】

做。她于是出去耽搁了好一阵子才又进了屋，骗他说："处理妥当了。"老头叫她快去梳妆打扮。老太太不去，老头催促更加急切。老太太不忍违背他的意愿，也就穿着整齐出来了。儿媳、闺女们都偷着笑。老头在枕头上移动了一下头，用手拍着，叫老太太躺下。老太太说："子女都在，老两口双双躺在床上，这成什么样子？"老头捶着床说："死在一起有什么可笑的！"子女们看见老头生气着急，就一起劝老太太暂且顺着老头意思行事。老太太照着老头的话和他枕着一个枕头，直挺挺躺在一起。家里人见状又都笑起来。不一会儿，见老太太笑容突然没有了，渐渐地闭上了双眼，许久没有动静，真像睡着了一样。大家这才走过去一看，发现老

anakariri mawazo yake bila kusita.

"Yote ni sawa, lakini umefufuka punde tu hivi, kwa hiyo utawezaje kufa tena?"

"Hili ni jambo rahisi kabisa," mzee alijibu, "nenda ukashughulikie

kwanza mambo ya kila siku kwa haraka." Bikizee alicheka na hakufanya chochote.

Mzee alimhimiza tena, na mara hii bikizee alitoka nje bila ya kusema chochote. Baada ya muda, bikizee alirejea ndani. Akamlaghai, "Nilifanya kama ulivyoniagiza." Mzee alimhimiza aende kujipamba. Bikizee alikaa tuli hakujitingisha. Mzee alimharakisha zaidi. Kwa kuwa bikizee hakutaka kumwudhi, alitii agizo lake. Muda si muda, alijipamba tayari na kutoka nje akivaa sketi; mke wa bin yake na wanawake wengine wa ukoo huo wote walimcheka kisirisiri. Mzee aliulalia mto, halafu akamwambia mwenzi wake afanye vivyo hivyo.

307

"Ni upumbavu ulioje!" bikizee alisema, " tunalala kitandani kama magogo mawili huku watoto wetu wote wapo kando yetu."

【原文】

皆在，双双挺卧，是何景象？"翁搥床曰："并死有何可笑！"子女辈见翁躁急，共劝媪姑从其意。媪如言，并枕僵卧。家人又共笑之。俄视媪笑容忽敛，又渐而两眸俱合，久之无声，俨如睡去。众始近视，则肤已冰而鼻无息矣。试翁亦然，始共惊怛。康熙二十一年，翁弟妇佣于毕刺史之家，言之甚悉。

　　异史氏曰：翁其夙有畸行与？泉路茫茫，去来由尔，奇矣！且白头者欲其去则呼令去，抑何其暇也！人当属纩之时，所最不忍诀者，床头之昵人耳。苟广其术，则卖履分香，可以不事矣。

【今译】

太太身子已经凉了，鼻孔也没气了。又试了试老头，也是如此，大家这才惊怕起来。康熙二十一年，祝老头的兄弟媳妇在毕刺史家做工时，详细地讲述了这件事。

　　异史氏说：祝老头大概平素就具有奇特操行吧。黄泉之路，茫茫难测，但他来去自由，真是令人称奇。况且对于白头偕老的人，想一起走，就能呼唤着一起走，这是何等的从容啊！人在临咽气的时候，最不忍心诀别的就是床头上亲近的人。假如能把祝老头的这种法术加以推广，那么像曹操在临终时分香卖履，为妻妾生计而操心的事就不存在了。

"Nini cha kuchekwa, watu wawili kufa pamoja tu! " Mzee alisema kwa sauti kubwa huku akipigapiga kitanda kwa ngumi yake.

Bin na binti zao walipoona mzee amehamaki walimshawishi bikizee amridhishe ombi lake. Basi bikizee alilala ubavuni mwa mume wake. Watu wote wengine walianza kuwacheka. Ala, baada ya dakika moja tu, walipowaangalia tena waligundua kwamba bikizee aliacha kutabasamu na amefumba macho yake mawili. Haikupita robo saa, hata sauti ya kupumua haikusikika tena. Bikizee alionekana kana kwamba amelala fofofo. Hapo ndipo watu wengine walipojongea kumchunguza, waligundua kuwa mwili wa bikizee umesha kuwa baridi kama barafu na hakupumua hata kidogo, wakajaribu kumgusa mzee, kumbe na yeye pia amesha kata roho. Hapo ndipo walipoanza kugutuka.

Hadithi hii ilisimuliwa kwa makini mwaka 1682 na difu (m.y. ni mke wa didi.) wa mzee huyo, wakati difu yake akiwa ameajiriwa kufanya kazi ya ujakazi katika familia ya gavana ambaye jina lake la ukoo likiitwa Bi.

酒友

【原文】

车生者，家不中赀，而耽饮，夜非浮三白不能寝也，以故床头樽常不空。一夜睡醒，转侧间，似有人共卧者，意是覆裳堕耳。摸之，则茸茸有物，似猫而巨，烛之，狐也，

【今译】

车生这个人，家里并不富裕，但沉溺于饮酒，每夜不喝上三大碗就睡不着觉，所以床头的酒瓶子常不空。一天夜里，他睡醒一觉，在翻身时，觉得好像有人和他一块儿睡觉。他以为是盖的衣裳滑下来了，用手一摸，摸到一只毛茸茸的东西，似猫又比猫大，他点上灯一照，是只狐狸，醉醺醺的，像只狗一样侧身盘曲睡卧着。再看酒瓶子，酒已经空了。车生于是笑着说："这是我的酒友啊！"车生不忍惊醒狐狸，给它盖上衣服遮挡伸出的臂膀，一起睡大觉，留着灯火好看看有什么变化。半夜里，狐狸伸了伸身子，打了个呵欠，车生笑着说："睡得真美啊！"揭开衣服一看，是个

RAFIKI WA KUNYWA AKARI

Hapo zamani za kale, palikuwa na kijana mmoja, ambaye jina lake la ukoo liliitwa Che. hakuwa na kipato cha kutosha. Huyo kijana alipenda kunywa akari. Kama usiku hakupata kunywa gilasi tatu za akari basi hataweza kupatwa na usingizi. Hivyo ilikuwa nadra kutoona chupa za akari mchagoni mwa kitanda chake.

Siku moja usiku, alizinduka usingizini na alipokuwa akigeuka alihisi kitu fulani kilikuwa juu ya kitanda chake, akafikiri asaa kilikuwa ni shuka lake limejiviringa. Polepole alinyoosha mkono wake na kupapasapapasa, lahaula, aligusa kitu laini kama paka lakini mkubwa zaidi. Akawasha mshumaa na aliona mbweha aliyekuwa amelala fofofo baada ya kulewa. Alipoangalia chupa ya akari ya mbweha aligudua ni tupu. Alicheka kidogo huku akisema, "Aha, kumbe huyu ni rafiki yangu wa kunywa akari." Hakutaka kumzindua huyu mnyama, akamfunika kwa nguo na kuweka mkono juu ya mwili wake, akalala pamoja naye akiwa ameacha

【原文】

酣醉而犬卧。视其瓶，则空矣。因笑曰："此我酒友也。"不忍惊，覆衣加臂，与之共寝，留烛以观其变。半夜，狐欠伸，生笑曰："美哉睡乎！"启覆视之，儒冠之俊人也。起拜榻前，谢不杀之恩。生曰："我癖于曲蘖，而人以为痴。卿，我鲍叔也，如不见疑，当为糟丘之良友。"曳登榻，复寝，且言："卿可常临，无相猜。"狐诺之。生既醒，则狐已去。乃治旨酒一盛，嵓伺狐。

【今译】

戴着儒生帽子的英俊男子。狐狸起身，在床前给车生叩头，感谢不杀之恩。车生说："我嗜酒成癖，人们却认为我痴。你是我的知己啊，如果你不怀疑我，咱们就交个喝酒的朋友吧。"说着又把狐狸拉到床上，继续睡觉，还说："你应当经常来，不要互相猜忌。"狐狸点头答应。车生一觉醒来，狐狸已经走了。于是他准备下美酒一杯，专等狐狸来饮。

到了晚上，狐狸果然来了，于是促膝欢饮。狐狸酒量很大，又善于说笑话，真是相见恨晚。狐狸说："多次让你拿出美酒款待，我用什么报答呢？"车生说："斗酒之欢，何必挂在嘴上！"狐狸说："虽然如此，但你是个穷书

mshumaa uendelee kuwaka ili apate kuangalia mabadiliko ya huyo mnyama.

Usiku wa manane, mbweha alijinyoosha, wakati huo, Sheng alisema hali akitabasamu, "Je, umelala vizuri?" Baada ya kusema maneno hayo, alifunua nguo na akaona kijana mrembo aliyevaa kofia ya msomi. Huyo kijana alishuka kitandani, akamshukuru Sheng kwa kutomwua. Sheng alisema,"Oh, mimi ni mnywaji wa akari tu, watu wengine wanadhani mimi ni mwendawazimu; Ikiwa huna shaka juu yangu, ningetumaini tuwe marafiki wa kunywa akari," Baada ya hapo, walipanda kitandani na kuendelea kulala. Kabla ya kupatwa na usingizi, Sheng alimsihi kijana huyo aje kumtembelea mara kwa mara na alimwambia kwamba wawe wanasadikiana wenyewe kwa wenyewe. Mbweha alikubaliana naye, lakini asubuhi na mapema Sheng alipoamka, mwenzake alikuwa tayari ameshatoweka. Basi alitayarisha bilauri mbili za akari, akimngojea mbweha. Giza lilipotanda, rafiki yake kweli alikuja, wakaketi pamoja na kunywa kwa furaha. Mbweha alikuwa mnywaji kwelikweli na alipenda kusimulia vichekesho. Kwa hiyo Sheng alisikitika kwa kuchelewa kufahamiana naye.

313

【原文】

抵夕，果至，促膝欢饮。狐量豪善谐，于是恨相得晚。狐曰："屡叨良酝，何以报德？"生曰："斗酒之欢，何置齿颊！"狐曰："虽然，君贫士，杖头钱大不易。当为君少谋酒赀。"明夕来，告曰："去此东南七里，道侧有遗金，可早取之。"诘旦而往，果得二金，乃市佳肴，以佐夜饮。狐又告曰："院后有窖藏，宜发之。"如其言，果得钱百馀千，喜曰："囊中已自有，莫漫愁沽矣。"狐曰："不然，

【今译】

生，买酒钱来得也不容易。我应当为你多少谋划点儿喝酒的钱。"第二天晚上，狐狸来告诉说："离这里东南方七里，路旁有丢失的金子，可以早些去取回来。"等天亮后，车生前往，果然捡到了两块金子，于是他到集市上买来好菜，准备夜里下酒。狐狸又告诉说："院后窖里藏着东西，应该去挖出来。"按着狐狸说的，果然又得到十万多钱，车生高兴地说："口袋里有了钱，再不为没钱买酒痛饮而发愁了。"狐狸说："不能这样啊，车沟里的水怎能长期舀个没完？应该从长计划。"有一天，狐狸对车生说："市场上荞麦很便宜，这种东西奇货可居。"车生听从了，一下买了四十多石

"Kusema kweli, sijui nikushukuru vipi kwa wema wako wa kunitayarisha akari bora, " Mbweha alisema.

"Ah, akari kidogo tu. Haina thamani kubwa," Sheng alijibu.

"Wewe ni msomi maskini, kwako si rahisi kupata fedha. Inafaa nikupatie fedha kidogo ya kununulia akari, "

Siku ya pili jioni, mbweha alipofika alimwambia Sheng, "Ukielekea kusini-mashariki kilomita saba hivi utaona fedha iliyopotezwa kando ya barabara. Kesho asubuhi mapema zaidi nenda ukaiokote." Asubuhi Sheng alikwenda kule na kweli alipata vipande viwili vya fedha. Kwa kutumia fedha hizo alinunua asusa kadhaa za kuwasaidia kunywa akari usiku ule.

Siku nyingine, mbweha alimwambia tena kwamba kulikuwa na pango kwenye kitalu fulani, ambamo sarafu si haba zilifungwa ndani na ingefaa aende kulifunua. Alipofanya hivyo kweli alipata zaidi ya sarafu elfu.

"Sasa," Sheng alisema kwa bashasha, "nina sarafu hizi katika pochi yangu, sitakuwa na dukuduku tena kuhusu hela za kununulia akari."

"Ah, maji yaliyomo katika mfereji wa gari hayawezi kuweko

315

【原文】

辙中水胡可以久掬？合更谋之。"异日，谓生曰："市上荍价廉，此奇货可居。"从之，收荍四十馀石，人咸非笑之。未几，大旱，禾豆尽枯，惟荍可种，售种，息十倍。由此益富，治沃田二百亩。但问狐，多种麦则麦收，多种黍则黍收，一切种植之早晚，皆取决于狐。日稔密，呼生妻以嫂，视子犹子焉。后生卒，狐遂不复来。

【今译】

荞麦，人们都笑他不懂事。不久，天气大旱，原先种的庄稼都枯死了，只有荞麦可以种。这样，车生出售荞麦种子，获得了十倍的利息。从此，车生更加富裕起来，买了二百亩良田耕种。种什么都是先询问狐狸，狐狸说多种麦子，麦子就丰收；说多种谷子，谷子就丰收；一切庄稼种植的时间早晚也都由狐狸决定。由于彼此交往越来越密切，狐狸管车生的妻子叫嫂子，对待车生的孩子就像自己的亲生儿子一样。后来车生死了，狐狸也就不再来了。

kwa muda mrefu. Inafaa tutafute njia nyingine."

Siku chache baadaye, mbweha alimwambia Sheng, "Siku hizi, bei ya ngano ni rahisi sokoni, inafaa uihodhi." Kwa kufuata pendekezo lake Sheng alinunua ngano tani arobaini. Mbinu ya utendaji wake ilipata kejeli za watu wengine. Baada ya siku kadhaa kulikuwa na ukame mkubwa. Aina zote za nafaka za kondeni zilikauka, ila ngano tu iliweza kupandwa maana ngano inaweza kuvumilia ukame. Sheng aliuza ngano alizohodhi ambazo zikawa mbegu bora. Naye alijipatia faida ya mara kumi. Hivyo mali yake iliongezeka kwa kiasi kikubwa. Alinunua eka 33 za konde zenye rutuba. Tangu hapo, akawa anapanda nafaka zake kwa kutegemea mawaidha ya mbweha na kila mara, ama kupanda mahindi au kupanda uwele, alipata mavuno mazuri. Kadiri siku zilivyosonga mbele zaidi ndivyo urafiki wao ulivyokuwa mkubwa zaidi. Mbweha alimheshimu Sheng kama kaka yake, alimheshimu mke wa Sheng kama saozi yake na aliwatendea watoto wa Sheng kama watoto wake mwenyewe, lakini tangu Sheng alipokufa mbweha aliacha kwenda kwake tena.

317

张诚

【原文】

豫人张氏者，其先齐人。明末齐大乱，妻为北兵掠去，张常客豫，遂家焉。娶于豫，生子讷。无何，妻卒，又娶继室，生子诚。继室牛氏悍，每嫉讷，奴畜之，啖以恶草具。

【今译】

河南有个姓张的，他家原是山东人。明朝末年山东大乱，妻子被北兵抢去，他由于经常到河南去，便在河南成了家。张家在河南娶了个媳妇，生下一个儿子名叫讷。不久，妻子死掉了，又娶了一个妻子，生了儿子名叫诚。继室牛氏非常凶狠，嫉恨前房的儿子张讷，把他当做奴仆一样看待，吃的用的都是恶劣的东西。派他上山打柴，每天必须要砍一挑柴回来，否则就连打带骂，张讷痛苦不堪。而对待张诚呢，总是把好吃的藏下来，专门给他吃，还让他去读书。张诚渐渐长大了，他生性孝顺父母，友爱哥哥，不忍哥哥这般劳苦，私下常常劝母亲对哥哥好一点儿。母亲却不听。

一天，张讷进山砍柴，还没砍够，忽然风雨大作，便

ZHANG CHENG

Miaka mingi iliyopita, palikuwa na mtu mmoja katika Mkoa wa Henan, ambaye jina lake la ukoo liliitwa Zhang. Hapo awali babu zake walikuwa wenyeji wa Mkoa wa Shandong. mnamo miaka ya mwishoni mwa Enzi ya Ming (1368-1644), zilizuka ghasia mkoani Shandong. Mke wa Zhang alinyakuliwa na askari waliokuja kutoka kaskazini. Kwa kuwa Zhang mara kwa mara alikuwa anafika kwenye Mkoa wa Henan kufanya biashara, mwishowe aliweka maskani huko na kuoa mke wa pili. Mke huyo wa pili alimzalia mwana mmoja ambaye walimpa jina Zhang Na. Baada ya muda, mke wake wa pili alikufa. Zhang akaoa mke wa tatu, naye pia alimzalia mwana mmoja. Mwana huyo alipewa jina Zhang Cheng. Mke huyo wa mwisho aliyetoka katika ukoo ulioitwa Niu, alikuwa mwanamke mkorofi, naye alimfanyia uhasidi Zhang Na. Alimbughudhi kama mtumwa, alimpa chakula hafifu tu na kumlazimisha kukata mzigo mkubwa wa kuni kila siku, ama sivyo atampiga na kumtukana kishenzi. Upande mwingine, alimwekea kichinichini Zhang Cheng chakula bora na kumpeleka shuleni.

319

【原文】

使樵，日责柴一肩，无则挞楚诟诅，不可堪。隐畜甘脆饵诚，使从塾师读。诚渐长，性孝友，不忍兄劬，阴劝母。母弗听。

一日，讷入山樵，未终，值大风雨，避身岩下。雨止而日已暮，腹中大馁，遂负薪归。母验之少，怒不与食。饥火烧心，入室僵卧。诚自塾中来，见兄嗒然，问："病乎？"曰："饿耳。"问其故，以情告，诚惝然便去。移时，怀饼

【今译】

到石岩下避雨。等雨停了，天也黑了，他肚子饿极了，便背着柴禾回家了。牛氏看到柴禾不够数，怒气冲冲不给张讷吃饭。张讷饿得烧心，进到屋里就直挺挺地倒在床上。张诚放学回来，见哥哥无精打采的样子，问道："生病了吗？"张讷说："饿的。"张诚问什么缘故，张讷便实话实说，张诚很难过地走开了。过了一会儿，张诚揣来了饼子给哥哥吃。张讷询问饼子是哪里来的，张诚说："我是偷了一点儿面，让邻居家女人给做的，你只管吃，别说出去。"张讷吃了饼子，嘱咐弟弟说："以后甭这样做了，一旦漏了出去，让你受连累。再说，一天吃一顿饭也不至于饿死。"张诚说："哥哥本来体弱，怎么能砍那么多柴呢！"

Kwa kuwa Zhang Cheng alikua siku baada ya siku, akaanza kufahamu maana ya upendo wa kindugu. Hakuweza kuvumilia kuona jinsi mama yake alivyomtenda kaka yake, akamsemeza mama yake faraghani amtendee kaka yake vyema zaidi, bali mama yake hakumsikiliza. Siku moja, wakati Zhang Na alipokwenda kukata kuni kwenye vilima, dhoruba kali ilikuja na akajificha chini ya jabali. Dhoruba ilipopita, jua lilikuwa limesha tua. Alianza kusikia njaa. Basi alibeba mzigo wake wa kuni, akaanza safari ya kurejea nyumbani. Mama yake wa kambo hakuridhika na kiasi cha kuni alichokata, alikataa kumpa kitu chochote cha kula. Njaa ilikuwa ikimtafuna matumbo na akaamua kwenda ndani kulala. Wakati Zhang Cheng aliporudi shuleni na kuona jinsi kaka yake alivyokuwa, alimwuliza kaka yake kama alikuwa ameshikwa na ugonjwa, kaka yake alimwambia kuwa ana njaa tu, halafu alimweleza mambo yaliyomtokea. Zhang Cheng aliondoka kwa uchungu. Baada ya kitambo, alirudi na chapati kadhaa, akampa kaka yake.

"Umezipata wapi chapati hizi?" Kaka yake alimwuliza Zhang Cheng.

"Nimechukua kiasi cha unga kwa siri na kumwomba mama mkubwa wa jirani anisaidie kupika. Wewe kula tu usimwambie

【原文】

来饵兄。兄问其所自来，曰："余窃面倩邻妇为之，但食勿言也。"讷食之，嘱弟曰："后勿复然，事泄累弟。且日一啖，饥当不死。"诚曰："兄故弱，乌能多樵！"

次日，食后，窃赴山，至兄樵处。兄见之，惊问："将何作？"答曰："将助樵采。"问："谁之遣？"曰："我自来耳。"兄曰："无论弟不能樵，纵或能之，且犹不可。"于是速之归。诚不听，以手足断柴助兄，且云："明

【今译】

第二天，张诚吃过东西后，偷偷上山，来到哥哥砍柴的地方。张讷见到他，惊问："你来干什么？"张诚说："帮你打柴。"张讷又问："谁让你来的？"张诚说："我自己来的。"张讷说："别说弟弟不会打柴，就是会打柴，也不能让你干。"于是催促他快回去。张诚不听，用手用脚折断柴禾来帮助哥哥，还说："明天应当带把斧头来。"张讷走近弟弟身边，不让他干活，只见他的手指破了，鞋也磨穿了，悲伤地说："你再不快快回去，我就用斧子砍脖子自杀！"张诚这才归去。张讷送到半路才返回去。张讷打完柴回去，到学校，嘱咐老师说："我弟弟年幼，应该管住他。山中虎狼很多。"老师说："午前不知道他去了什么地方，

yeyote," Zhang Cheng alijibu. Kaka yake alikula chapati hizo.

"Usifanye hivyo tena, ama sivyo utakuja kupata msukosuko. Sitakufa madhali nikiweza kupata mlo mmoja kwa siku." Kaka yake alimwambia Zhang Cheng.

"Kaka, wewe huna afya njema, usikate kuni nyingi kama ulivyofanya." Zhang Cheng alisema.

Siku iliyofuata, baada ya staftahi Zhang Cheng alikwenda vilimani kwa siri. alifika mahali ambapo kaka yake alikuwa akikata kuni.

"Umekuja kufanya nini?" Kaka yake alimwuliza huku akistaajabu.

"Nimekuja kukusaidia kukata kuni." Zhang Cheng alijibu.

"Nani amekutuma?"

"Hakuna mtu yeyote, mimi mwenyewe nimekuja."

"Ah, kwa vyovyote vile huwezi kufanya kazi hii. Rudi nyumbani!"

Zhang Cheng hakumsikiliza kaka yake bali alibaki kumsaidia kukata kuni kwa bidii. Isitoshe alisema, "Kesho asubuhi nitakuja na shoka." Kaka yake alimsogelea kumzuia, wakati huo aling'amua kuwa Zhang Cheng alijikata tayari kidole chake cha mkono na kuchafua viatu vyake. Alianza kulia na kusema, "Kama

【原文】

日当以斧来。"兄近止之，见其指已破，履已穿，悲曰："汝不速归，我即以斧自到死！"诚乃归。兄送之半途，方复回。樵既归，诣塾，嘱其师曰："吾弟年幼，宜闭之。山中虎狼多。"师曰："午前不知何往，业夏楚之。"归谓诚曰："不听吾言，遭笞责矣。"诚笑曰："无之。"明日，怀斧又去。兄骇曰："我固谓子勿来，何复尔？"诚不应，刈薪且急，汗交颐不少休，约足一束，不辞而返。师又责

【今译】

已经打了他手板子。"张讷回到家里，对张诚说："你看，不听我的话挨打了吧。"张诚笑着说："没有。"第二天，张诚怀揣着斧子又去了。张讷吃惊地说："我不叫你来，为什么又来了？"张诚不答话，忙着砍柴，汗水顺着脸往下淌，也不歇一会儿。估计够一捆了，便不辞而返。老师又责备张诚，张诚就把实情告诉了老师，老师感叹张诚贤德，也就不再禁止他。张讷屡次制止张诚去打柴，张诚就是不听。

有一天，张诚和几个人在山里砍柴，猛然间跳出一只老虎，众人害怕地藏了起来，老虎竟叼着张诚跑了。由于老虎叼着人行动迟缓，被张讷追上。张讷抢起斧子，用力向老虎砍去，击中了老虎的胯骨，老虎负痛狂奔，张讷追也追

hurudi nyumbani kwa sasa, nitajiua kwa shoka." Zhang Cheng alihofu, akaenda zake. Kaka yake alimsindikiza mbali, halafu akarudi kuendelea kukata kuni. Jioni alikwenda shuleni alikosoma Zhang Cheng.

"Zhang Cheng bado ni mtoto, asingeruhusiwa kwenda vilimani. Huko vilimani kuna chui na mbwamwitu wengi." Zhang Na alimwambia mwalimu wa Zhang Cheng.

"Sikujua Zhang Cheng alikokwenda asubuhi nzima. Nimemchapa bakora kwa sababu ya kutoroka shule." Mwalimu alijibu.

Baada ya kurudi nyumbani Zhang Na alimwambia Zhang Cheng, "Kwa kuwa hukufanya kama nilivyokuambia, ulipigwa bakora na mwalimu, siyo?" . Zhang Cheng alicheka na kusema, "Hapana."

Siku ya pili, Zhang Cheng alikwenda tena akiwa na shoka. Kaka yake alishtuka akamwuliza, "Nimekuambia usije, kwa nini unafanya hivyo?" Zhang Cheng hakujibu bali aliendelea kukata kuni kwa nguvu bila ya kupumzika, hata jasho likamtitirika usoni. Alipokatakiasichamzigommojaaliondokakimyanakwendashuleni. Mwalimu alimlaumu tena. Mara hii, Zhang Cheng alimwambia mwalimu wake ukweli wa jambo hilo kuanzia mwanzo hadi mwisho.

【原文】

之，乃实告之，师叹其贤，遂不之禁。兄屡止之，终不听。

一日，与数人樵山中，欻有虎至，众惧而伏，虎竟衔诚去。虎负人行缓，为讷追及，讷力斧之，中胯，虎痛狂奔，莫可寻逐。痛哭而返，众慰解之，哭益悲，曰："吾弟，非犹夫人之弟，况为我死，我何生焉！"遂以斧自刎其项。众急救之，入肉者已寸许，血溢如涌，眩瞀殒绝。众骇，裂之衣而约之，群扶而归。母哭骂曰："汝杀吾儿，欲剺颈以塞

【今译】

不上了。张讷痛哭而返，众人都安慰劝解他，张讷哭得更加悲伤，说："我弟弟不是一般的弟弟，况且他为我而死，我怎么活得下去呢！"说着就用斧头去砍自己的脖子。众人急忙制止，但斧头已经划破脖子一寸多深，血流如注，当时就昏过去了。众人大惊，忙撕下衣服帮他包裹伤口，把他搀扶回家。牛氏对着张讷又哭又骂："你杀了我的儿子，想用抹脖子来搪塞吗！"张讷呻吟着说："母亲不要烦恼。弟弟死了，我一定不会活着！"张讷躺在床上，伤口疼痛难忍，觉也睡不成，白天黑夜倚在墙根痛哭。父亲怕他也活不成，有时就到床边喂他点儿吃的，牛氏看见了就大骂不止。张讷于是连饭也不吃了，过了三天就死了。

Mwalimu aliunga mkono mwenendo wake na baada ya hapo mwalimu hakumzuia tena. Ingawa kaka yake mara kwa mara alimshawishi asiende lakini hakukubali.

Siku moja walipokwenda kukata kuni pamoja na wenzao, chui mmoja aliwavamia. Wenzao walijificha kwa mshtuko. Chui alimwuma Zhang Cheng kwa meno na kuondoka naye, lakini uzito wa Zhang Cheng ulimlazimisha akimbie pole zaidi. Zhang Na aliwafukuzia nyuma na kuwafikia, akakata nyonga ya chui kwa shoka lake. Maumivu yalimfanya chui apige mbio na baada ya dakika chache walitoweka. Zhang Na alirudi kwa wenzake, ingawa wenzake walijaribu kumfariji, alilia kwa uchungu. "Didi yangu ni mwema; alikufa kwa ajili yangu. Nitawezaje kuendelea kuishi?" alisema Zhang Na. Ghafla alishika shoka lake, akajikata kwa nguvu kwenye shingo yake mwenyewe. Wenzake walimzuia haraka, lakini jeraha alilojitia lilikuwa tayari na kina cha zaidi ya inchi moja. Damu ilikuwa ikimchuruzika chiriri. Zhang Na alisikia kizunguzungu na alionekana kana kwamba amezimia. Wenzake walishtuka wakararua nguo na kufunga shingo yake, halafu walimpeleka hadi nyumbani. Mama yake wa kambo alipiga kelele kwa uchungu na kumwapiza.

"Umemwua mwanangu na sasa unajikata shingo yako ili

327

【原文】

责耶！"讷呻云："母勿烦恼。弟死，我定不生！"置榻上，创痛不能眠，惟昼夜依壁坐哭。父恐其亦死，时就榻少哺之，牛辄诟责。讷遂不食，三日而毙。

村中有巫走无常者，讷途遇之，缅诉曩苦，因询弟所。巫言不闻，遂反身导讷去。至一都会，见一皂衫人，自城中出，巫要遮代问之。皂衫人于佩囊中检牒审顾，男妇百馀，并无犯而张者。巫疑在他牒，皂衫人曰："此路属我，何得

【今译】

村里有个跳大神的，张讷在途中遇到了他，把自己过去种种苦楚告诉他，并打听弟弟的下落。跳大神的说不清楚，于是返身领着张讷去找。到了一座府城，看见一个穿黑色衣服的人，从城里出来。跳大神的拦住那人，替张讷打听弟弟的下落。穿黑衣服的人从佩带的袋子里拿出簿册翻看了一遍，上面有男男女女一百多人的名字，并没有犯人张诚的名字。跳大神的怀疑在别的册子上，穿黑色衣服的人说："此路归我管，怎么会错抓。"张讷不信，非要跳大神的陪他进城。城中的新鬼、旧鬼来来往往，也有认识的，上前就问，都说不知道。忽然间一片喧哗，都说："菩萨来了！"仰首望去，只见空中有个伟人，光芒四射，顿觉世界通明。

nidhani mwuaji si wewe."

"Mama, usihamaki! Iwapo didi yangu amekufa mimi vilevile sitaishi." Zhang Na alilazwa kitandani. Maumivu ya jeraha lake yalikuwa makali, hata hakuweza kupata usingizi, basi kutwa kucha alikuwa ameketi kitandani kwa kuegemea ukuta huku akilia. Baba yake alichelea Zhang Na angekufa pia, hivyo alikwenda mara kwa mara kumlisha chakula kidogo. Mke wake alipogundua alimlaani, hivyo Zhang Na alianza kukataa kula chakula na hatimaye baada ya siku tatu alikufa.

Wakati huohuo, katika kijiji chao kulikuwa na mchawi mmoja ambaye aliweza kwenda ahera na kurudi. Roho ya Zhang Na ilikutana naye njiani. Zhang Na alimweleza habari zake na akamwuliza roho ya didi yake imekwenda wapi. Mchawi alijibu, "Sijui." Kisha alimwongoza Zhang Na kwenda kumtafuta Zhang Cheng. Walipofika mji mmoja walimwona mtumishi mmoja wa ofisini aliyevaa joho jeusi akitoka katika lango la mji. Mchawi alimsimamisha na kumwuliza kama angeweza kuwaambia chochote kuhusu Zhang Cheng. Mtu huyo alitoa daftari moja kutoka katika mfuko wake. Baada ya kuangalia kwa makini alijibu kuwa miongoni mwa wahalifu wa kiume na wa kike waliomo katika mji huu hakukuwa na mtu aliyeitwa Zhang

【原文】

差逮。"讷不信，强巫入内城。城中新鬼、故鬼，往来憧憧，亦有故识，就问，迄无知者。忽共哗言："菩萨至！"仰见云中，有伟人，毫光彻上下，顿觉世界通明。巫贺曰："大郎有福哉！菩萨几十年一入冥司，拔诸苦恼，今适值之。"便捽讷跪。众鬼囚纷纷籍籍，合掌齐诵慈悲救苦之声，哄腾震地。菩萨以杨柳枝遍洒甘露，其细如尘。俄而雾收光敛，遂失所在。讷觉颈上沾露，斧处不复作痛。巫仍导

【今译】

跳大神的祝贺说："大郎真有福气！菩萨几十年才来一次阴间，被除各种苦恼，今天让你赶上了。"说着便拽着张讷跪下。众多鬼犯纷乱喧嚷，合掌齐诵慈悲救苦救难的声音，吵吵嚷嚷震天动地。菩萨用杨柳枝遍洒甘露，细细的露珠如同尘埃一般。不一会儿，雾收了，光也消失了，于是菩萨也不见了。张讷觉得脖子上也沾到甘露，斧伤处不再疼痛。跳大神的于是领着他一起回到阳世，看见了住处的大门，便分手而去。张讷死了两天后，一下子又复活过来，他把所见所闻叙述了一遍，并说张诚没有死。牛氏认为张讷编造谎言骗她，反而辱骂了一番。张讷满肚子委屈无法申明，用手摸摸伤口，确实完全好了，于是挣扎着站起来，向父亲叩头说：

Cheng. Hapo mchawi alisema kuwa labda jina hilo limeandikwa katika daftari lingine, lakini mtu huyo alijibu, "Haiwezekani, ni mimi tu ninayeshughulika na jambo hili." Zhang Na hakuridhika bado, akamhimiza mchawi kuingia mjini pamoja naye. Katika mji walikutana na mashetani wengi, wapya na wa zamani, waliokuwa wakitembea huku na huko. Zhang Na alifahamiana na baadhi yao walipokuwa hai. Aliwauliza habari za Zhang Cheng bali hakukuweko hata mmoja miongoni mwao aliyejua didi yake yuko wapi. Wakati huo ghafla zikatokea fujo, mashetani wa kila upande wakapiga kelele, "Bodhisattva anakuja! Bodhisattva anakuja!" Zhang Na alimwona Bodhisattva mtukufu akishuka kutoka mawinguni, naye alizungukwa na mionzi ya utukufu ambayo ilimulika juu na chini, kushoto na kulia, mbele na nyuma ya mwili wake. Mara kote kukawa kwangavu. Mchawi alimwambia Zhang Na, "Umebahatika leo. Kawaida Bodhisattva anakuja motoni mara moja tu kila baada ya makumi ya miaka ili kuondoa masumbuo ya humo. Leo umekumbana naye." Halafu alimvuta Zhang Na apige magoti chini. Mashetani wafungwa wote walianza kufumbatanisha mikono na kuweka mbele ya vifua kumsifu Bodhisattva kwa huruma yake na kumwomba awaokoe. Sauti zao zilitikisa ardhi. Akishika tawi la mti wa willou Bodhisattva aliwarushia wote

331

【原文】

与俱归，望见里门，始别而去。讷死二日，豁然竟苏，悉述所遇，谓诚不死。母以为撰造之诬，反诟骂之。讷负屈无以自伸，而摸创痕良痗，自力起，拜父曰："行将穿云入海往寻弟，如不可见，终此身勿望返也。愿父犹以儿为死。"翁引空处与泣，无敢留之。

讷乃去，每于冲衢访弟耗，途中资斧断绝，丐而行。逾年，达金陵，悬鹑百结，伛偻道上。偶见十馀骑过，走避道

【今译】

"我将到天涯海角去寻找弟弟，如果找不到，这一辈子也不会回来。希望父亲就当做我死了算了。"张老头把儿子带到一个没人的地方，大哭了一场，也不敢把儿子留住。

张讷离开家后，到各处的交通要道去打听弟弟的音信，途中没有了盘缠，就一边要饭一边走。走了一年多，到达了金陵，他穿着破烂不堪的衣服，伛偻着身子在道上走着。偶然间看见十多个骑马的经过，他便躲到路边。骑马的人中有个像是长官，年纪四十来岁，前后是健壮的士卒骑着骠悍的骏马，不离左右的护卫着。有个少年骑着一匹小马，不停地注视着张讷。张讷因为人家是贵公子，不敢正眼仰望。那个少年停下鞭子呆了一会儿，忽然跳下马来，喊道："那不是

rasharasha za maji matakatifu. Baada ya kufanya hivyo ukungu na mionzi ghafla ilitoweka na Bodhisattva pia alitokomea kutoka kwenye upeo wa macho yao. Zhang Na alihisi maji matakatifu yamedondokea kwenye shingo yake. Wakati huo jeraha la shoka likawa halimwumi tena. Mchawi alimpeleka Zhang Na kurudi nyumbani.

Ukweli wa mambo ulikuwa hivi: Kanama Zhang Na alikuwa amezimia zii kwa muda wa siku mbili. Sasa alikuwa amepata fahamu upya. Baada ya kuzinduka aliwaambia jamaa habari yote aliyoona, akasema kwa uhakika, "Zhang Cheng bado yu hai." Mama yake wa kambo aliona habari hiyo si ya kweli. Si kama hakusadiki tu bali alimtukana pia. Zhang Na hakuwa na la kujitetea ila kuvumilia. Alipopapasa shingoni alikuta jeraha lake limesha pona kabisa. Alishuka kitandani na kumwambia baba yake, "Nitakwenda kumtafuta didi yangu kila mahali duniani. Nikishindwa kumpata sitarudi." Baba yake alimvuta pembeni na kulia kwa huzuni, bali hakuthubutu kumbakiza nyumbani. Zhang Na aliondoka. Popote pale alipofika aliuliza habari za Zhang Cheng. Baada ya muda, fedha yake yote ilikwisha kwa kuitumia, akaanza kuombaomba njiani. Baada ya mwaka mmoja, alifika Mji wa Nanjing. Mavazi yake yote yamechanikachanika kama

333

【原文】

侧。内一人如官长，年四十已来，健卒怒马，腾踔前后。一少年乘小驷，屡视讷，讷以其贵公子，未敢仰视。少年停鞭少驻，忽下马，呼曰："非吾兄耶！"讷举首审视，诚也，握手大痛失声。诚亦哭曰："兄何漂落以至于此？"讷言其情，诚益悲。骑者并下问故，以白官长。官命脱骑载讷，连辔归诸其家，始详诘之。

初，虎衔诚去，不知何时置路侧，卧途中经宿。适张

【今译】

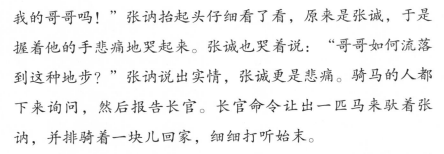

我的哥哥吗！"张讷抬起头仔细看了看，原来是张诚，于是握着他的手悲痛地哭起来。张诚也哭着说："哥哥如何流落到这种地步？"张讷说出实情，张诚更是悲痛。骑马的人都下来询问，然后报告长官。长官命令让出一匹马来驮着张讷，并排骑着一块儿回家，细细打听始末。

原来，老虎叼走张诚后，不知什么时候把他丢在路旁，张诚在路上躺了一宿。正赶上张别驾从京城来，路过这里，见他形貌文质彬彬的，很可怜，便照顾他，张诚渐渐苏醒过来。说起自己的住处，这时已经离家很远了，因此张别驾就带着他回府了。回府后，又用药物敷治张诚的伤口，过了几天就痊愈了。张别驾没有已经成年的儿子，就把他当儿子看

kuti la mnazi. Siku moja, alipokuwa akitembea njiani aliwakuta watu kumi ambao wamepanda farasi. Zhang Na alichepuka na kusimama kando ya barabara. Miongoni mwao alikuweko mtu mmoja wa makamo wa kiasi cha miaka 40 aliyeonekana kama ni akida. Wafuasi wengi wa miraba minne wakipanda farasi jasiri na hodari walifuatana naye mbele na nyuma. Kijana mmoja aliyekuwa amepanda farasi mdogo alimwangalia Zhang Na mara kadhaa. Zhang Na alidhani huyo kijana labda ni mwana wa akida, hivyo hakuthubutu kuinua kichwa kumwangalia. Halafu kijana huyo alisimamisha farasi wake na ghafla alishuka chini, akasema kwa kupaza sauti, "Wewe si kaka yangu?" Zhang Na aliinua kichwa chake, akatambua kumbe ni Zhang Cheng. Zhang Na alishika mikono ya didi yake kwa huzuni kubwa akalia kwa sauti kubwa. Zhang Cheng aliuliza "Kaka, kwa nini umefikia hali ya namna hii?" Zhang Na alimwelezea hali yake. Zhang Cheng alihuzunika zaidi. Wenzake Zhang Cheng walishuka kwenye farasi na kuuliza nini kimetokea, kisha wakaenda kumwarifu akida yule jambo hilo. Akida yule aliagiza mmoja miongoni mwao ampe Zhang Na farasi wake, kisha walirejea nyumbani kwa akida pamoja. Wakati huo Zhang Na ndo alipoanza kumwuliza Zhang Cheng habari zake kwa makini.

335

【原文】

别驾自都中来，过之，见其貌文，怜而抚之，渐苏。言其里居，则相去已远，因载与俱归。又药敷伤处，数日始痊。别驾无长君，子之。盖适从游瞩也。诚具为兄告。

言次，别驾入，讷拜谢不已。诚入内，捧帛衣出，进兄，乃置酒燕叙。别驾问："贵族在豫，几何丁壮？"讷曰："无有。父少齐人，流寓于豫。"别驾曰："仆亦齐人。贵里何属？"答曰："曾闻父言，属东昌辖。"惊曰：

【今译】

待。刚才张诚是跟着张别驾游览的。张诚把自己的情况都告诉了哥哥。

正说着，张别驾进来了，张讷不停地拜谢。张诚到内室取出丝绸衣服，让哥哥穿上，然后摆酒畅谈。张别驾问："贵家族在河南，还有什么人？"张讷说："没有了。父亲小时候是山东人，后来才搬到河南住的。"张别驾说："我也是山东人。贵里属哪里管辖？"张讷说："曾经听父亲说，属东昌府。"张别驾惊讶地说："我们是同乡啊！为何搬到河南去的？"张讷说："明朝末年，清兵入境把前母掠去了。父亲遭受兵荒战乱，家产全毁了，由于从前常到西边做买卖，往来比较熟，所以就住在那里了。"张

Kumbe baada ya chui kumchukua, Zhang Cheng hakujua wakati gani alitupwa njiani. Alilala pale usiku kucha. Siku ya pili, akida Zhang aliyekuja kutoka mji mkuu, alipita huko na alipomwona Zhang Cheng kuwa kijana wa kiungwana, alimwonea huruma na kumtunza, polepole Zhang Cheng alipata fahamu. Akida alimwuliza mahali alipoishi, kumbe ilikuwa ni mbali na hapo, basi akamchukua mpaka kwake. Zaidi ya hayo, alimpaka dawa kwenye majeraha na baada ya siku kadhaa majeraha yakapona. Kwa kuwa akida hakuwa na mtoto, alimpokea Zhang Cheng kuwa mwana wake.

Hivi punde Zhang Cheng alitoka nje pamoja na akida kwa kupanda farasi. Bila kutarajia walimkuta Zhang Na. Zhang Cheng alimwelezea kaka yake habari zake zote tangu kutengana kwao. Walipokuwa wanaongea ndo wakati huo akida alitokea. Zhang Na alimshukuru kwa ukarimu wake. Wakati huo Zhang Cheng alikwenda ndani na kuchukua mavazi kadhaa ya hariri kumpa kaka yake ili abadilishe mavazi yake machafu, halafu akamwandalia divai na chakula. Wakati walipokula chakula akida alimwuliza Zhang Na, "Familia yenu ina watu wangapi mkoani Henan?"

"Baba yangu yu peke yake tu, hakuwa na jamaa wengine. Yeye ni mzaliwa wa Mkoa wa Shandong na baadaye alihamia

337

【原文】

"我同乡也！何故迁豫？"讷曰："明季清兵入境，掠前母去。父遭兵燹，荡无家室，先贾于西道，往来颇稔，故止焉。"又惊问："君家尊何名？"讷告之。别驾瞠而视，俛首若疑，疾趋入内。无何，太夫人出。共罗拜，已，问讷曰："汝是张炳之之孙耶？"曰："然。"太夫人大哭，谓别驾曰："此汝弟也。"讷兄弟莫能解。太夫人曰："我适汝父三年，流离北去，身属黑固山半年，生汝兄。又半年，固山

【今译】

别驾又惊问："令尊叫什么？"张讷告诉了他。张别驾听后睁大眼睛看了张讷一阵，又低头考虑了一会儿，就快步跑进内室。不一会儿，老太太出来了。张讷等人向老太太行过拜见礼后，老太太问张讷："你是张炳之的孙子吗？"张讷说："是的。"老太太大哭起来，对张别驾说："这是你的弟弟。"张讷兄弟不知怎么回事。老太太说："我嫁给你父亲三年，后来离散了，去到北方，归了黑旗主，半年后生了你的哥哥。又过了半年，旗主死了，你的哥哥以父荫当了这个官。如今辞官不干了。由于时时刻刻想念家乡，于是脱离了旗籍，又恢复了原来的谱牒家世。曾经多次派人到东昌打听，一点儿消息也没有，哪知你父亲西迁了呢！"又对张别

Mkoa wa Henan," Alijibu Zhang Na .

"Wapi? Shandong! Mimi pia ni mzaliwa wa Shandong. Watani wenu ni wapi?" aliuliza zaidi akida.

"Nilisikia kuwa watani wetu uko kwenye Fu ya Dongchang[8]." Zhang Na alijibu.

"Ahaa kanama tulitoka wilaya moja! Kwa nini baba yako alikwenda kule Henan?"

"Mnamo miaka ya mwishoni mwa Enzi ya Ming (1368-1644) askari wa jeshi la Ufalme Qing (1616-1911) walimchukua kwa nguvu mama yangu mkubwa na baadaye baba yangu alipoteza vitu vyote alivyomiliki mnamo vita. Kwa kuwa alizoea kufanya biashara huko Mkoa wa Henan, hivyo aliamua kuweka maskani yake kule."

339

Halafu akida alimwuliza jina la baba yake. Baada ya kupata jawabu alimwangalia Zhang Na kwa dakika moja, halafu akainamisha kichwa na kuwaza kitambo, hatimaye akaingia ndani kwa haraka. Muda si muda, alitoka pamoja na mama yake. Madamu huyu alimwuliza Zhang Na kama alikuwa mjukuu wa Zhang Bingzhi. Zhang Na alipojibu "Naam!", madamu alilia, akamgeukia akida, akamwambia, "Hawa wawili ni didi zako." Zhang Na na Zhang Cheng wote walibabaika. Madamu

【原文】

死，汝兄以补秩旗下迁此官。今解任矣。每刻刻念乡井，遂出籍，复故谱。屡遣人至齐，殊无所觅耗，何知汝父西徙哉！"

乃谓别驾曰："汝以弟为子，折福死矣！"别驾曰："曩问诚，诚未尝言齐人，想幼稚不忆耳。"乃以齿序：别驾四十有一，为长；诚十六，最少；讷二十二，则伯而仲矣。

别驾得两弟，甚欢，与同卧处，尽悉离散端由，将作归计。太夫人恐不见容，别驾曰："能容则共之，否则析之。

【今译】

驾说："你把弟弟当做儿子，太折福了！"张别驾说："从前问张诚，张诚从来没说起自己是山东人，想是年纪小不记得吧。"于是按年纪大小排了长幼：别驾四十一岁为老大，张诚十六岁最小，张讷二十二岁，由原来家里的老大变成老二了。

张别驾得到两个弟弟特别欢喜，大家睡在一起，尽情谈起一家的遭遇，准备一起去河南。老太太担心河南那个家不一定能够接纳，别驾说："能够接纳就一起过，否则就分开过日子。天下哪有不认父亲的家呢？"于是卖掉宅院，置办行装，选个日子就往西出发了。到了家乡，张讷和张诚先赶路飞报父亲。张父自从张讷走后，妻子不久就死了，他一个孤老头子，形影相吊，过着寂寞的老光棍日子。忽然看见张

aliwaeleza, "Miaka mitatu baada ya mimi kuolewa na baba yenu nilichukuliwa kwa nguvu na askari wa jeshi la Ufalme Qing hadi kaskazini mwa China na nikaolewa na amiri wa jeshi, ambaye jina lake la ukoo liliitwa Hei. Nusu mwaka baadaye, nilimzaa kaka yenu na baada ya miezi sita mingine amiri Hei alifariki dunia, kaka yenu akarithi cheo chake, na kisha akapewa cheo kipya cha 'akida'. Sasa amesha staafu. Anakumbuka watani kila siku, kwa hivyo tangu kustaafu ameagana kabisa na maisha ya jeshini na kurudia katika maisha ya uraia, aliwahi kutuma watu kwenda kuuliza habari za baba yenu bali hakupata dokezo wala tetesi yoyote. Vipi angeweza kujua kwamba baba yake amekwenda mkoani Henan!" Halafu alimgeukia akida akisema, "Ni hatia yako kumfanya didi yako mdogo kuwa mwanao." Akida aliongeza, "Hapo awali nilipomwuliza Zhang Cheng hakuniambia kuwa yeye ni mzaliwa wa Mkoa wa Shandong, labda kwa kuwa yeye alikuwa bado kijana, hakuweza kukumbuka jambo hilo." Basi walianza kupanga utaratibu kwa kufuata umri: Umri wa akida ulikuwa ni miaka 41, naye ni mwanambee, Zhang Cheng alikuwa na umri wa miaka 16 tu, naye ni mziwanda, Zhang Na alikuwa na umri wa miaka 22, kwa hivyo yeye ni mwana wa pili. Akida alifurahi mno, maana alipata didi wawili. Usiku huo, ndugu hao watatu walilala

341

【原文】

天下岂有无父之国？"于是鬻宅办装，刻日西发。既抵里，讷及诚先驰报父。父自讷去，妻亦寻卒，块然一老鳏，形影自吊。忽见讷入，暴喜，怳怳以惊；又睹诚，喜极，不复作言，潸潸以涕；又告以别驾母子至，翁辍泣愕然，不能喜，亦不能悲，蚩蚩以立。未几，别驾入，拜已，太夫人把翁相向哭。既见婢媪厮卒，内外盈塞，坐立不知所为。诚不见母，问之，方知已死，号嘶气绝，食顷始苏。别驾出赀，建

【今译】

讷进来，惊喜得不敢相信自己的眼睛；又见张诚也活着，欢喜得说不出话来，一个劲儿地流泪；张讷又告诉别驾母子也来了，张父惊愕得停住哭泣，感觉不到喜，也感觉不到悲，只是呆呆地站着。时候不长，别驾也到了，拜见了父亲；老太太拉着老头子，面对面大哭起来。张父见跟来许多丫鬟仆人，里外都是，反而觉得自己坐也不是，立也不是。张诚见母亲不在，一问，这才知道已经过世，悲号痛哭，以至昏过去了，过了一顿饭的工夫才苏醒过来。张别驾拿出钱来，建造了宅院厅堂，又请来老师教两个弟弟读书。张家一下子兴旺起来，马匹在槽边腾跃，人群在堂中喧笑，居然成了当地的大户人家。

katika chumba kimoja. Waliongea kwa kirefu juu ya mambo yaliyowatenganisha na mwishowe baada ya kushauriana waliamua kurudi watani. Mama yao alikuwa na hofu kwamba mume wake asingempokea. Akida alisema, "Akitupokea tutaishi pamoja naye, asipotupokea tutaishi peke yetu. Duniani ingewezekanaje kuwa na nchi ambayo watoto hawana baba yao?" Basi waliuza nyumba yao na kuchagua siku ya kwenda Mkoa wa Henan.

Walipofika nyumbani huko Mkoa wa Henan, Zhang Na na Zhang Cheng walitangulia kuingia ndani kumwarifu baba yao ambaye mke wake wa tatu alikufa baada ya Zhang Na kuondoka. Wakati huo, alibaki yeye na kivuli chake tu. Mzee huyu alipoona Zhang Na amerejea ghafla, alifurahi kupita kiasi na aligutuka mno; halafu akamwona Zhang Cheng tena, furaha yake ikafikia kilele hata akashindwa kutamka neno, akabaki kububujika machozi tu. Mpaka watoto hao wawili walipomwambia kuwa akida na mama yake wako nje. Mzee alipigwa na bumbuazi, hakuweza kucheka wala kulia, alisimama pale kama gogo. Muda si muda, akida na mama yake waliingia. Kwanza akida alimsalimu baba yake, halafu madamu akishika mikono ya mzee walilia ana kwa ana. Mjane mzee huyu hakujua la kufanya mbele ya umati wa watumishi wa kiume na wajakazi wa kike waliojaa kwenye nyumba yake ambao

343

【原文】

楼阁，延师教两弟。马腾于槽，人喧于室，居然大家矣。

异史氏曰：余听此事至终，涕凡数堕。十馀岁童子，斧薪助兄，慨然曰："王览固再见乎！"于是一堕。至虎衔诚去，不禁狂呼曰："天道愦愦如此！"于是一堕。及兄弟猝遇，则喜而亦堕。转增一兄，又益一悲，则为别驾堕。一门团圞，惊出不意，喜出不意，无从之涕，则为翁堕也。不知后世亦有善涕如某者乎？

【今译】

异史氏说：我听说这个事时，自始至终掉过好几次眼泪。十几岁的孩子，主动上山砍柴，帮助受虐待的哥哥，不由得感慨道："像王览这样的人物，真的又出现了吗！"于是第一次掉泪。到了老虎叼走张诚而去，不禁狂呼道："天道怎么如此昏庸啊！"于是又一次流泪。等到兄弟突然相遇，则由于高兴而掉泪。意外地多了一个哥哥，又增加了一份悲伤，则为张别驾遭遇而流泪。一家团圆，意外的惊遇，意外的喜悦，无缘由的泪水，则为张老头而掉。不知后世还有没有像我这样好流泪的？

waliletwa na mwanambee wake. Zhang Cheng aligundua kuwa mama yake hakuwepo akauliza, aliposikia kuwa amesha kufa alilia kwa huzuni kubwa mpaka akazimia na baada ya saa moja ndipo alipopata fahamu tena.

Akida alitoa fedha za kujengea majumba ya ghorofa; aliajiri mwalimu kwa ajili ya didi zake wawili. Kote kulionekana kupendeza kwa furaha watu: farasi wanarukaruka kwa ukunjufu katika mazizi na watumishi wa kiume na wa kike wanashughulika kukurukakara. Bila ya kutazamiwa, ukoo wa Zhang umekuwa ukoo kabambe.

红玉

【原文】

广平冯翁有一子，字相如，父子俱诸生。翁年近六旬，性方鲠，而家屡空。数年间，媪与子妇又相继逝，井臼自操之。一夜，相如坐月下，忽见东邻女自墙上来窥。视之，

【今译】

广平县冯老头有个儿子叫相如，父子俩都是秀才。冯老头年近六十岁了，性格正派耿直，但家里经常缺吃少穿的。近几年来，老婆子与儿媳妇又相继去世，连挑水做饭都得自己去干。一天夜里，冯相如在月光下坐着，忽然看见东邻女子从墙头上偷看。看上去非常美。冯相如走到女子跟前，女子微笑着，向她招手，女子不来也不走，一再邀请她，女子才爬梯子过来，于是同床共枕。问她的姓名，她说："我是邻居的女儿红玉。"冯相如非常喜欢她，要跟她私订山盟海誓，她答应了。以后，红玉天天夜里过来，约有半年之久。

一天夜里，冯老头起身，听到有女子说笑声，偷着一看，看见了红玉，大怒，把儿子叫出来，骂道："畜生！你干的什么事！如此贫困落魄，还不刻苦努力，竟然学这轻

HONG YU

Katika Wilaya ya Guangping mkoani Hebei kulikuwa na mzee mmoja aliyeitwa Feng. Mzee huyo alikuwa na mtoto mmoja ambaye aliitwa Feng Xiangru. Wote walikuwa xiucai. Mzee huyo alikuwa na umri wa miaka sitini hivi na alikuwa mtu mnyofu. Familia yao ilikuwa maskini siku hadi siku na katika muda wa miaka michache, mkewe na mkwe wake walikufa, hivyo ikambidi mzee na mwanawe wajishughulishe na kazi za nyumbani kama vile kuchota maji, kutwanga mpunga n.k..

Siku moja usiku, Xiangru alikaa uani wakati mbalamwezi ilipokuwa iking'ara, ghafla akagundua msichana wa jirani aliyekuwa akikaa upande wa mashariki akimchungulia kwenye ukuta. Alipomwangalia kwa makini aling'amua kuwa msichana yule alikuwa mzuri. Alimwendea hatua kadhaa na yule msichana akatabasamu. Xiangru alipompungia mkono hakushuka wala kuondoka. Xiangru alimkaribisha mara nyingi, mwishowe kwa kutumia ngazi, aliteremka chini kutoka kwenye ukuta, kisha wakalala pamoja.

"Jina lako nani?" Xiangru alimwuliza.

"Mimi ninaitwa Hong Yu, binti wa jirani yako."

347

【原文】

美。近之，微笑。招以手，不来亦不去。固请之，乃梯而过，遂共寝处。问其姓名，曰："妾邻女红玉也。"生大爱悦，与订永好，女诺之。夜夜往来，约半年许。

翁夜起，闻女子含笑语，窥之见女，怒，唤生出，骂曰："畜产所为何事！如此落寞，尚不刻苦，乃学浮荡耶？人知之，丧汝德；人不知，促汝寿！"生跪自投，泣言知悔。翁叱女曰："女子不守闺戒，既自玷，而又以玷人。倘

【今译】

浮浪荡之事？人家知道了，丧了你的品德；人家不知道，也是减你的寿！"冯相如跪在地上，哭着承认自己后悔了。冯老头又叱责红玉说："一个女子不守闺戒，既是玷污自己，也是玷污别人。倘若事情一暴露，决不是仅仅给我们家带来耻辱！"老头骂完，气愤地回去睡觉去了。红玉流着泪说："老人家的训责，真是让人羞愧！我们的缘分到头了！"冯相如说："父亲在，我不敢自作主张。如果你有情义，应当包涵些为好。"红玉言语间一点儿也不松动，冯相如无奈哭起来。红玉制止他说："我与你没有媒人的说合，也没有父母的准许，爬墙钻洞，如何能够白头到老？这里有一个好配偶，你可以娶她。"冯相如说贫穷娶不起媳妇，红玉说："明夜等着我，我给你想个办法。"第二天夜里，红玉果然

Xiangru alimpenda na alimwahidi kuwa atapendana naye daima. Hong Yu akakubali. Tokea hapo walikuwa wakikutana kila usiku.

Nusu mwaka ulipita. Siku moja usiku mzee aliamka, akapata kusikia mazungumzo na vicheko kutoka kwenye chumba cha mwanawe. Akiutumia ufa wa dirisha alimwona msichana mmoja ndani. Akakasirika, akamwita mwanawe atoke nje.

"Mnyama wee, unafanya nini?" Mzee akamtukana, "Hali ya nyumbani imesha kuwa duni namna hii, wewe hutaki kujiendeleza bali unajifunza kufanya uasherati! Watu wakifahamu jambo hili bila shaka utadunishwa."

Xiangru alipiga magoti na kukiri kosa lake. Alilia huku akisema kwamba amesha fahamu jinsi ya kujirudi. Kisha mzee alimfokea Hong Yu, akisema, "Ukiwa msichana halafu hufuati mila na desturi za nyumbani, basi tayari umesha jiaibisha, sasa umekuja kumwaibisha na mwingine. Kama jambo hili likijulikana haitakuwa aibu kwa familia yangu tu." Baada ya kuwatukana, mzee akarudi chumbani kwake kulala huku akiwa na hasira nyingi.

349

Hong Yu akitokwa na machozi alimwambia Xiangru, "Kunifokea kwa baba yako kumetosha kunitahayarisha, sasa mambo yetu yangefaa kuishia hapa. Mimi siwezi kwenda kinyume na nia ya baba yangu. Inakupasa uvumilie aibu hiyo, iwapo bado unanipenda."

Hong Yu alishikilia kwamba uhusiano wao lazima

【原文】

事一发，当不仅贻寒舍羞！"骂已，愤然归寝。女流涕曰：

"亲庭罪责，良足愧辱！我二人缘分尽矣。"生曰："父在

不得自专。卿如有情，尚当含垢为好。"女言辞决绝，生乃

洒涕。女止之曰："妾与君无媒妁之言，父母之命，逾墙钻

隙，何能白首？此处有一佳耦，可聘也。"告以贫，女曰：

"来宵相俟，妾为君谋之。"次夜，女果至，出白金四十两

赠生。曰："去此六十里，有吴村卫氏，年十八矣，高其

【今译】

来了，拿出四十两银子送给冯相如。她说："离这里六十里

地，有个吴村姓卫的人家，女儿十八岁了，由于要的聘金

多，所以还没有嫁出去。你多给她钱，一定会办成。"说完

就走了。

　　冯相如找个机会告诉父亲，打算去相亲，但是把要聘

金的事隐瞒没说。冯老头自己估计没有钱财恐怕不行，所

以不让他去。冯相如又婉言说："就让我试一试吧。"于是

冯老头点头答应了。冯相如借来一匹马和一个仆人就上路到

吴村卫家去了。卫家本是个种庄稼的，冯相如便把卫老头叫

到外面谈话。卫老头知道冯家是个大族，又见冯相如仪表堂

堂，心里已经同意了，只是顾虑不知给多少彩礼。冯相如听

他的言词吞吞吐吐，明白了他的意思，把带的银子都放在桌

ukatishwe. Mara Xiangru akaanza kutokwa na machozi. Hong Yu alimbembeleza, "Mambo yetu hayakushughulikiwa na mshenga wala kukubaliwa na wazazi tungewezaje kuwasiliana kisirisiri kwa kuruka ukuta au kujipenyeza kwenye nyufa za ukuta mpaka vichwa vyetu vikapiga bati? Katika eneo hili yuko msichana mmoja mzuri ambaye unaweza kumwoa."

"Mimi ni maskini."

"Kesho usiku bora usubiri hapo, nitakwenda kukushughulikia jambo hilo." Hong Yu akamweleza.

Usiku uliofuata, Hong Yu kweli alikuja, akamzawadia Xiangru fedha zipatazo wakia arobaini, halafu akasema, "Katika Kijiji cha Wu kilicho umbali wa kilomita thelathini toka hapa yuko msichana mmoja katika familia ya Wei ambaye amesha fikia umri wa miaka kumi na minane. Kwa kuwa familia yake ilitaka mahari nyingi, hajaolewa mpaka leo. Ukilipa pesa hizo, bila ya shaka familia hiyo itakubali." Baada ya kusema hayo aliondoka.

351

Xiangru alipopata fursa alimwambia baba yake habari hiyo maana alitarajia kwenda kumposa yule msichana. Lakini alizificha zile fedha na hakuthubutu kumwambia. Mzee alifikiri kuwa nyumbani kwake hamna fedha, akamkataza mwanawe kwenda kule. Kisha Xiangru alimwambia baba yake kwa kificho, "Nakwenda kujaribu, nikikataliwa, nitarudi."

Mzee aliitikia kwa kichwa. Xiangru aliazima mtumishi

价，故未售也。君重赇之，必合谐允。"言已，别去。

　　生乘间语父，欲往相之，而隐馈金不敢告。翁自度无赀，以是故，止之。生又婉言："试可乃已。"翁颔之。生遂假仆马，诣卫氏。卫故田舍翁，生呼出引与闲语。卫知生望族，又见仪采轩豁，心许之，而虑其靳于赀。生听其词意吞吐，会其旨，倾囊陈几上。卫乃喜，浼邻生居间，书红笺而盟焉。生入拜媪，居室偪侧，女依母自幛。微睨之，虽荆

【今译】

子上。卫老头一见银两非常高兴，忙求邻家一个书生当中间人，用红纸写好了婚书，双方订立了婚约。冯相如进入内室拜见老太太，只见住房狭窄，卫家姑娘躲在母亲身后。稍微打量了一下姑娘，虽然穿戴简朴，但神情光艳出众，心里暗暗高兴。卫老头借了邻家的房子来款待女婿，说道："公子不必亲迎了，等做几件衣服到日子就给你抬着送过去。"冯相如与卫老头订好婚期就回来了。他骗父亲说："卫家喜欢咱们是正经读书人家，不要什么彩礼。"冯老头听了也很高兴。到了约定的日子，卫家果然把女儿送来了。这个姑娘又勤俭，又温顺，两口子感情很好。

　　过了两年，卫家姑娘生下一个儿子，叫福儿。清明节，她抱着福儿去扫墓，遇上了一个姓宋的乡绅。这个姓宋的当

pamoja na farasi kutoka kwa mtu, akaelekea kwa familia ya Wei.

Mwenyeji wa familia hiyo alikuwa mkulima. Baada ya kusalimiana na yule mzee, Xiangru alimweleza nia yake. Mzee Wei alifahamu kuwa zamani familia ya Xiangru ilikuwa familia ya nasaba bora, tena kijana huyo aliumbika kweli, akampenda; aidha mzee alichelea kwamba angekataa kutoa mahari nyingi. Xiangru alipoona mzee huyo akisitasita kuamua akaeleza mawazo yake. Hima hima alizitoa fedha zake na kuziweka juu ya meza. Mzee yule alipoona zile fedha mara uso wake ulianza kukunjuka kwa furaha. Alimwomba msomi wa jirani awe shahidi na kuandika hati ya ndoa kwenye karatasi nyekundu.

Kisha Xiangru aliingia katika chumba kingine kumsalimu bibi Wei. Chumba hiki kilikuwa chembamba, mchumba wake akiwa na haya alijificha nyuma ya mama yake. Xiangru alipomtupia jicho, aligundua kuwa japo msichana huyo alivalia mavazi ya kawaida, sura yake ilikuwa nzuri. Moyoni alifurahi mno.

353

Kisha mzee Wei aliazima chumba kimoja kutoka kwa jirani kumkaribisha mkwe wake aliyekuwa bado hajafunga ndoa. Alimwambia, "Wewe mwenyewe huna haja kuja hapa kumchukua binti yangu. Tukimaliza kumtayarishia nguo za arusi tutamleta kwa kumbeba juu ya kiti cha harusi mpaka kwako."

Baada ya kuwekeana siku na mzee, Xiangru aliondoka. Aliporudi nyumbani alimdanganya baba yake akisema, "Familia

【原文】

布之饰，而神情光艳，心窃喜。卫借舍款婿，便言："公子无须亲迎。待少作衣妆，即合卺送去。"生与期而归。诡告翁，言卫爱清门，不责赀。翁亦喜。至日，卫果送女至。女勤俭，有顺德，琴瑟甚笃。

逾二年，举一男，名福儿。会清明抱子登墓，遇邑绅宋氏。宋官御史，坐行赇免，居林下，大煽威虐。是日亦上墓归，见女艳之。问村人，知为生配。料冯贫士，诱以重赂，

【今译】

过御史官，因为受贿赂被罢了官，在家闲居，仍是耍威风，欺压百姓。这天上坟回来，见到卫家姑娘艳丽，就看上了。他问村里人，知道是冯相如的配偶。料想冯家本是贫士，拿出许多金钱诱逼，有望动摇他的心，于是让家人去透口风。冯相如骤然听到这种口信，气得脸色都变了，继而一想自己斗不过宋家，只好收敛怒气，装出笑脸，进屋去告诉父亲。冯老头一听大怒，跑出屋来，对着宋家派出的家人，指天划地，百般辱骂。宋家家人抱头鼠窜，赶紧回去了。姓宋的也发火了，竟派了好几个人闯入冯家，气势汹汹，殴打冯家父子，吵吵闹闹像开了锅一样。卫家姑娘听到声音，把儿子扔在床上，披散着头发，跑出来呼救。宋家的打手见到卫家姑娘，就抢过去，抬着她一哄跑了。冯家父子被打伤残，倒在

ya Wei ilivutiwa na familia yetu ya wasomi, na imenisamehe mahari." Mzee Feng aliposikia hayo alifurahi sana.

Siku ya arusi ilipowadia, kweli msichana aliletwa na mzee Wei. Baada ya kufunga pingu za maisha bibi arusi alikuwa mwangalifu kwa matumizi ya nyumbani na alikuwa mtaratibu pia. Mume na mke walipendana kama chanda na pete. Miaka miwili baadaye walibarikiwa kupata mtoto mmoja wa kiume ambaye aliitwa Fuer.

Mnamo siku ya tambiko mkewe Xiangru alimbeba mtoto wake akaenda kuwaomboleza jamaa zake waliokufa. Marejeoni alikutana na kabaila Song. Awali Song alikuwa hakimu, baadaye alifutwa cheo kwa hatia ya kuzunguka mbuyu, akafukuzwa mpaka kijijini. Hata hivyo hakuacha kufanya udhalimu na kuwakandamiza wanakijiji. Siku hiyo aliporudi baada ya kuomboleza, alimwona mwanamke mzuri, akawauliza wanakijiji, akafahamu kwamba alikuwa mkewe Xiangru. Song alifikiri kuwa Xiangru alikuwa msomi maskini, akimshawishi kwa fedha nyingi pengine atamwacha. Alipofika nyumbani alimtuma mtumishi mmoja kwenda kumdokezea nia yake. Xiangru aliposikia habari hiyo, mara akachachamaa kwa hasira; lakini alipojikumbusha kuwa Song ni kabaila, bila shaka yeye siyo mshindani wake. Akajizuia hasira yake na kujitia kutabasamu. Kisha aliingia ndani ya chumba cha baba yake, akamwambia habari hiyo. Kusikia tu, mara baba yake akatuna kwa ghadhabu, akatoka nje mbio, akamtukana yule mtumishi

355

【原文】

冀可摇，使家人风示之。生骤闻，怒形于色，既思势不敌，敛怒为笑，归告翁。大怒，奔出，对其家人，指天画地，诟骂万端。家人鼠窜而去。宋氏亦怒，竟遣数人入生家，殴翁及子，汹若沸鼎。女闻之，弃儿于床，披发号救。群篡舁之，哄然便去。父子伤残，吟呻在地，儿呱呱啼室中。邻人共怜之，扶之榻上。经日，生杖而能起，翁忿不食，呕血寻毙。生大哭，抱子兴词，上至督抚，讼几遍，卒不得直。

【今译】

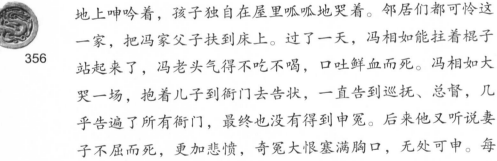

地上呻吟着，孩子独自在屋里呱呱地哭着。邻居们都可怜这一家，把冯家父子扶到床上。过了一天，冯相如能挂着棍子站起来了，冯老头气得不吃不喝，口吐鲜血而死。冯相如大哭一场，抱着儿子到衙门去告状，一直告到巡抚、总督，几乎告遍了所有衙门，最终也没有得到申冤。后来他又听说妻子不屈而死，更加悲愤，奇冤大恨塞满胸口，无处可申。每每想在路口伺机刺杀姓宋的，但又顾虑他的随从很多，小儿子又无人可托。他日夜哀痛思索，眼皮都不曾合上。

一天，突然有个男子到冯家来吊问，长着络腮胡子，宽下巴，从来没有见过面。冯相如请他坐下，打算问一下家乡姓名。但来人却突然问道："您有杀父之仇，夺妻之恨，难道忘记报仇了吗？"冯相如疑心来人是宋家的侦探，只是

huku akionyesha kidole angani na ardhini. Papo hapo mtumishi yule akatoroka kwa hofu kama panya aliyesikia mlio wa paka.

Kabaila Song aliposikia kuwa mtumishi wake alitukanwa, naye alighadhibika, akawatuma watumishi kadhaa kwenda kuwacharaza viboko mzee Feng na mwanawe. Fujo za watumishi hao zilichaga mfano wa maji yanavyochemka. Mkewe Xiangru aliposikia fujo hizo alimweka mtoto wake kitandani, akatoka nje huku nywele zake zimetimka. Akawaomba watu waje kuokoa maisha ya baba mkwe na mumewe. Watumishi hao walipomwona ametoka nje wakamnyakua. Mzee maskini na mwanawe walijeruhiwa vibaya, wakalala chini huku wakipiga kite. Mtoto yule aliyeachwa kitandani alilia kwa uchungu. Majirani zao waliwahurumia, wakawainua na kuwaweka vitandani.Kesho yake Xiangru alijikaza kisabuni kutembea kwa mkongojo lakini baba yake alishindwa kula kutokana na hasira tele. Baada ya kutema damu nyingi akatupa mkono wa buriani. Xiangru alipasuka kwa kilio kwelikweli. Akibeba mtoto wake alikwenda kumshtaki Song kwa mkuu wa mkoa. Mashtaka yake yalipelekwa mpaka kwa gavana wa mkoa, lakini mwishowe yakarudishwa bila ya matokeo yoyote. Baadaye alisikia kuwa mkewe alijiua baada ya kukataa kunyanyaswa katika familia ya Song. Xiangru akazidi kutopewa na simanzi. Dhuluma na chuki zilimjaa kifuani lakini hakuweza kuzielezea. Kila alipotaka kumwua Song njiani, aliona wafuasi

357

【原文】

后闻妇不屈死，益悲。冤塞胸吭，无路可伸。每思要路刺杀宋，而虑其扈从繁，儿又罔托。日夜哀思，双睫为不交。

忽一丈夫吊诸其室，虬髯阔颔，曾与无素。挽坐，欲问邦族。客遽曰："君有杀父之仇，夺妻之恨，而忘报乎？"生疑为宋人之侦，姑伪应之。客怒眦欲裂，遽出曰："仆以君人也，今乃知不足齿之伧！"生察其异，跪而挽之，曰："诚恐宋人饷我。今实布腹心：仆之卧薪尝胆者，固有日

【今译】

用假话应酬他。来人生气地瞪起眼睛，眼角都要裂开了，猛地站起身就要走，说道："我还以为您是个正人，现在才知道是个不足挂齿的东西！"冯相如看出这个人不一般，忙跪下来，拉着他的手说："我实在是怕宋家来套我实情。现在可以向您坦露心腹：我卧薪尝胆也不是一天两天了，只是担心这褓襁中的孩子，恐怕绝了后代。您是个义士，能像公孙杵臼照顾赵氏孤儿那样替我照顾孩子吗？"来人说："这是妇女干的事，不是我能做的。您想托给别人的事，请您自己做；您想自己做的事，请让我代庖。"冯相如听了，连磕响头，来人连看也没看就出去了。冯相如追问姓名，来人说："不成功，我不受你的埋怨；成功了，我也不受您的感激。"说罢走了。冯相如怕受牵连，抱着儿子逃跑了。

wake walikuwa wengi. Ilikuwa shida kufaulu, na pia alifikiria juu ya mtoto wake mchanga asiye na mtu wa kumtunza. Aliwaza na kuwazua kutwa kucha hata akashindwa kupata lepe la usingizi.

Siku moja, mtu mwenye miraba minne ambaye alikuwa na masharubu na kidevu kipana alikuja nyumbani kwake kumwomboleza mzee marehemu. Xiangru hakuwahi kumwona hata mara moja kabla ya hapo. Mgeni huyu alimfariji kwa maneno kadhaa, Xiangru akamkaribisha kwenye kiti. Alipotaka kumwuliza jina, ghafla mgeni alisema, "Baba yako ameuawa, mkeo amenyakuliwa, je, kweli umesahau kulipiza kisasi?" Xiangru alishuku labda mtu huyo alitumwa na kabaila Song kumpeleleza, akasema kuwa hakutarajia kulipiza kisasi. Mara mgeni akaja juu huku macho yake yakiwa yametoka pima. Akaamka kitini na kutoka nje, akisema, "Awali nilidhani wewe ni mtu mwenye damu moto, kwa sasa nimefahamu kuwa wewe ni mtu duni kabisa!" Xiangru alipogundua mgeni yule hakuwa jasusi, alipiga magoti mbele yake na kumzuia asiondoke.

359

"Kusema kweli naogopa jasusi wa familia ya Song kuja kunidanganya, lakini sasa naweza kukuambia mawazo yangu. Nimeamua kulipiza kisasi muda mrefu, ila nimekuwa nikimsikitikia mtoto wangu kwani balaa yoyote ikimwangukia, kizazi cha familia yangu kitakatika. Wewe ni mtu mwadilifu, je utaweza kumtunza mtoto wangu?" Xiangru alimweleza na kumwuliza.

【原文】

矣，但怜此襁中物，恐坠宗祧。君义士，能为我杵臼否？”
客曰：“此妇人女子之事，非所能。君所欲托诸人者，请自
任之；所欲自任者，愿得而代庖焉。”生闻，崩角在地，客
不顾而出。生追问姓字，曰：“不济，不任受怨；济，亦不
任受德。”遂去。生惧祸及，抱子亡去。

　　至夜，宋家一门俱寝，有人越重垣入，杀御史父子三
人，及一媳一婢。宋家具状告官，官大骇。宋执谓相如，于

【今译】

　　到了夜里，宋家一门都睡觉了，有人越过几道高墙，杀
了宋御史父子三人，还有一个媳妇、一个丫鬟。宋家写了状
子告到衙门，县令大惊。宋家坚持说是冯相如害的，于是派
遣捕役去抓冯相如，到了冯家一看，冯相如不知哪里去了，
于是更认定是他干的。宋家仆人和官府捕役到各处搜索，夜
里到了南山，听到有小儿啼哭，寻着声音抓到了冯相如，捆
上绳子押着上路。小儿越哭越厉害，那帮人夺过孩子就扔到
路边去了，冯相如怨恨到了极点。见到了县令，县令问：
“为什么杀人？”冯相如说：“冤枉啊！他是夜里死的，我
白天就出外了，而且抱着一个呱呱哭的孩子，怎么能越墙杀
人？”县令说：“不杀人，你逃什么？”冯相如没话说，不
好解释，就被关进监狱。冯相如哭着说：“我死无足惜，一

"Kumtunza mtoto ni kazi za akina mama, mimi sina uwezo huo. Jambo la kumwomba mtu akutunzie mtoto afadhali ujishughulishe nalo wewe mwenyewe, mimi ningependa kukushughulikia unalotarajia kulifanya."

Xiangru aliposikia maneno yake mbiombio alimsujudia lakini mgeni aliondoka hata bila ya kugeuka nyuma. Xiangru alimfuatia na kumwuliza jina lake.

"Nikishindwa kukulipizia kisasi, usinilalamikie; nikifaulu hutakuwa na haja ya kunishukuru." Mgeni alisema.

Baada ya hayo alikwenda zake. Xiangru aliogopa janga lisije kumwangukia, akatoroka na mtoto wake.

Wakati wa usiku, watu wote wa familia ya Song walikuwa wameshalala usingizi mzito. Ghafla mtu mmoja aliruka kuta kadhaa akaingia ndani, akamwua kabaila Song pamoja na watoto wake wawili, mkewe mmoja na kijakazi mmoja kwa mkupuo mmoja. Siku iliyofuata, watu wa familia ya Song walikwenda kutoa taarifa kwa mkuu wa wilaya. Mkuu huyo aliposikia habari hiyo alishtuka sana. Watu wa familia ya Song walishikilia kwamba ni Xiangru aliyeyatenda hayo. Halafu mkuu wa wilaya aliwatuma watu kwenda kumsaka Xiangru. Watu hao walipofika nyumbani kwa Xiangru walikuta ameshatoroka na alikokwenda hakukujulikana. Hivyo Xiangru akazidi kudhaniwa kuwa yeye ndiye mwuaji halisi.

361

【原文】

是遣役捕生，生遁不知所之，于是情益真。宋仆同官役诸处冥搜，夜至南山，闻儿啼，迹得之，系缧而行。儿啼愈嗔，群夺儿抛弃之，生冤愤欲绝。见邑令，问："何杀人？"生曰："冤哉！某以夜死，我以昼出，且抱呱呱者，何能逾垣杀人？"令曰："不杀人，何逃乎？"生词穷，不能置辨，乃收诸狱。生泣曰："我死无足惜，孤儿何罪？"令曰："汝杀人子多矣，杀汝子，何怨？"生既褫革，屡受梏惨，

【今译】

个孤儿有何罪过？"县令说："你杀了那么多人，杀了你的儿子有什么可怨恨的？"冯相如被革去了秀才功名，多次受到严刑拷打，最终也没有招供。这天夜里，县令刚躺下，听到有东西击打到床上，声音响脆，不禁吓得号叫起来。全家惊慌地起来，一块儿跑到出事的屋里，用灯一照，原是一把短刀，刀刃锋利如霜，剁入床头有一寸多，牢不可拔。县令目睹后，吓得魂飞魄散。衙役们拿着武器搜遍所有地方，一点踪迹都没有找到。县令心里暗暗害怕，又因为姓宋的已经死了，没有什么可怕的，于是就把案件详细地报告上司，替冯相如开脱，最后竟然放了冯相如。

冯相如回到家里，缸里没有多少粮食，孤单单的面对空房。幸好邻居可怜他，送给他一点儿吃的喝的，勉强过

Watumishi wa familia ya Song na watu waliotumwa kutoka wilayani walikuwa wakimsaka Xiangru kisirisiri kila mahali. Usiku huo, walipofika kwenye Mlima wa Kusini walisikia kilio cha mtoto wakakifuatilia, wakampata Xiangru. Walimfunga kamba, kisha wakamfikisha wilayani. Njiani mtoto huyo alizidi kulia, watu kadhaa wakampokonya kutoka mikononi mwa Xiangru na kumbwaga chini kwa ujeuri. Xiangru alipoona vile alipatwa na majonzi mazito hata yeye mwenyewe alitamani kuiaga dunia hii. Alipofikishwa mahakamani, mkuu wa wilaya alimwuliza, "Kwa nini uliwaua watu?"

"Kusema kweli nimedhulumiwa kwa kosa lisilo langu. Akina Song waliuawa usiku, lakini siku ile niliondoka mchana; tena nilimbeba mtoto aliyekuwa akilialia, ningeliwezaje kuruka kuta na kuwaua watu?"

"Kama hukuua, ulitorokea nini?"

Xiangru hakuwa na la kujibu wala la kujitetea. Mkuu wa wilaya akatoa amri ya kumtupa gerezani; Xiangru akasema, "Hata kama nikihukumiwa adhabu ya kifo, sitasikitika, lakini mtoto wangu alifanya dhambi gani?"

"Uliwaua watu kadhaa wa familia ya Song, mtoto wako mmoja tu alikufa, unalalamikia nini?" Mkuu wa wilaya akasema.

Kisha Xiangru alifutwa heshima yake ya usomi, akapigwa viboko mara nyingi lakini hakuungama chochote.

【原文】

卒无词。令是夜方卧，闻有物击床，震震有声，大惧而号。举家惊起，集而烛之，一短刀，铦利如霜，剁床入木者寸馀，牢不可拔。令睹之，魂魄丧失。荷戈遍索，竟无踪迹。心窃馁，又以宋人死，无可畏惧，乃详诸宪，代生解免，竟释生。

生归，瓮无升斗，孤影对四壁。幸邻人怜馈食饮，苟且自度。念大仇已报，则辗然喜；思惨酷之祸，几于灭门，则

【今译】

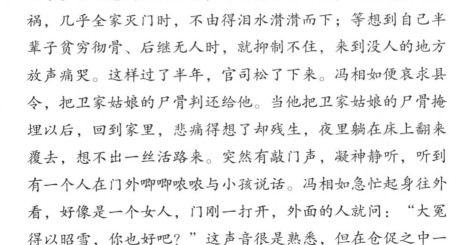

日子。当他想到大仇已报，不由得辗然而笑；而想到惨遭大祸，几乎全家灭门时，不由得泪水潸潸而下；等想到自己半辈子贫穷彻骨、后继无人时，就抑制不住，来到没人的地方放声痛哭。这样过了半年，官司松了下来。冯相如便哀求县令，把卫家姑娘的尸骨判还给他。当他把卫家姑娘的尸骨掩埋以后，回到家里，悲痛得想了却残生，夜里躺在床上翻来覆去，想不出一丝活路来。突然有敲门声，凝神静听，听到有一个人在门外唧唧哝哝与小孩说话。冯相如急忙起身往外看，好像是一个女人，门刚一打开，外面的人就问："大冤得以昭雪，你也好吧？"这声音很是熟悉，但在仓促之中一时想不起是谁，用灯一照，原来是红玉。她手里还领着个小

Usiku mmoja, mkuu wa wilaya alipokuwa ndio kwanza alale kitandani, ghafla alisikia kitu fulani kimekata kitanda chake na kilitikisika kitambo. Watu wote wa familia yake waligutuka, wakachukua mishumaa na kumulika, wakaona kisu kimoja kilichokuwa na makali kama wembe kimechomekwa kwenye ubao wa kitanda kwa kina kirefu na kimeshikamana barabara na ubao. Ilikuwa kazi kukitoa. Mkuu wa wilaya alipoona hali hiyo akarukwa na akili. Watumishi wake wakiwa na mapanga mikononi walipekua kila mahali, lakini hawakumwona mtu yeyote. Tokea hapo, mkuu wa wilaya alikosa kabisa ujasiri wa kujishughulisha na kesi hiyo. Kwa kuwa Song ameshakufa, hakuwa na la kuogopa, akatoa ripoti ya kumtetea Xiangru kwa mkuu wa daraja ya juu na mwishowe akamwachia huru.

Xiangru aliporudi nyumbani, alikabiliwa na chumba kitupu tu. Majirani zake walimhurumia, wakampa chakula na akaweza kujisukumia maisha. Alipofikiri kisasi chake kilikwisha kulipizwa, uso wake ulianza kuwaka kwa tabasamu; alipokumbuka jamaa zake walivyouawa kama inzi, maisha magumu aliyokuwa nayo katika miaka yote iliyopita na amekwisha kumkosa mrithi akaenda mahali pa faragha akalia kwa sauti kubwa hata akashindwa kujizuia.

Kwa muda wa nusu mwaka Xiangru alikuwa akiishi maisha ya namna hiyo, wilayani ari ya kumsaka mwuaji ililegea. Siku

365

【原文】

泪潸潸堕；及思半生贫彻骨，宗支不续，则于无人处，大哭失声，不复能自禁。如此半年，捕禁益懈。乃哀邑令，求判还卫氏之骨。及葬而归，悲怛欲死，辗转空床，竟无生路。忽有款门者，凝神寂听，闻一人在门外，诔诔与小儿语。生急起窥觇，似一女子，扉初启，便问："大冤昭雪，可幸无恙？"其声稔熟，而仓卒不能追忆。烛之，则红玉也。挽一小儿，嬉笑跨下。生不暇问，抱女鸣哭，女亦惨然。既而推

【今译】

孩，在她腿侧笑着。冯相如顾不上说别的，抱着红玉就放声大哭，红玉也是惨然伤心。过了一会儿，红玉推着小孩说："你忘了你父亲啦？"小孩拽着红玉的衣服，目光闪闪地瞅着冯相如，细细端详，竟然是福儿。冯相如大惊，哭着问："儿子从哪里得来的？"红玉说："实话告诉你吧，从前我说自己是邻家女，那是假的。我实际上是狐狸。那天正好走夜路，听见小孩在谷口啼哭，便抱到陕西去抚养。听说你的大难过去了，所以把他带来与你团聚。"冯相如抹着眼泪向红玉拜谢。小孩在红玉怀里，就像依恋母亲一样，竟然不认识他的父亲了。

天不亮，红玉很快就起床了。冯相如问她，她说："我

moja, alikwenda kwa mkuu wa wilaya akitaka kurudishiwa mifupa
ya mkewe. Mkuu wa wilaya alikubali. Alipomaliza kuizika mifupa
ya mkewe, alirudi nyumbani akiwa amekaribia kufa kwa majonzi
yasiyokuwa na kifani. Alipolala kitandani alijigeuzageuza, akaona
kweli asingeweza kuishi katika dunia hii.

Ghafla alisikia mtu anabisha hodi. Alipotega sikio akasikia
mtu mmoja akinong'onezana na mtoto mmoja. Haraka aliamka
kitandani, akachungulia nje kwa kuutumia ufa wa mlango,
akamwona mtu kama mwanamke. Xiangru alipofungua mlango
aliulizwa, "Kisasi chako kikubwa kimelipizwa, u hali gani sasa?"
Ingawa Xiangru alikuwa amekwisha izoea sauti ya mtu huyo,
lakini gizani hakuweza kuitambua ni ya nani. Alipowasha taa,
akabaini kuwa kumbe alikuwa Hong Yu. Hong Yu alishikana
mikono na mtoto mmoja wa kiume aliyekuwa akicheka kwa
furaha. Kabla ya kuuliza mtoto yule ni nani, Xiangru alilia kwa
kwi kwi huku akikumbatiana na Hong Yu. Hong Yu vile vile
alionekana mwenye majonzi makubwa. Baada ya kitambo Hong
Yu alimsukuma mtoto mbele ya Xiangru, akasema, "Umemsahau
baba yako?" Mtoto huyo wa kiume aliyekuwa ameshika nguo ya
Hong Yu alimkodolea macho Xiangru. Xiangru alipomchungulia
kwa makini akatambua kumbe ni mtoto wake Fuer, akashangaa
sana, akamwuliza Hong Yu, "Umempata wapi mtoto huyu?"

"Sasa nakuambia ukweli wa mambo kwamba zamani

367

【原文】

儿曰："汝忘尔父耶？"儿牵女衣，目灼灼视生，细审之，福儿也。大惊，泣问："儿那得来？"女曰："实告君，昔言邻女者，妄也。妾实狐。适宵行，见儿啼谷口，抱养于秦。闻大难既息，故携来与君团聚耳。"生挥涕拜谢。儿在女怀，如依其母，竟不复能识父矣。

天未明，女即遽起。问之，答曰："奴欲去。"生裸跪床头，涕不能仰。女笑曰："妾诳君耳。今家道新创，非夙

【今译】

打算走了。"冯相如光着身子跪在床头，哭得头也抬不起来。红玉笑着说："我骗你呢。如今家业新建，必须早起晚睡才行。"于是，她又是剪除杂草，又是扫院子，像个男人一样劳动。冯相如担心家境贫寒，靠红玉一人，日子过不下去。红玉说："你只管埋头读书，不要管什么盈亏，或许不至到饿死路边的境地。"于是拿出银两置办纺线织布的工具，还租了几十亩田，雇人耕种。红玉扛着锄头去除草，修补漏屋，天天都是这样辛勤劳作。乡亲们见红玉贤惠，都愿意帮助她。大约过了半年，冯家生活蒸蒸日上，好像是个大户人家。冯相如说："咱们劫后馀生，全靠你白手起家呀。不过有一件事我没有办妥，怎么办？"红玉问什么事，冯相

niliwahi kukuambia kuwa nilikuwa msichana wa jirani yako, huu ni uwongo mtupu. Kusema kweli mimi ni mbweha. Niliposafiri njiani, nilimkuta mtoto huyu akilia bondeni, nikamchukua mpaka Mkoa wa Shaanxi, nikamtunza. Kwa sasa nimesikia balaa zako zimekwisha, nikamleta hapa ili aweze kukaa nawe." Hong Yu akajibu.

Xiangru, machozi yakimtiririka mashavuni, alimsujudia akionyesha shukrani zake. Na wakati huo Fuer alijibanza kifuani mwa Hong Yu mfano wa mtoto aliyeogopa kuachana na mama yake mzazi, akakataa kumtambua baba yake.

Kesho yake Hong Yu aliamka asubuhi na mapema,

"Unataka kufanya nini?" Xiangru alimwuliza,

"Nataka kuondoka!"

Xiangru bila hata kuvaa nguo alipiga magoti kando ya uchago wa kitanda akalia hata akashindwa kuinua kichwa chake. Hong Yu akamwambia, "Nilikuwa nakutania tu. Sasa familia yetu imeshajijenga, inanibidi niamke mapema na kuchelewa kulala." Kisha alichukua mundu, akaenda kukata nyasi na kusafisha uani, alikuwa akichapa kazi kama mwanamume. Xiangru alihofia umaskini wake ambao usingewawezesha kujikimu. Hong Yu alimwambia, "Ninachotamani ni kwamba wewe usome kwa bidii, huna haja ya kujishughulisha na mambo ya fedha au chakula." Halafu alitoa fedha yake kwa ajili ya kununua vifaa vya kusokota

【原文】

兴夜寐不可。"乃翦莽拥篲，类男子操作。生忧贫乏，不自给。女曰："但请下帷读，勿问盈歉，或当不穸饿死。"遂出金治织具，租田数十亩，雇佣耕作。荷镵诛茅，牵萝补屋，日以为常。里党闻妇贤，益乐赀助之。约半年，人烟腾茂，类素封家。生曰："灰烬之馀，卿白手再造矣。然一事未就安妥，如何？"诘之，答曰："试期已迫，巾服尚未复也。"女笑曰："妾前以四金寄广文，已复名在案。若待君言，误之已

【今译】

如说："考试的日期快到了，我的秀才资格还没有恢复。"红玉笑着说："我前些日子给学官寄去四锭银子，功名已经恢复在案了。若是等你想起来，早就耽误了。"冯相如更加觉得红玉非常神奇。这次考试，冯相如中了举人。当时他三十六岁，家里良田沃土已经连成一片，房屋宽阔深广。红玉身姿婀娜，好像能够随风飘走似的，但干起活来比农家妇还能干，虽然严冬干活条件恶劣，但她的手仍然是又嫩又白。她自己说有三十八岁了，别人看上去跟二十几岁的差不多。

异史氏说：冯家的儿子贤良，父亲有德行，所以上天报之以侠义。非但人侠义，狐狸也是侠义的。遭遇也是够奇异

nyuzi na vya kufuma vitambaa. Licha ya hayo alikodi mashamba kiasi cha hekta kadhaa na kuwaajiri vibarua wayashughulikie; baadhi ya wakati alikwenda kukata kuni na nyasi na wakati mwingine alitengeneza nyumba zao kwa henzirani, akawa kila siku anafanya kazi kwa namna hiyo. Wanakijiji wote walifahamu kuwa mwanamke huyo ni mwema, kwa hiyo ama walimkopesha fedha au walikuja kumsaidia kwa hiari. Baada ya nusu mwaka hivi, familia yao ilianza kutajirika na ikawa kama ya kikabaila.

"Zamani familia hii ilikuwa hohehahe kama ilivyowahi kutiwa moto. Kutokana na juhudi zako sasa familia hiyo imejengwa upya. Lakini bado kuna jambo moja halijashughulikiwa, tufanyeje?" Xiangru alimwuliza Hong Yu.

"Jambo gani?"

"Wakati wa mtihani unakaribia, kofia na mavazi yangu ya usomi bado sijarudishiwa."

371

"Siku chache zilizopita nilikwisha kumwomba mtu anipelekee fedha kiasi cha wakia nne kwa mwalimu mkuu wa wilaya na umekwisha rudishiwa heshima ya usomi. Nikisubiri wewe uzungumzie jambo hilo, basi tutachelewa."

Wakati wa mtihani uliwadia. Safari hii, Xiangru alifaulu kuwa juren akiwa na umri wa miaka thelathini na sita. Haukupita muda mrefu familia yake ikaanza kumiliki mashamba makubwa yenye rutuba na nyumba za kifahari zikajengwa. Mkewe Xiangru

【原文】

久。"生益神之。是科遂领乡荐。时年三十六，腴田连阡，夏屋渠渠矣。女袅娜如随风欲飘去，而操作过农家妇，虽严冬自苦，而手腻如脂。自言三十八岁，人视之，常若二十许人。

异史氏曰：其子贤，其父德，故其报之也侠。非特人侠，狐亦侠也。遇亦奇矣！然官宰悠悠，竖人毛发，刀震震入木，何惜不略移床上半尺许哉？使苏子美读之，必浮白曰：惜乎击之不中！

【今译】

的了！然而长官判案之谬误百出，令人发指。那一口飞刀震震有声，直扎床头之木，可惜为何不略向床上移上半尺呢？倘若让宋代苏舜钦读了这个故事，他必然倒上一大杯酒，说："可惜了，没有击中！"

alikuwa akionekana mwenye madaha kana kwamba saa yoyote anaweza kupeperushwa mbali na upepo, lakini kwa kufanya kazi aliweza kuwashinda wanawake wote wa vijijini. Yeye mwenyewe husema ana umri wa miaka 38, lakini wengine wanapomwona husema anaonekana kama ni mwanamke mwenye umri wa miaka 20 na kitu tu.

雏鸰

【原文】

王汾滨言：其乡有养八哥者，教以语言，甚狎习，出游必与之俱，相将数年矣。一日，将过绛州，去家尚远，而资斧已罄。其人愁苦无策。鸟云："何不售我？送我王邸，当

【今译】

王汾滨曾经讲过一个故事：在他的家乡有个养八哥的人，他教八哥说话，八哥学得特别好，关系特别亲密，主人每次出游都要带着八哥一起，就这样过了好多年。有一天，主人带它路过山西绛州时，离家乡还远，身上的盘费都花光了。主人愁眉不展，束手无策。八哥说："你为什么不把我卖了？你把我送到王府，一定能卖个好价钱，不愁回家没有路费了。"主人说："我怎么忍心卖掉你呢！"八哥说："没关系。你拿到钱后就快点儿走，然后到城西二十里外的大树下面等我。"主人就依了八哥的话。主人把八哥带到城里，当着众人的面和八哥一问一答，围观看热闹的人越来越多。有个在王府服役的宦官看见了，回府禀告了王爷。王爷召八哥和他的主人进了王府，要买下这只八哥。主人说：

KASUKU

Wang Fenbin alisimulia hadithi ifuatayo: Hapo nyumbani kwao kuliwahi kutokea mtu mmoja aliyekuwa mashuhuri kwa ufugaji wa kasuku. Aliweza kumfundisha namna ya kusema, naye kasuku akawa hodari na mwepesi wa kuiga, hata akazoeana sana na mfugaji wake. Kila mfugaji huyo alipotoka kwenda kutembea, aliondoka na kasuku wake. Hali hiyo ikawa ni ya mazoea kila mara. Siku moja mfugaji huyo alipofika tu katika Mji wa Jiangzhou, akaishiwa na nauli huku ukiwa umebaki mwendo mrefu hadi kufikia nyumbani kwake. Akawa ameshangaa na kujawa na wasiwasi, na asijue cha kufanya.

"Kwa nini usinipeleke katika jumba la mfalme ukaniuze? Bila ya shaka utaweza kupata fedha nyingi na hutakuwa tena na wasiwasi na ukosefu wa nauli." Kasuku aliuliza.

"Nawezaje kufanya hivyo bila huruma?"

"Usiwe na wasiwasi, uniuze tu, ukipata fedha, ondoka upesi, kisha unisubiri chini ya mti mkubwa ule uliopo upande wa magharibi ya mji, umbali wa kilomita kumi toka hapa."

Mfugaji wake alilazimika kukubali maneno yake, akaamua

【原文】

得善价，不愁归路无赀也。"其人云："我安忍！"鸟言："不妨。主人得价疾行，待我城西二十里大树下。"其人从之。携至城，相问答，观者渐众。有中贵见之，闻诸王。王召入，欲买之。其人曰："小人相依为命，不愿卖。"王问鸟："汝愿住否？"言："愿住。"王喜。鸟又言："给价十金，勿多予。"王益喜，立畀十金。其人故作懊恨状而去。王与鸟言，应对便捷。呼肉啖之，食已，鸟曰："臣要

【今译】

"小人我和它一直相依为命，实在舍不得卖它。"于是，王爷问八哥："你愿意留下吗？"八哥说："愿意留下。"王爷大为惊喜。八哥又说道："给他十两银子，不要多给。"王爷一听，更是高兴得不得了，立即给了八哥的主人十两银子。八哥主人故意装成十分懊恼的样子，气呼呼地走了。王爷跟八哥说话，八哥应对非常敏捷。王爷让人喂它肉吃。八哥吃完肉，说："臣要洗澡。"王爷命令手下用金盆装水，打开笼子，让八哥在盆里洗澡。它洗完澡，飞到屋檐上，用喙梳理梳理翅上的羽毛，又抖了抖全身羽毛，嘴里还喋喋不休地和王爷说着话。过了一会儿，羽毛干了，八哥翩翩飞起，还用山西本地的语音说："臣告辞了！"转眼之间，八哥就飞得无影无踪了。王爷和宦官们仰面长叹，急忙派人四

kumpeleka mjini. Hata walipofika penye umati wa watu waliongea vizuri sana. Umati wa watu uliowazunguka ulikuwa unazidi kuongezeka. Towashi mmoja baada ya kuona hali hiyo, alichepuka kumwarifu mfalme habari hiyo; naye mfalme akaamuru mfugaji huyo aletwe mbele yake ili aweze kumnunua kasuku wake. Baada ya kufika ndani ya kasri ya mfalme mfugaji huyo alisema, "Uhusiano wangu na kasuku ni wa karibu zaidi kushinda undugu, hivyo itakuwa vigumu kukubali kumwuza." Mfalme akamgeukia kasuku na kumwuliza, "Unapenda kuwa na mimi hapa?"

"Napenda sana." Kasuku alijibu.

Mfalme alifurahi. Kasuku aliendelea kusema, "Mpe bwana Wangu fedha kiasi cha wakia kumi, isiwe zaidi ya wakia hizo." Mfalme alizidi kufurahi na haraka akaamua kutoa fedha hizo. Mfugaji wa kasuku alionyesha dalili ya majonzi na masikitiko wakati alipoondoka. Baadaye mfalme alipokuwa akizungumza na kasuku, kasuku alikuwa akijibu kwa ustadi. Mfalme alimwamuru mtumishi wake achukue nyama ampe kasuku ale. Baada ya kula, kasuku akasema, "Nahitaji kuoga." Mfalme akamwamrisha mtumishi wake amletee maji na kutia katika beseni la dhahabu na kumfungulia tundu ili aweze kuoga. Baada ya kuoga, kasuku aliruka upenuni, mara akawa anajidonoa manyoya kwa mdomo, mara akawa anajikung'uta kung'uta manyoya kwa mfululizo huku

377

【原文】

浴。"王命金盆贮水，开笼令浴。浴已，飞檐间，梳翎抖羽，尚与王喋喋不休。顷之，羽燥，翩跹而起，操晋声曰："臣去呀！"顾盼已失所在。王及内侍，仰面咨嗟，急觅其人，则已渺矣。后有往秦中者，见其人携鸟在西安市上。毕载积先生记。

【今译】

处寻找八哥的主人，最后连一个人影都没找到。后来有个到陕西的人，看见那人带着八哥在西安的闹市上。这个故事是毕载积先生记下的。

akizungumza na mfalme. Haukupita muda mrefu, manyoya ya kasuku yakakauka, na akaruka hewani huku akisema kwa lafudhi ya Mkoa wa Shanxi, "Naondoka!" Kufumba na kufumbua, kasuku akatoweka. Mfalme na watumishi wake wakabaki wameduwaa huku wakiangalia angani. Haraka wakaamua kumtafuta mfugaji wake, lakini walishindwa kuona hata kivuli chake. Baada ya muda mrefu kupita, watu walipokwenda katika Mkoa wa Shaanxi walimwona mfugaji yule akitembeatembea na kasuku wake kwenye soko mjini Xi'an.

Imeandikwa na bwana Bi Zaiji.

大中华文库

青梅

【原文】

　　白下程生，性磊落，不为畛畦。一日，自外归，缓其束带，觉带端沉沉，若有物堕。视之，无所见。宛转间，有女子从衣后出，掠发微笑，丽绝。程疑其鬼，女曰："妾非

【今译】

　　南京人程生，生性磊落，不拘俗套。有一天，程生外出归来，松缓衣带，觉得衣带的一头沉甸甸的，像有东西掉下来。往那儿一看，却一无所见。而转身之间，有一个女子从身后走出，掠一掠头发，微微一笑，漂亮极了。程生怀疑女子是鬼，女子说："我不是鬼，是狐狸。"程生说："只要能得到佳人，连鬼都不怕，何况狐狸！"便与她亲热起来。两年后，狐女生了一个女儿，小名青梅。狐女时常对程生说："你不要娶妻，我将为你生个儿子。"程生相信这话，便不娶妻。但是亲友都讥笑讽刺程生。程生被迫改变初衷，娶了湖东的王氏。狐女听说后，怒火中烧，给女儿喂完奶，把女儿丢给程生说："这是你家的赔钱货，养她杀她都由你。我

QINGMEI

Katika Nanjing kulikuwa na msomi mmoja ambaye aliitwa Cheng. Msomi huyo alijaliwa tabia nyoofu, hakuwahi kugombana na mtu mwingine hata kwa mambo madogo madogo. Siku moja alirudi nyumbani akitokea ugenini. Alipovua mshipi wa kanzu yake akahisi ncha moja ya mshipi huo wa kiunoni imekuwa nzito kisha mshipi ukaanguka chini. Msomi aliuokota na kuuchunguza kwa makini, lakini hakugundua kitu chochote kigumu mle ndani. Kufumba na kufumbua, binti mmoja alizuka kutoka nyuma ya kanzu yake. Binti huyo alimchekelea huku akizipuna nywele zake. Alikuwa mzuri kupindukia. Msomi alishuku kuwa labda binti huyo alikuwa ni shamsu.

381

"Mimi siyo jini bali ni mbweha." Binti huyo alimwambia.

"Nikiweza kupata kisura kama wewe, hata kama akiwa ni shamsu sitajali sembuse mbweha?" Msomi alisema. Basi msomi akaanza kujamiiana naye. Miaka miwili baadaye, binti huyo alizaa mtoto mmoja wa kike, wakampa jina la utoto Qingmei. Mara nyingi mwanamke mbweha alikuwa akimwambia mumewe,"Kama hutaoa mke mwingine nitakuzalia mtoto mmoja

【原文】

鬼，狐也。"程曰："倘得佳人，鬼且不惧，而况于狐。"
遂与狎。二年，生一女，小字青梅。每谓程："勿娶，我且
为君生男。"程信之，遂不娶。戚友共诮姗之。程志夺，聘
湖东王氏。狐闻之，怒，就女乳之，委于程曰："此汝家赔
钱货，生之杀之，俱由尔。我何故代人作乳媪乎！"出门径
去。

青梅长而慧，貌韶秀，酷肖其母。既而程病卒，王再醮

【今译】

为什么要替人当奶妈子呢！"出门就径自走了。

青梅长大后很聪明，容貌秀美，非常像她的母亲。后来程
生病逝，王氏再嫁，离开了程家。青梅依靠堂叔生活，而堂叔行
为放荡，品行恶劣，想把青梅卖掉，自己赚点儿钱。恰巧有一位
王进士，正在家等候吏部选授官职，得知青梅聪明，便用重金买
了青梅，让青梅侍候女儿阿喜。阿喜十四岁，容貌冠绝当代。她
见到青梅很喜欢，与青梅同住同行。青梅也善于察言观色，眼一
瞥，眉一皱，便能领悟其意，因此一家人都喜欢她。

城里有位张生，字介受，家境贫寒，没有房业田产，
租住王进士的房屋。张生生性极为孝顺，注重德行，一丝
不苟，并且专心向学。青梅偶然到张生家去，看见张生坐在

wa kiume." Msomi aliyaamini maneno yake, akaamua kutooa tena, lakini jamaa na marafiki zake walimcheka na kumkejeli, kisha akaghairi, akaoa msichana ambaye jina lake la ukoo lilikuwa Wang na alikuwa akikaa katika upande wa mashariki ya ziwa. Mbweha aliposikia habari hiyo alikuwa na hasira mithili ya mkizi. Baada ya kunyonyesha mtoto alimpa bwana wake, akasema, "Mtoto huyo atagharimu fedha nyingi, kama ukimtunza au ukimwua itakuwa shauri lako. Ya nini nimnyonyeshe mtoto wa mtu mwingine. Kisha akaondoka.

Qingmei alipofikia umri wa ujana alikuwa na akili nyepesi kama mchwa. Sura yake ilikuwa nzuri ajabu, kwani alimlanda mama yake. Haukupita muda mrefu msomi Cheng alikufa baada ya kupatwa na ugonjwa. Mke wake mdogo akaolewa na mtu mwingine. Ikambidi Qingmei aende kukaa kwa baba yake wa kambo. Baba yake wa kambo alikuwa na tabia ya kihuni na ni mtu aliyekosa adabu. Alikuwa akitaka kumwuza Qingmei kwa ajili ya kujipatia kitita kikubwa cha fedha. Wakati ule alikuwepo juren mmoja aliyeitwa Wang. Juren huyo alikaa nyumbani akisubiri kuchaguliwa kwa kazi. Aliposikia Qingmei alikuwa binti mwerevu na mzuri wa sura, akamnunua kwa fedha nyingi ili Qingmei amsaidie kumtunza binti yake aitwaye Wang Axi. Axi alikuwa na umri wa miaka kumi na minne, yeye vilevile alikuwa mzuri kupindukia. Alipomwona Qingmei, akajawa na furaha

383

【原文】

去。青梅寄食于堂叔，叔荡无行，欲鬻以自肥。适有王进士者，方候铨于家，闻其慧，购以重金，使从女阿喜服役。喜年十四，容华绝代。见梅忻悦，与同寝处。梅亦善候伺，能以目听，以眉语，由是一家俱怜爱之。

邑有张生，字介受。家婆贫，无恒产，税居王第。性纯孝，制行不苟，又笃于学。青梅偶至其家，见生据石啖糠粥，入室与生母絮语，见案上具豚蹄焉。时翁卧病，生

【今译】

石头上吃糠粥，她进屋与张生的母亲唠叨闲话，看见案子上放着炖猪蹄。当时，父亲卧病在床，张生进屋抱起父亲，让他小解，尿液弄脏张生的衣裳，张父觉察之后很懊丧，而张生遮掩住尿迹，急忙出门清洗，唯恐父亲得知。青梅因此对张生大为赏识。回来后，青梅讲了目睹的情景，对阿喜说："我家的房客不是常人。小姐不想找如意郎君就算了，要找如意郎君，就是张生。"阿喜担心父亲嫌张生太穷，青梅说："不是这样，只看小姐的决断。如果你认为可以，我就暗中告诉他，让他请媒人来求亲。夫人肯定要叫你去商量，你只要回答说行，事就成了。"阿喜担心终身受穷为人耻笑，青梅说："我自以为能相看天下之士，决不会错的。"

kama biarusi. Akawa anakula na kulala naye pamoja. Qingmei alikuwa akimhudumia vyema. Akawa anaweza kuelewa nia yake kwa kusoma uso wake tu. Kwa hivyo watu wa familia ya msomi Wang walimpenda.

Huko mjini Nanjing aliondokea msomi mmoja aitwaye Zhang Jieshou. Familia yake ilikuwa maskini na hakuwa na mali yoyote, hata nyumba aliyopanga ilikuwa ni ya familia ya msomi Wang, lakini msomi Zhang alikuwa mtu mtiifu kwa wazazi wake; alifahamu vilivyo namna ya kuwasiliana na watu wengine. Zaidi ya hayo, alijitahidi katika masomo yake. Safari moja, Qingmei alikwenda nyumbani kwake, akamwona Zhang amekaa kwenye jiwe moja akinywa uji wa mapumba. Qingmei aliingia chumbani kwa mama yake na kuzungumza naye akagundua kuwa miguu ya nguruwe iliyopikwa vizuri iliwekwa juu ya meza. Baba yake alikuwa amelala kitandani kwa ulemavu. Punde si punde, msomi Zhang aliingia ndani, akambeba baba yake ili kumpeleka kujisaidia. Kwa bahati mbaya, mkojo wa baba yake uliilowesha kanzu yake. Baba yake alipoona kanzu ya mtoto wake imelowa na mkojo, alisikitika; lakini msomi Zhang hakujali hata kidogo. Haraka alitoka nje kuifua kanzu yake mwenyewe ili baba yake asije akagundua na kuhuzunika. Kwa mambo aliyoyaona huko, Qingmei aliona kuwa Zhang hakuwa mtu wa kawaida na bila ya kujielewa akawa na hisia ya kumheshimu. Baada ya kurudi

385

【原文】

入，抱父而私，便液污衣，翁觉之而自恨，生掩其迹，急出自濯，恐翁知。梅以此大异之。归述所见，谓女曰："吾家客，非常人也。娘子不欲得良匹则已，欲得良匹，张生其人也。"女恐父厌其贫，梅曰："不然，是在娘子。如以为可，妾潜告，使求伐焉。夫人必召商之，但应之曰'诺'也，则谐矣。"女恐终贫为天下笑，梅曰："妾自谓能相天下士，必无谬误。"

【今译】

　　第二天，青梅前往告知张母。张母大吃一惊，认为她说的未必是好事。青梅说："小姐听说公子是个贤德的人，我有意试探过她的心意，才来说的。媒人去了，我们俩从中帮忙，想来会成功。即使不同意，对公子有何损害？"张母说："就听你的。"便托卖花的侯氏前去说媒。王夫人听说张家提亲，觉得好笑，便告诉了王进士，王进士也哈哈大笑。他们把阿喜叫来，讲了侯氏的来意。阿喜没来得及回答，青梅连忙称赞张生如何好，断言将来一定大富大贵。王夫人又问阿喜说："这是你的百年大事。如果你能吃糠咽菜，我就替你应了这门亲事。"阿喜把头低了许久，看着墙壁回答说："穷富都是命中注定的。假如命好，就穷不了几

nyumbani alimsimulia Axi mambo yote hayo aliyoona huko nyumbani mwa msomi Zhang. Alisema,"Yule msomi aliyepanga nyumba yetu anatofautiana na watu wa kawaida. Kama unataka kupata mume bora basi msomi Zhang atakufaa: na kama hutaki kupata mume bora basi hiyo ni shauri yako." Axi alichelea kuwa baba yake angedharau umaskini wa familia ya msomi Zhang. Qingmei akasema "Usijali hayo ufunguo wa jambo hili uko mikononi mwako. Kama jambo hilo linafaa kutendeka, mimi ningependa kwenda kumwambia kisirisiri ili atume mshenga kuleta posa. Kama mshenga atakuja, mama yako atakuita kwenda kwake kushauriana naye. Ukimwambia mama yako kuwa unafurahia posa hiyo, bila shaka jambo hilo litatengemaa." Axi alikuwa na wasiwasi kama atateseka na umaskini katika familia ya Zhang hapo baadaye, na yumkini atachekwa na watu wengine. Qingmei alisema "Ninajiamini kuwa nina uwezo wa kutambua mtu msomaji hapa duniani, utambuzi wangu hauna doa wala toa."

387

Kesho yake Qingmei alikwenda kumwambia bikizee Zhang. Bikizee huyo alipigwa na butwaa na aliona maneno ya Qingmei si ya kuaminika na hayakuwa na dalili ya kufanikiwa. Qingmei alisema,"Yule Axi amekwisha sikia uungwana wa mwanao ndiyo maana alijiwa na wazo la kutaka kuolewa naye. Nilipogundua dhamira yake, nikaja hapa kukupasha habari hii. Mshenga wenu atakapokuja kwetu kuleta posa, mimi na Axi tutamsaidia. Nafikiri

【原文】

　　明日，往告张媪。媪大惊，谓其言不祥。梅曰："小姐闻公子而贤之也，妾故窥其意以为言。冰人往，我两人祖焉，计合允遂。纵其否也，于公子何辱乎？"媪曰："诺。"乃托侯氏卖花者往。夫人闻之而笑，以告王，王亦大笑。唤女至，述侯氏意。女未及答，青梅呕赞其贤，决其必贵。夫人又问曰："此汝百年事。如能啜糠覈也，即为汝允之。"女俯首久之，顾壁而答曰："贫富命也。倘命之

【今译】

　　天，不穷的日子长着哩。假如命薄，那些贵族子弟贫无立锥之地的难道还少吗？这事就由父母做主。"起初，王进士叫阿喜来商量，只是为了博取一笑，及至听了阿喜说的话，心中不乐，说："你想嫁给张生吗？"阿喜不作回答，再问，还是不作回答。王进士生气地说："贱骨头！一点不长进！打算提个筐当乞丐的老婆，真是羞死人了！"阿喜涨红了脸，心情郁闷，含着眼泪抽身离去，媒婆也只好逃之夭夭。

　　青梅见提亲不成，便想为自己打算。过了几天，她在夜里去见张生。张生正在读书，惊讶地问青梅从哪里来。青梅回话时吞吞吐吐，张生态度严肃地要她走开。青梅哭着说："我是良家之女，不是私奔的女人。只是认为你是个有贤

jambo hilo halitakuwa na kizuizi kikubwa; hata kama baba yake akikataa posa hiyo, mwanao ataaibikia nini?" "Basi vizuri" Bikizee akasema. Baada ya hapo yule bikizee alimwomba mwuza maua Hou aende kupeleka posa. Mama yake Axi alipopelekewa posa, alihisi kama masihara tu, akamwambia mumewe Wang habari hiyo. Wang aliposikia habari hiyo alicheka kwa sauti kubwa. Halafu alimwita binti yake aje, Wang akamwambia binti yake kusudi alilojia mwuza maua Hou. Kabla Axi hajadiriki kumjibu baba yake, Qingmei alijitahidi kumsifu msomi Zhang kwa uungwana wake, akibashiri kuwa kwa hali yoyote ile msomi Zhang atajaliwa fursa ya kutajirika. Mama wa Axi alimwambia binti yake,"Hili ni jambo kubwa katika maisha yako mazima. Kama utaridhia kula mapumba na mboga tu ninaweza kukubali posa hiyo kwa niaba yako." Binti yake aliinamisha kichwa chake kwa muda mrefu. Akiwa ameukabili ukuta alimjibu mama yake,"Kuwa maskini au kuwa tajiri kunategemea bahati tu. Mtu akibahatika kuwa tajiri, hata kama amekuwa maskini kwa kiasi gani, umaskini wake hautaweza kumwandama milele, maisha yake ya baraka yatakuwa pamoja naye mfano wa zinduna na ambari. Kwa mtu asiyebahatika hata kama akiwa mwana wa familia tajiri anayevalia kisufa kila siku, hakika atafilisika na mwishowe atakosa mahali pa kujipumzisha mbavu. Mambo kama haya yamekuwa yakiadimika? Ninyi wazazi ndio wenye kutoa kauli ya mwisho."

389

厚，则贫无几时，而不贫者无穷期矣。或命之薄，彼锦绣王孙，其无立锥者岂少哉？是在父母。"初，王之商女也，将以博笑，及闻女言，心不乐曰："汝欲适张氏耶？"女不答，再问，再不答。怒曰："贱骨，了不长进！欲携筐作乞人妇，宁不羞死！"女涨红气结，含涕引去，媒亦遂奔。

青梅见不谐，欲自谋。过数日，夜诣生。生方读，惊问所来。词涉吞吐，生正色却之。梅泣曰："妾良家子，

【今译】

德的人，所以愿意以身相托。"张生说："你爱我，说我有贤德。在黑夜里私会，自爱的人都不这么干，你难道以为有贤德的人会这么干吗？以胡来开始，以成婚告终，君子尚且认为这么做不行，何况假如婚事不成，你我怎么做人？"青梅说："万一婚事能成，你肯收留我吗？"张生说："娶妻如你，还有什么可求？只是有三点是无可奈何的，所以我不敢轻易答应。"青梅问："怎么讲？"张生说："你不能自己做主，这便无可奈何；即使你能自己做主，但我父母不满意，还是无可奈何；即使父母满意，但你的身价一定很高，我穷，不能把钱备齐，尤其是无可奈何。你快走，瓜田李下，备受嫌疑，人言可畏！"青梅临走时又嘱咐说："如果你有

Hapo mwanzoni msomi Wang alipomwita binti yake kujadili jambo hili, kusudi lake halikuwa lingine ila kujifurahisha tu. Hakufikiria kuwa binti yake angezingatia jambo hilo. Aliposikia maneno ya binti yake akawa hana raha hata chembe. Akamwuliza binti yake, "Ni kweli unapendelea kuolewa na msomi Zhang?" Binti yake hakujibu. Alipomwuliza tena Axi alijibaraguza. Baba yake akavimba kwa hasira na kumfokea binti yake. "Msichana duni wee! Unataka kuishia kuwa mwanamke ombaomba? Uso wa samaki kwelikweli!" Mara uso wa binti yake uliiva mithili ya pilipili hoho, akashindwa kutamka neno lolote, akaondoka huku machozi yakimtoka. Mshenga alipoona hali hiyo, akawa hana la kufanya ila kuondoka vilevile kwa upesi.

Qingmei alipoona jambo hili limekwenda mrama, akaamua aolewe yeye mwenyewe na msomi Zhang. Siku kadhaa baadaye, usiku mmoja alikwenda nyumbani kwa msomi Zhang. Alipoingia uani alimwona Zhang akisoma. Zhang alipomwona Qingmei alistaajabu, akamwuliza haja yake. Qingmei alitahayari huku akidodosadodosa. Papo hapo Zhang akamkatalia kata kata ombi lake.

"Mimi ni binti niliyezaliwa katika familia ya kikabaila siyo malaya. Nimetambua kuwa wewe ni mtu msomaji ndio maana nilijileta kuolewa nawe." Qingmei alimwambia Zhang huku akilia kwa kwikwi.

【原文】

非淫奔者。徒以君贤，故愿自托。"生曰："卿爱我，谓我贤也。昏夜之行，自好者不为，而谓贤者为之乎？夫始乱之而终成之，君子犹曰不可，况不能成，彼此何以自处？"梅曰："万一能成，肯赐援拾否？"生曰："得人如卿，又何求？但有不可如何者三，故不敢轻诺耳。"曰："若何？"曰："卿不能自主，则不可如何；即能自主，我父母不乐，则不可如何；即乐之，而卿之身直必重，我贫不能措，则尤

【今译】

意，请与我一起想办法。"张生答应下来。

青梅回去后，阿喜问她到哪儿去了，她便跪下来承认自己去见了张生。阿喜对她的私奔非常生气，打算加以责打。青梅哭着表白自己没干非礼之事，于是据实相告。阿喜赞叹说："不肯苟合，是礼；一定要告诉父母，是孝；不轻易许诺，是信。具有这三种品德，一定会得到上天的保佑，他不用为自己的贫穷担忧了。"接着又说："你想怎么办？"青梅说："嫁给他。"阿喜笑着说："傻丫头能自己做主吗？"青梅说："要不行，一死了之！"阿喜说："我一定让你如愿。"青梅伏地叩头大礼拜谢她。又过了几天，青梅对阿喜说："你前些天是说笑话，还是真的大发慈悲？要是大发慈

"Unachonipendea ni uungwana wangu, nadhani mtu yeyote anayejiheshimu hawezi kukutana na msichana akiwa peke yake usiku wa manane. Je msomaji anaweza kufanya hivyo? Aidha mimi sipendi yale mambo ambayo hayakuwa halali mwanzoni, lakini mwishowe yakahalalishwa sembuse mambo yale yasiyowezekana? Kama jambo hili halitafanikiwa tutawezaje kuwasiliana hapo baadaye?" Zhang akamweleza.

"Kama jambo hilo likiweza kufanikiwa utapenda kunisaidia?"

"Nikiweza kuoa mke mzuri kama wewe nitaridhika kabisa, lakini kuna mambo matatu yanayonitatanisha, kwa hiyo sithubutu kukuahidi kienyeji."

"Mambo matatu yapi?"

"La kwanza, huwezi kujiamulia jambo hilo wewe mwenyewe; la pili, hata kama unaweza kujiamulia mwenyewe, labda wazazi wangu hawatakubali; la mwisho hata kama wazazi wangu watalikubali, mahari yatakuwa ghali. Mimi maskini simudu kutoa kitita kikubwa fedha na jambo hilo ndilo linalochukua uzito wa kwanza. Kwa hisani yako naomba uondoke upesi. Kama methali inavyosema, 'Usivae viatu katika konde ya matikitimaji wala usirekebishe kofia chini ya mplamu.' Kwa kuwa ukifanya hivyo unaweza kumfanya mtu mwingine ashuku wewe ni mwizi."

Qingmei akawa hana budi kuondoka huko. Kabla hajaondoka,

【原文】

不可如何。卿速退，瓜李之嫌可畏也！"梅临去，又嘱曰：

"君倘有意，乞共图之。"生诺。

　　梅归，女诘所往，遂跪而自投。女怒其淫奔，将施扑

责，梅泣白无他，因而实告。女叹曰："不苟合，礼也；

必告父母，孝也；不轻然诺，信也；有此三德，天必祐之，

其无患贫也已。"既而曰："子将若何？"曰："嫁之。"

女笑曰："痴婢能自主耶？"曰："不济，则以死继之！"

【今译】

悲，我还有些难言的隐衷，一并请你垂怜。"阿喜问隐衷是

什么，青梅回答："张生不能来下聘礼，我又无力为自己赎

身，一定要交满赎金，说是嫁我，等于不嫁。"阿喜沉吟着

说："这不是我能出力的了。我说嫁你，恐怕还不合适；而

说一定不要赎金，父母一定不会答应，也不是我敢说的。"青

梅听了，泪水流成了线，只求阿喜怜悯她，拯救她。阿喜想了

许久，说："没办法，我存了一些私房钱，一定倾囊相助。"

青梅行礼道谢，于是暗中告知张生。张母大喜，经多方借贷，

共得到若干钱，存了起来，等待着好消息。

　　恰巧王进士被任命为曲沃县令，阿喜乘机对母亲说：

"青梅年纪已大，现在父亲要去上任，不如把她打发了

alimwagiza Zhang,"Kama kweli unanipenda tunaweza kutafuta pamoja hatua inayofaa kuchukuliwa." Zhang akakubali.

Qingmei aliporudi nyumbani, Axi alimwuliza wapi alikotoka, Qingmei alipiga magoti mbele yake akamwambia alikokwenda. Axi alighadhibika.Alionakitendochakekilikuwaharamumutulaki,akataka kumtia viboko. Qingmei alijieleza huku machozi yakimbubujika. Alimhakikishia kuwa hakuwahi kufanya jambo lolote la kihuni. Akasimulia mambo yote aliyoyafanya. Axi alishusha pumzi kwa husuda, akasema,"Kutokutana na msichana kienyeji, hii inamaanisha kuwa Zhang anafahamu adabu; kuwapasha habari wazazi kabla ya kutenda jambo, hii inamaanisha anao utiifu hasa; kutokubali ombi la mtu ovyo, hii inadhihirisha waziwazi uaminifu wake. Mtu akimiliki tabia hizo tatu, haikosi Mungu atambariki na hana haja kuwa na wasiwasi juu ya umaskini wake." Kisha alimwuliza Qingmei, "Utafanyaje ?"

"Nitaolewa naye."

"Msichana mjinga we, unaweza kujiamulia jambo hilo?" Axi alisema kwa tabasamu.

"Nikishindwa kujiamulia nitakwenda kujiua." Qingmei alijibu kwa ujasiri.

"Kwa vyovyote vile nitakusaidia." Axi alimwahidi.

Qingmei aliinamisha kichwa, akamsujudia huku akionyesha shukrani zake.

【原文】

女曰："我必如所愿。"梅稽首而拜之。又数日，谓女曰："曩而言之戏乎，抑果欲慈悲也？果尔，则尚有微情，并祈垂怜焉。"女问之，答曰："张生不能致聘，婢子又无力可以自赎，必取盈焉，嫁我犹不嫁也。"女沉吟曰："是非我之能为力矣。我曰嫁汝，且恐不得当；而曰必无取直焉，是大人所必不允，亦余所不敢言也。"梅闻之，泣数行下，但求怜拯。女思良久，曰："无已，我私蓄数金，当倾囊相助。"梅拜谢，

【今译】

吧。"王夫人本来就认为青梅太机灵，恐怕会引诱阿喜干坏事，每每想把青梅嫁出去，只是担心阿喜不乐意，现在听了阿喜这么说，也很高兴。过了两天，有个佣人的老婆来讲了张家的意思。王进士笑着说："他只配娶个丫头，此前太狂妄了！不过把她卖给大户人家做妾，价钱应会比当初加倍。"阿喜连忙上前说："青梅侍候我很久了，把她卖给人家为妾，我实在过意不去。"于是王进士给张家传话，仍然按原来的身价签了赎身契，把青梅嫁给张生。进了张家的门，青梅孝敬公婆，曲意顺从，超过了张生，同时操持家务更为勤快，吃糠咽菜，不以为苦，因此全家没有不喜欢不看重青梅的。青梅又以刺绣为业，卖得很快，商人在门口等候

Baada ya siku kadhaa, Qingmei alimwambia Axi, "Siku ile ulitaka kunitania au kweli ulinihurumia? Kama maneno yako ni ya kuaminika, nitakuambia maneno yaliyojificha moyoni mwangu, hivyo ninatazamia unihurumie."

"Unataka kunieleza maneno gani?"

" Zhang atashindwa kutoa mahari, tena mimi mwenyewe sina uwezo wa kujikomboa, bila ya shaka baba yako atadai fedha nyingi, ingawa baba yako ameshaniruhusu niolewe na Zhang."

"Kwangu mimi sina uwezo wowote katika jambo hilo. Nikisema

unaweza kuolewa naye, maneno yangu yatakuwa hayana uzito wowote; nikisema unaweza kushusha hadhi yako, hakika wazazi wangu hawawezi kukubali. Juu ya jambo hilo kwa kweli sithubutu kulizungumzia." Axi alisema hayo baada ya kushika tama kwa muda mfupi.

Qingmei alipokwisha kusikia maneno hayo, machozi yalimtiririka njia mbili mbili. Alimwomba tena na tena amsaidie na kumhurumia. Baada ya kufikiri kwa muda, Axi alisema, "Sina njia nyingine, Afadhali uchukue fedha hizo nilizodunduliza." Bila ya kukawia Qingmei alimshukuru kwa moyo wote. Baada ya hapo alijiiba kumdokezea msomi Zhang habari hiyo. Mama yake Zhang alipopata habari hiyo alifurahi mno, akajaribu kukopa fedha mpaka akatimiza kiasi cha kuweza kumpata Qingmei,

【原文】

因潜告张。张母大喜，多方乞贷，共得如干数，藏待好音。

会王授曲沃宰，喜乘间告母曰："青梅年已长，今将莅任，不如遣之。"夫人固以青梅太黠，恐导女不义，每欲嫁之，而恐女不乐也，闻女言甚喜。逾两日，有佣保妇白张氏意。王笑曰："是只合耦婢子，前此何妄也！然鬻媵高门，价当倍于曩昔。"女急进曰："青梅侍我久，卖为妾，良不忍。"王乃传语张氏，仍以原金署券，以青梅嫔于生。入

【今译】

收购，唯恐买不到手。这样挣的钱稍可应付家中的穷日子。青梅还劝张生不要因为顾家而误了读书，全家的管理照料都自己一人承担下来。由于主人要去上任，青梅前去与阿喜告别。阿喜见了青梅，哭着说："你有了如意归宿，我真的不如你。"青梅说："这是谁赐给的，我怎么敢忘记？但你认为自己不如我，会折我的寿的。"于是二人悲泣告别。

王进士来到山西，半年后夫人去世，灵柩停放在寺院里。又过了两年，王进士因为行贿被免职，罚交赎金数以万计，逐渐穷得不能自给，仆从四散而逃。这时，瘟疫大作，王进士也染病身亡，只有一个老妈子跟着阿喜。没有多久，老妈子也死了，阿喜愈发孤苦伶仃。有个邻家的老太太劝

halafu akaficha fedha hizo huku akingojea habari motomoto.
Siku si nyingi, baba yake Axi alichaguliwa kuwa mkuu wa
Wilaya ya Quwo, Mkoa wa Shanxi. Axi akitumia fursa hiyo
alimwambia mama yake,"Umri wa Qingmei siyo mdogo tena.
Baba yangu atahamia Quwo kikazi, nasi tutafuatana naye kwenda
huko; naona ni afadhali tumwachie." Tangu zamani mama yake
alikwisha tambua kuwa Qingmei alikuwa mwerevu kupindukia
na alihofia kwamba pengine atamshawishi binti yake kutenda
jambo lisilo haki. Mara kadhaa alitaka kumwoza ila tu alichelea
kuwa binti yake hangefurahia jambo hilo. Wakati huu maneno ya
binti yake yalioana na wazo lake, kwa hiyyo alifurahi mno. Siku
mbili baadaye, mke wa mtumishi mmoja alileta ujumbe kuwa
familia ya Zhang ilitaka kumwoa Qingmei. Wang alisema kwa
tabasamu,"Yeye anastahili kumwoa mtumishi wa familia yetu tu
awe mkazamwana wao. Safari iliyopita, mawazo yao yalikuwa ya
upuuzi! Lakini tungemwuza Qingmei kuwa suria katika familia ya
kabaila, tungeweza kupata fedha maradufu ya zile tulizodai mara
iliyopita." Axi akapinga kikaka, "Qingmei amekuwa akinitunza
kwa muda mrefu, sipendi auzwe kuwa suria wa kabaila." Halafu
Wang alipeleka ujumbe kwa familia ya Zhang kwamba ameamua
kumwuza Qingmei kwa idadi ileile ya fedha aliyodai hapo awali.

Baada ya sherehe ya arusi kufanyika Qingmei aliwahudumia
vizuri wakwe zake hata kumzidi mumewe. Alizifahamu fika

MASIMULIZI TEULE YA AJABU KUTOKA
KWENYE UKUMBI WA SOGA
QINGMEI

Mkusanyiko wa Vitabu
Maarufu vya China

399

【原文】

门，孝翁姑，曲折承顺，尤过于生，而操作更勤，餍糠秕不为苦，由是家中无不爱重青梅。梅又以刺绣作业，售且速，贾人候门以购，惟恐弗得。得赀稍可御穷。且劝勿以内顾误读，经纪皆自任之。因主人之任，往别阿喜。喜见之，泣曰："子得所矣，我固不如。"梅曰："是何人之赐，而敢忘之？然以为不如婢子，恐促婢子寿。"遂泣相别。

王如晋，半载，夫人卒，停枢寺中。又二年，王坐行

【今译】

阿喜出嫁，阿喜说："谁能为我安葬双亲，我就嫁他。"老太太可怜阿喜，送来一斗米，走了。半月后老太太又来说："我为小姐费尽力气，事情还是难成。穷人不能为你安葬双亲，富人又嫌你是没落人家的后代。真没办法！我还有一个主意，只怕你不会同意。"阿喜说："什么主意？"老太太说："此间有位李郎，想找一个偏房，倘若他看到你的姿容，即使让他予以厚葬，也一定不会疼钱。"阿喜放声大哭，说："我是官宦人家的女儿，却要给人家当妾吗！"老太太没说什么，随即走了。阿喜每天只吃一顿饭，苟延残喘，等待有人出钱安葬双亲。过了半年，阿喜愈发难以支撑下去。一天，老太太来了，阿喜哭着对老太太说："活得这

kazi za nyumbani. Ingawa alikula mapumba na mboga tu, lakini malalamiko hayakuwahi kutoka mdomoni mwake. Watu wote wa familia hiyo walimpenda na kumheshimu. Mbali na hayo, alielewa kazi ya kutarizi. Vitu alivyotarizi vilipopelekwa sokoni vilijiuza tu hata baadhi ya wafanyabiashara walikuwa wakingojea mlangoni mwake ili wasije wakakosa kupata vitu vyake. Fedha aliyoichuma ilipunguza umaskini wa nyumbani kwa kiasi. Pamoja na hayo alikuwa akimsihi mumewe asipoteze wakati wake wa masomo kwa sababu ya kujishughulisha na kazi za nyumbani. Yeye mwenyewe aliweza kujitwika mzigo wa kazi hizo. Siku ya Wang kwenda kazini ilipowadia, Qingmei alikwenda kuagana na Axi. Axi alipomwona alisema huku akitokwa na machozi, "Sasa umesha pata mahali unapostahili, bila ya shaka nitashindwa kupata bahati kama ulivyobarikiwa."

"Ni nani aliyenibariki hayo? Ningethubutuje kukusahau? Sasa hivi ulisema kuwa utashindwa kuyapata niliyobarikiwa nayo, kweli siwezi kukubaliana nawe!" Qingmei alimweleza. Kisha waliagana huku machozi yakiwadondoka mithili ya mvua za masika.

Wang alipokuwa mkuu wa wilaya kwa nusu mwaka hivi mkewe Alifariki. Jeneza lake likawekwa hekaluni. Miaka miwili baadaye, alifutwa cheo chake kwa sababu ya kumchenga mkuu wake. Alitozwa faini ya fedha kiasi cha maelfu ya wakia kwa ajili

赎免，罚赎万计，渐贫不能自给，从者逃散。是时，疫大作，王染疾亦卒，惟一媪从女。未几，媪又卒，女伶仃益苦。有邻妪劝之嫁，女曰："能为我葬双亲者，从之。"妪怜之，赠以斗米而去。半月复来，曰："我为娘子极力，事难合也。贫者不能为而葬，富者又嫌子为陵夷嗣。奈何！尚有一策，但恐不能从也。"女曰："若何？"曰："此间有李郎，欲觅侧室，倘见姿容，即遣厚葬，必当不

【今译】

么艰难，常想自杀，至今还偷生苟活，只是因为有这两具灵柩。我要是死了，还有谁来收双亲的尸骨？所以我想不如就依了你所说的吧。"于是老太太领着李郎，暗中偷看阿喜，非常满意，当即出钱办理入葬之事，两具薄棺都已抬送入土。事后，李郎用车把阿喜接走，让她去参见正室。正室一向凶悍妒忌，李郎一开始不敢说阿喜是妾，只托称是买的丫头。及至正室见了阿喜，暴跳如雷，勃然大怒，用木棒把阿喜赶走，不让阿喜进门。阿喜披头散发，泪流满面，进退无路。

　　这时有个老尼姑路过这里，邀阿喜与自己同住。阿喜很高兴，就跟老尼来到尼庵，阿喜请求削发为尼，老尼不同意，说："我看小姐不是久没风尘的人。庵中粗茶淡饭，大

ya kufidia makosa yake. Polepole akafilisika mpaka akashindwa kujitegemea na wafuasi wake wote wakatimka. Wakati ule ugonjwa wa kuambukiza ulienea, naye hakunusurika katika janga hili. Siku chache baadaye akafa pia, Axi hakuwa tena na jamaa wengine ila mtumishi bikizee mmoja tu. Kwa bahati mbaya hata yule bikizee naye pia aliaga dunia.

Tokea hapo Axi alikuwa na upweke usiokadirika. Bikizee mmoja aliyekuwa jirani yake alimbembeleza kuwa ingefaa aolewe. Axi alimwambia, "Yeyote atakayeweza kunizikia wazazi wangu nitaolewa naye." Bikizee huyo alimhurumia, akampa mchele kiasi cha kibaba kimoja, kisha akaondoka. Baada ya nusu mwezi hivi, bikizee yule alikuja tena, akasema, "Nimekushughulikia, lakini nilishindwa kukusaidia kutatua tatizo lako. Mtu maskini hana uwezo wa kukuzikia wazazi; mtu tajiri anahofia kukusaidia kwa sababu wewe ni kizazi cha mtu aliyefanya makosa. Tutafanyaje? Naona bado kuna njia moja tu, lakini nahofu hutakubali."

"Njia gani?"

"Katika sehemu hii yuko kijana mmoja anayeitwa Li ambaye anataka kununua suria mmoja. Nadhani akiona uzuri wako, hatajali kutoa gharama kubwa kwa ajili ya kuwazika wazazi wako."

"Mimi nimezaliwa katika familia ya kikabaila, halafu kweli niwe suria wa mtu?!" Axi alisema huku akilia kwa uchungu. Bikizee hakunena lolote, akaenda zake.

403

【原文】

惜。"女大哭曰："我搢绅裔而为人妾耶！"媪无言，遂去。日仅一餐，延息待价。居半年，益不可支。一日，妪至，女泣告曰："困顿如此，每欲自尽，犹恋恋而苟活者，徒以有两柩在。已将转沟壑，谁收亲骨者？故思不如依汝所言也。"媪于是导李来，微窥女，大悦。即出金营葬，双榇具举。已，乃载女去，入参冢室。冢室故悍妒，李初未敢言妾，但托买婢。及见女，暴怒，杖逐而出，不听入门。女披发零涕，进退无所。

【今译】

致可以支撑，你姑且寄住在这里等待一时。时运一到，你自当离开。"没过多久，城里的无赖子弟见阿喜长得漂亮，总来敲门说些调戏的话取乐，老尼无法制止。阿喜号啕大哭，想自杀。老尼前去求吏部某公张贴告示严加禁止，无赖少年这才稍有收敛。后来，有人半夜在尼庵墙壁上打洞，老尼发现后大声呼喊，来人这才离去。于是老尼又上告到吏部，捉住首恶分子，送到州衙加以责打，这才逐渐太平无事。

又过了一年多，有一位贵公子经过尼庵，看到阿喜，为之惊叹绝倒，强求老尼传达情意，并用厚礼贿赂老尼。老尼委婉地告诉他说："她是官宦人家的后代，不甘心做妾。公

Tangu wakati huo kila siku Axi alikula mlo mmoja tu. Alikuwa akisukuma siku huku akisubiri kununuliwa na mtu. Baada ya nusu mwaka Axi aliishi kwa taabu zaidi. Siku moja bikizee alikuja tena. Axi alimwambia huku akilia," Mimi nimekuwa na taabu namna hii. Nimesha taka kujiua mara kadhaa. Sababu ambayo ningali ninaishi kwa kujivunjia hadhi ni kuwa majeneza hayo mawili bado yamekaa hapa. Mimi nikifa maiti yangu itatupwa katika bonde la milimani. Nani atakuja kuwazika wazazi wangu? Kwa hivyo sasa ninajihisi sina mbele wala nyuma ila tu kufuata shauri lako." Halafu bikizee alimwongoza yule kijana kuja kwake. Kijana alipomwona Axi tu mara alianza kumeza mate, bila ya kukawia akatoa fedha kwa ajili ya mazishi. Baada ya shughuli za mazishi kumalizika, kijana alimchukua Axi mpaka kwake. Alimtambulisha kwa mke wake mkubwa. Mke wake mkubwa alikuwa mwanamke mkali kama siki na mwenye wivu. Mwanzoni kijana huyo hakuthubutu kumwambia alitaka kuoa suria mmoja bali alisema alinunua mtumishi. Mke mkubwa alipomwona Axi akafura kwa hasira. Akamfukuza kwa kigongo. Zaidi ya hayo, hakumruhusu aingie nyumbani. Axi alilia kwa uchungu mkubwa huku nywele zake zimetimka.

Wakati huu mtawa mmoja bikizee alipita sehemu hiyo. Alipomwona Axi alimsikitikia na kumwalika afuatane naye, Axi alifurahi, kisha akaondoka pamoja na mtawa huyo. Walipofika

405

【原文】

有老尼过，邀与同居。女喜，从之。至庵中，拜求祝发，尼不可，曰：“我视娘子，非久卧风尘者。庵中陶器脱粟，粗可自支，姑寄此以待之。时至，子自去。”居无何，市中无赖窥女美，辄打门游语为戏，尼不能制止。女号泣欲自死。尼往求吏部某公揭示严禁，恶少始稍敛迹。后有夜穴寺壁者，尼警呼始去。因复告吏部，捉得首恶者，送郡笞责，始渐安。

又年馀，有贵公子过庵，见女惊绝，强尼通殷勤，又

【今译】

子先回去，稍后我会给你个答复。”贵公子走后，阿喜打算服毒自杀。当天夜里，阿喜梦见父亲前来，痛心疾首地说：“我没满足你的意愿，致使你成了现在这个样子，后悔已经晚了。你只要稍等很短的时间，不要死，你的夙愿还可以实现。”阿喜惊异不已。天亮后，盥洗已毕，老尼望见阿喜吃惊地说：“我看你脸上，浊气完全消失，公子的横暴无理不足为忧了。福气就要来了，别忘了我呀。”话音未落，就听到敲门声，阿喜变了脸色，心想来人一定是贵公子家的仆人，老尼开门一看，果真如此。仆人开门见山地问谋求的事情办得如何，老尼好言好语地陪话接待，只要求缓期三天。仆人转述

kwenye hekalu, Axi akamsujudia na kumwomba amnyoe nywele ili awe mtawa hasa. Huyo mtawa hakukubaliana naye, akamwambia, "Inaelekea kwamba wewe si mfuasi mwenye bidii katika dini, sasa unaweza kukaa hapa na kula chakula kisicho na vitoweo, lakini bahati yako ikija unaweza kuondoka mara moja." Baada ya muda si mrefu, wahuni wa mtaani waligundua kuwa Axi aliumbika vizuri, basi wakawa wanakwenda kugonga mlango wa hekalu na kumfanyia vitendo vya kihuni mara kwa mara. Mtawa alishindwa kuwazuia wale wahuni. Axi alikuwa akihuzunika hata akajiwa tena na wazo la kujiua. Mtawa bikizee alikwenda kumwomba ofisa wa usalama kulishughulikia suala hilo. Onyo lilipotolewa wale wahuni walianza kufyata mikia yao. Halafu iliwahi kutokea kwamba wahuni kadhaa walikuja kutoboa ukuta wa hekalu usiku wa manane, vishindo vya kutoboa ukuta vilimwamsha mtawa, akapiga makelele, wahuni wakatoroka. Hivyo ilimbidi mtawa apeleke habari mahakamani. Baada ya hapo, kiongozi wa wale wahuni alikamatwa na kupelekwa katika mahakama ya mkoa na alicharazwa vibaya kwa viboko. Tokea hapo huko hekaluni kukawa shwari. Mwaka uliofuata, kijana mmoja aliyetoka katika familia tajiri alikuja pale hekaluni. Alipomwona Axi alishtuka kama mtu aliyeguswa na umeme, akaenda kumganda yule mtawa bikizee ili amsaidie kumpata Axi, Kisha alimhonga kwa fedha nyingi. Mtawa alimbabaisha, "Yule msichana alizaliwa katika familia

【原文】

以厚赂啖尼。尼婉语之曰："渠簪缨胄，不甘媵御。公子且归，迟迟当有以报命。"既去，女欲乳药求死。夜梦父来，疾首曰："我不从汝志，致汝至此，悔之已晚。但缓须臾勿死，夙愿尚可复酬。"女异之。天明，盥已，尼望之而惊曰："睹子面，浊气尽消，横逆不足忧也。福且至，勿忘老身矣。"语未已，闻叩户声，女失色，意必贵家奴，尼启扉果然。奴骤问所谋，尼甘语承迎，但请缓以三日。奴述主

【今译】

贵公子的话，说是如果事情办不成，就让老尼自己前去复命。老尼恭敬应命，表示歉意，让仆人回去。阿喜异常悲痛，又想自杀，老尼把她劝住。阿喜担心三天后那仆人再来，将无言以对，老尼说："有我在，是斩是杀，都由我承当。"

　　第二天，刚到申时，暴雨倾盆，忽然听到有几个人敲门，人声嘈杂。阿喜心想发生了变故，又惊又怕，不知所措。老尼冒雨开了庵门，看见门前停放着轿子，几个女仆扶着一位丽人走出，仆从很有气派，车马也都很豪华。老尼吃惊地问来人是谁，回答说："这是司理官人的家眷，到这里避一避风雨。"老尼将夫人一行领到大殿里，搬来坐椅，请

ya kikabaila, kwa hiyo amekuwa akikataa kuwa suria wa mtu. Afadhali uondoke kwanza, nikipata fursa bila shaka nitakusaidia kwa jambo hilo." Halafu kijana akamwaga mtawa huyo wa kike.

Kwa mara nyingine tena, Axi alitamani kuyakatiza maisha yake kwa kula sumu, lakini kwa bahati nzuri aliota ndoto moja usiku ule. Katika ndoto hiyo baba yake alikuja kumtembelea akiwa na majonzi yasiyosemeka, alimwambia binti yake," Hapo mwanzoni sikukubaliana na matakwa yako, ikawa unadhulumiwa namna hiyo. Wazee husema,'Majuto ni mjukuu.' Kweli hawakukosea! Lakini ukiendelea kujikokota kwa siku kadhaa matakwa yako ya hapo mwanzoni yataweza kutimizwa." Axi alipoamka alishangaa. Kulipopambazuka Axi alikwisha jipamba tayari. Mtawa alipomwona alisema kwa mshangao,"Uso wako uliokuwa umesawajika kwa muda mrefu, leo umeanza kukunjuka. Hakuna taabu zitakazoweza kukutishia tena. Bahati yako iko pua na mdomo. Baraka ikikujia naomba usinisahau." Kabla maneno yake hayajaangukia chini, sauti za kugonga mlango zikasikika. Axi aliposikia sauti zile alifadhaika moyoni. Alifikiri kuwa haikosi mtumishi wa yule kijana amekuja kumchukua. Mtawa alipofungua mlango alitambua kuwa mtu aliyekuja ndiye mtumishi wa yule kijana. Moja kwa moja yule mtumishi alimwuliza mtawa kuwa shughuli ile aliyoiagizia kijana ilitengemaa au hapana? Mtawa akamsemesha kwa maneno mazuri. Akaomba apewe muda wa

409

【原文】

言，事若无成，俾尼自复命。尼唯唯敬应，谢令去。女大悲，又欲自尽，尼止之。女虑三日复来，无词可应，尼曰："有老身在，斩杀自当之。"

次日，方晴，暴雨翻盆，忽闻数人挝户，大哗。女意变作，惊怯不知所为。尼冒雨启关，见有肩舆停驻，女奴数辈，捧一丽人出，仆从烜赫，冠盖甚都。惊问之，云："是司李内眷，暂避风雨。"导入殿中，移榻肃坐。家人妇群奔

【今译】

夫人坐好。其余家人妇女直奔禅房，各自找休息的地方。她们进屋后见到阿喜，认为阿喜长得非常漂亮，便跑回去告知夫人。不久，雨停了，夫人起身请求看看禅房。老尼把夫人领进禅房，夫人见到阿喜，大为惊骇，不眨眼地盯住阿喜，阿喜也把夫人上下打量了许久。原来夫人不是别人，正是青梅。两人都痛哭失声，青梅于是讲起自己的行踪。原来张父病故，张生在守丧期满后，连续考中举人、进士，被任命为司理。张生先侍奉着母亲去上任，再来接家眷。阿喜感叹说："今天再看你我，何止天壤之别！"青梅笑着说："幸亏小姐连受挫折，没有嫁人，这是上天要我们两人相聚哩。如

siku tatu. Mtumishi huyo akamwambia kauli ya yule kijana kuwa kama hawezi kufaulu kuitengeneza shughuli hiyo, yeye mwenyewe aende kuzungumza na kijana ana kwa ana. Mtawa akakubali kwa unyenyekevu. Alimshukuru huku akimwomba aondoke kwanza. Axi alihuzunika na kutaka kujiua mara moja, mtawa akamzuia kwa haraka. Axi alichelea baada ya siku tatu yule mtumishi atakuja tena na mtawa hataweza kumjibu. Mtawa alisema,"Madhali nipo hapa, kuniua au kunitesa itakuwa shauri lao, mimi nimesha zeeka, sijali chochote!"

Kesho yake adhuhuri, kulinyesha mvua kubwa. Mvua ilikuwa ikimwagika toka angani. Ghafla walitokea watu kadhaa ambao waligonga mlango kwa nguvu huku wakipiga makelele. Axi alifikiri

kuwalabdabalaanyingineinamjia,akatishika,lakinimtawahakuogopa, alitoka nje kwa kupitia mlango wa uani, naye akawa anapigwa na mvua wakati alipowafungulia mlango. Huko nje aliona kiti kimoja chakubebwajuukikisimamamlangoni,vijakazikadhaawakimsaidia mwanamke mmoja mzuri kutoka katika kiti hicho. Watumishi waliofuatana na mwanamke huyo walikuwa wengi. Mwanamke yule na watumishi wake wote walivalia kisufa. Watu hao walitofautiana na watu wa kawaida. Mtawa alistaajabu, akawauliza walitoka wapi? Walimwambia "Mama huyo ni mke wa ofisa wa itifaki. Anatumaini kuwa ataweza kujikinga na mvua katika

【原文】

禅房，各寻休憩，入室见女，艳之，走告夫人。无何，雨息，夫人起，请窥禅舍。尼引入，睹女，骇绝，凝眸不瞬，女亦顾盼良久。夫人非他，盖青梅也。各失声哭，因道行踪。盖张翁病故，生起复后，连捷授司李。生先奉母之任，后移诸眷口。女叹曰："今日相看，何啻霄壤！"梅笑曰："幸娘子挫折无偶，天正欲我两人完聚耳。倘非阻雨，何以有此邂逅？此中具有鬼神，非人力也。"乃取珠冠锦衣，催

【今译】

果不在这场大雨中受阻，怎能有今天的偶遇？这里面都有鬼神相助，不是人力可为。"青梅于是拿出珠冠锦衣，催阿喜换装。阿喜低头徘徊，老尼从中帮着青梅劝她。阿喜担心与青梅同居名义不顺，青梅说："往日自有固定的名分，我怎敢忘记你的大德！你再想一想张郎，岂是不义之人！"便强迫阿喜换了装，告别老尼，一起离去。

抵达任所后，张家母子都很高兴。阿喜下拜说："今天没脸来见伯母！"张母笑容满面，把她安慰一番，此后便商量选择吉日，举行婚礼。阿喜说："只要庵中有一点儿生路，我也不肯跟夫人到这里来。倘若顾念往日的情谊，给我

hekalu lako." Mtawa alimkaribisha mwanamke huyo kuingia katika sebule, akampa kiti na kumwambia apumzike hapo. Watu wengine waliongozwa kuingia katika vyumba vingine. Vijakazi walipomwona Axi huko chumbani kwake wakaona ameumbika kwa ajabu, wakarudi na kumwambia yule mwanamke. Punde kidogo kulikuwa kumeanuka. Yule mwanamke alisimama kutoka kitini, akamwomba mtawa ampe ruhusa kukitembelea chumba alichokaa Axi. Mtawa alimwongoza mpaka ndani. Alipomwona Axi aligutuka, akamwangalia kwa muda, aidha Axi naye alimkazia macho vilevile. Kisha wakatambuana. Mwanamke huyo hakuwa mtu mwingine bali alikuwa ni Qingmei. Bila ya kujifahamu wakaanza kulia pamoja. Halafu walisimuliana habari zao kem kem tangu walipoagana. Siku si nyingi baada ya familia yao Axi kuhamishwa, baba wa Zhang alikufa na ugonjwa. Baada ya kuvunja matanga, Zhang alifaulu kwa mfululizo katika mitihani na akapewa cheo cha ofisa wa Itifaki. Kwanza Zhang alimchukua mama yake mpaka kwake, halafu alikwenda kumchukua mkewe na watoto wake. "Kwa siku ya leo nyota zetu zinatofautiana." Axi alisema huku akishusha pumzi. "Ilivyokuwa umeteseka bila ya kikomo, kwa hiyo mpaka leo hujaolewa bado, Mwenyezi Mungu ndiye aliyepanga tukutane. Kama nisingezuiliwa na mvua kubwa, nisingeweza kukutana nawe. Bila ya shaka kuna malaika anayetulinda, maana binadamu hana

【原文】

女易妆。女俯首徘徊，尼从中赞劝之。女虑同居其名不顺，梅曰："昔日自有定分，婢子敢忘大德！试思张郎，岂负义者？"强妆之。别尼而去。

抵任，母子皆喜。女拜曰："今无颜见母！"母笑慰之，因谋涓吉合卺。女曰："庵中但有一丝生路，亦不肯从夫人至此。倘念旧好，得受一庐，可容蒲团足矣。"梅笑而不言。及期，抱艳妆来，女左右不知所可。俄闻鼓乐大作，

【今译】

一间草房，可以放下蒲团，我就心满意足了。"青梅只是笑，不说话。到结婚那天，青梅抱着艳装前来，阿喜左右为难，不知如何是好。一会儿听见鼓乐大作，阿喜也无法由自己做主。青梅率领老少女仆给阿喜强行穿衣，把她搀扶出来。阿喜看见张生身穿朝服向她下拜，她也不由自主地盈盈下拜。随后，青梅把阿喜拽进洞房，说："空着这个位置等你很久了。"又看着张生说："你今夜能报恩了，要好好地对待啊。"便转身要走，阿喜抓住青梅的衣襟。青梅笑着说："别留我，这是不能代替的。"掰开阿喜的手指，走开了。青梅侍奉阿喜非常恭敬，不敢代替正妻侍寝，而阿喜终

uwezo mkubwa namna hii." Qingmei alisema huku akitabasamu.
Halafu Qingmei alitoa taji iliyopambwa kwa lulu na mavazi ya
hariri, akamhimiza Axi avae. Axi akiwa ameinamisha kichwa
chake, alizurura chumbani hali akiwa na mawazo mengi. Mtawa
alipoona hali hiyo alifurahi mno, akamsihi Axi avae mavazi yale
kwa haraka. Axi alifikiri kwamba akimfuata Qingmei na kuishi
pamoja naye, pengine watu watamsema, kwa hiyo alikuwa na
wasiwasi mwingi. Qingmei alisema,"Tangu zamani tumesha
kuwa kama mtu mmoja, nitathubutuje kusahau fadhila yako
kubwa! Fikiria mwenendo wa bwana Zhang, kweli anaweza
kuwa mtu anayesahau fadhila za watu? Haiwezekani!" Baada
ya kusema maneno hayo alimlazimisha Axi avae mavazi kwa
haraka, kisha walimuaga mtawa, wakaondoka huko hekaluni.
Zhang na mama yake walipomwona Axi, walikuwa na furaha
nyingi. Axi akimsujudia mama mtu, na alisema,"Kwa kweli leo
sina ujasiri wa kuonana na mama." Mama mtu alimliwaza huku
akitabasamu. Halafu alishauriana na Axi juu ya uchaguzi wa siku
nzuri kwa ajili ya sherehe ya harusi yake. Axi alisema,"Huko
hekaluni ningaliweza kupata njia yoyote ya kuendelea kuishi,
nisingalifuatana na bibi wa Zhang kuja hapa. Ikiwa mama na bibi
wa Zhang bado mnauzingatia urafiki wetu wa zamani, naomba
mnigawie chumba kimoja ili niweze kujikalia, mkifanya hivyo
nitaridhika. Qingmei alicheka tu bali hakusema chochote.

415

【原文】

女亦无以自主。梅率婢媪强衣之，挽扶而出。见生朝服而拜，遂不觉盈盈而亦拜也。梅曳入洞房，曰："虚此位以待君久矣。"又顾生曰："今夜得报恩，可好为之。"返身欲去，女捉其裾。梅笑云："勿留我，此不能相代也。"解指脱去。青梅事女谨，莫敢当夕，而女终惭沮不自安。于是母命相呼以夫人，然梅终执婢妾礼，罔敢懈。三年，张行取入都，过尼庵，以五百金为尼寿，尼不受。固强之，乃受二百

【今译】

究惭愧不安。于是张母命两人互称夫人，但青梅始终奉行婢妾之礼，不敢懈怠。三年后，张生被调进京，路过尼庵时，赠给老尼五百两银子，老尼不收。张生坚持要给，老尼便收了二百两，建起观音大士庙，树起王夫人碑。后来，张生官至侍郎。程夫人青梅生了二子一女，王夫人阿喜生了四子一女。张生上书陈述其事，二人都被封为夫人。

　　异史氏说：上天降生佳丽，本来是要报偿名流贤德的人；而世俗的王公却要留着赠给纨袴子弟。这是造物主一定要与之相争的。而事情离离奇奇，致使撮合者费尽经营，上天也是用心良苦了。唯有青梅夫人能识英雄于困厄之时，立

Siku ya harusi ilipofika Qingmei alikuja na mavazi mufti. Axi alipomwona Qingmei akawa hajui la kusema. Huko nje ngoma na muziki vilikuwa vikirindima. Axi alishindwa kutulia. Qingmei akiwa ameongoza vijakazi walimvisha mavazi ya harusi, Wakampeleka kwenda kuonana na Bwana arusi Zhang. Zhang alipomwona Axi alimsujudia. Axi pia alijibu heshima yake bila ya kujielewa. Shughuli hiyo ilipokwisha Qingmei akampeleka Axi katika chumba cha kufungia ndoa, akamwambia,"Nimekuwa nikikuachia nafasi hiyo kwa muda mrefu. Kisha alimgeukia Zhang akasema,"Leo usiku umejaliwa fursa ya kulipia fadhila. Tafadhali umtendee vizuri." Alipomaliza kusema maneno hayo, akageuka nyuma na kutaka kuondoka. Axi hima hima akashika sketi yake, Qingmei alisema huku akitabasamu,"Usinishike ndugu yangu siwezi kufanya shughuli kama hiyo badala yako!" Kisha akaondoa mkono wake na akatoka nje.

Tangu hapo Qingmei alimhudumia Axi kwa uangalifu, hakuwahi kumtendea kinyume cha adabu, lakini Axi siku zote hakuwa akitulia moyoni. Mama wa Zhang akawaamrisha waitane bibi, wawe na heshima iliyo sawa. Ingawa mama mtu alisema hivi lakini Qingmei alikuwa akifuata desturi za adabu, tena alikuwa akijiweka nafasi ya mke mdogo bila ya kujilegeza. Miaka mitatu baaaaye, Zhang alihamishwa mji mkuu kikazi. Alipopita hekalu la yu1e mtawa alimzawadia dhahabu zipatazo wakia mia tano, lakini

【原文】

金，起大士祠，建王夫人碑。后张仕至侍郎，程夫人举二子一女，王夫人四子一女。张上书陈情，俱封夫人。

异史氏曰：天生佳丽，固将以报名贤；而世俗之王公，乃留以赠纨裤。此造物所必争也。而离离奇奇，致作合者无限经营，化工亦良苦矣。独是青夫人能识英雄于尘埃，誓嫁之志，期以必死；曾俨然而冠裳也者，顾弃德行而求膏粱，何智出婢子下哉！

【今译】

下嫁给张生的誓言，决心以死相期；而曾经衣冠端庄的人，反而放弃贤德之才，谋求膏粱，其见识竟在一个丫鬟之下，这是为什么呢？

mtawa yule hakuzipokea kwa visingizio fulani fulani. Baada ya kumbembeleza, mwishowe akakubali kuchukua wakia mia mbili. Kwa kutumia fedha hizo mtawa alijenga hekalu moja kubwa na mnara mmoja wa bibi Wang. Halafu Zhang alikuwa mhudumu wa mfalme. Bibi Cheng Qingmei alijifungua wana wawili na binti mmoja; bibi Wang Axi alizaa watoto watano wakiwemo watoto wanne wa kiume na mmoja wa kike. Zhang alimwandikia mfalme barua moja akieleza mambo yaliyotokea hapo nyuma. Mfalme akaidhinisha kuwa Qingmei na Axi wote walistahili kuwa na heshima za bibi halisi.

公孙九娘

【原文】

于七一案，连坐被诛者，栖霞、莱阳两县最多。一日俘数百人，尽戮于演武场中。碧血满地，白骨撑天。上官慈悲，捐给棺木，济城工肆，材木一空。以故伏刑东鬼，多葬

【今译】

于七一案中牵连被杀的人，以栖霞、莱阳两县为最多。有一天捉了几百人，统统在演武场杀死，鲜血满地，尸骨如山。上边的官员慈悲为怀，捐给棺材，以至于济南府城的棺材铺里，棺材都用光了。所以那些被处死的鲁东冤鬼，大多埋葬在济南的南郊。

康熙十三年，有一位莱阳生来到济南，由于有两三个亲友也在被诛之列，因此买了些纸钱，在荒野里给以祭奠，随后就近在寺院下院租房住下。第二天，莱阳生进城办事，天黑还没回来。忽然有一位年轻人到房间来访。他见莱阳生不在，便摘下帽子，上了床，穿着鞋仰卧在床上。仆人问他是何人，他眼睛一闭，不作回答。不久，莱阳生回来了，

ALIYEOA MZIMU

Miongoni mwa watu waliouawa kutokana na maasi ya Yu Qi, wengi wao walikuwa ni watu wa Wilaya ya Qixia na Laiyang. Kwa muda wa siku moja watu wapatao mia saba walikamatwa na kuuawa kama mbuzi kwenye uwanja wa mazoezi ya kijeshi wa Mji wa Jinan. Damu ziliganda ovyo na marundo ya mifupa yalitapakaa kupita kiasi. Baadaye, baadhi ya maofisa wenye vyeo vya juu waliwaonea huruma marehemu, hivyo walichanga fedha kiasi cha kuweza kumaliza majeneza yote na mbao zote zilizokuwa kwenye viwanda na masoko ya mji mzima wa Jinan. Kiasi kikubwa cha maiti kilizikwa katika kiunga cha kusini ya Jinan.

421

Mnamo mwaka 1674, msomi mmoja wa Wilaya ya Laiyang aliwasili Jinan. Alikuwa na marafiki watatu ambao waliuawa katika mauaji hayo. Alinunua fedha kadhaa za karatasi, akaenda nazo kufanya tambiko katika makaburi ambako nyasi ziliota kila mahali. Kisha alikodi chumba kimoja kwa mtawa wa

【原文】

南郊。

甲寅间，有莱阳生至稷下，有亲友二三人，亦在诛数，因市楮帛，酹奠榛墟。就税舍于下院之僧。明日，入城营干，日暮未归。忽一少年，造室来访。见生不在，脱帽登床，着履仰卧。仆人问其谁何，合眸不对。既而生归，则暮色蒙眬，不甚可辨，自诣床下问之。瞠目曰："我候汝主人。絮絮逼问，我岂暴客耶？"生笑曰："主人在此。"少

【今译】

在朦胧的暮色中，很难认出他是谁来，便亲自走到床前加以询问。来人瞪着眼睛说："我等你的主人。絮絮叨叨地紧紧追问，难道我是强盗吗？"莱阳生笑着说："主人就在这里。"年轻人急忙起身戴上帽子，拱手施礼后坐下，极力寒暄起来。莱阳生听到来人的声音似曾相识，急忙喊人来点灯，这才认出来人是同县朱生，也是在于七之案中遇难的。莱阳生大为惊骇，转身就跑。朱生拽住他说："我与你是文字之交，你怎么不讲情分？我虽然是鬼，但对友人的思念，却萦回在心，难以忘记。今天有所搅扰，希望不要因为我是鬼便加以猜疑鄙薄。"莱阳生便坐下来，问他来干什么。朱生说："你的外甥女一人独居，没有配偶，我想娶为妻室。

hekalu lililokuwepo hapo kiungani. Siku iliyofuata, msomi huyo alikwenda mjini. Magharibi ilipoingia alikuwa bado hajarudi. Ghafla alitokea kijana mmoja kuja kumtembelea pale chumbani. Kijana huyo alipoona kuwa msomi yule hayupo alivua kofia na kujitupa kitandani, akalala chali bila kuvua viatu. Mtumishi wa msomi alikuja kumwuliza yeye ni nani lakini kijana akiwa amefumba macho hakujibu. Haukupita muda mrefu msomi alirudi, giza likiwa limetanda tayari na vitu vilikuwa havionekani wazi. Msomi alielekea kwenye kitanda chake na kumwuliza yule kijana ambaye alikuwa akimsubiri pale akiwa bado amejilaza.

"Ninamsubiri bwana wako. Mimi si jambazi, mbona mnanisaili bila ya kikomo?" Kijana alijibu huku akiwa amemkodolea macho.

423

"Bwana mwenyewe ndiye mimi." Msomi akiwa na tabasamu alisema.

Kijana akaanza kuhangaika, akavaa kofia, akaamka na kukaa kitandani. Baada ya kumsalimu, akajaribu kumsemesha msomi kwa maneno mazuri. Msomi alibaini kuwa alikuwa akifahamiana na huyo kijana kutokana na lafudhi yake. Bila ya kuchelewa akamwambia mtumishi wake amletee kandili. Msomi

【原文】

年急起着冠，揖而坐，极道寒暄。听其音，似曾相识，急呼灯至，则同邑朱生，亦死于于七之难者。大骇却走。朱曳之云："仆与君文字交，何寡于情？我虽鬼，故人之念，耿耿不去心。今有所渎，愿无以异物遂猜薄之。"生乃坐，请所命。曰："令女甥寡居无耦，仆欲得主中馈。屡通媒妁，辄以无尊长之命为辞。幸无惜齿牙馀惠。"先是，生有甥女，早失怙，遗生鞠养，十五始归其家。俘至济南，闻父被刑，惊恸而绝。生曰："渠自有父，何我之求？"朱曰："其父

【今译】

我多次请人说媒，她总是借口没有长辈做主而加以推辞。所以希望你能为我美言几句。"此前，莱阳生有一个外甥女，早年死了母亲，交给莱阳生抚养，十五岁时才回她自己的家。她被抓到济南，听说父亲被杀，惊骇悲痛交集，也去世了。莱阳生说："她自有父亲做主，为什么要求我呢？"朱生说："她父亲的棺材已被侄子迁走，现在不在这里。"莱阳生问："我外甥女一向依靠何人？"朱生说："与一位邻居老太太同住。"莱阳生担心活人不能为鬼做媒，朱生说："如果承蒙允诺，还得请你走一遭。"便起身握住莱阳生的手。莱阳生一再推辞，并问："去哪儿？"朱生说："你只管走吧。"莱阳生勉强跟他走了。

alipomwona yule kijana alimtambua kuwa alikuwa ni Zhu ambaye alikuwa mtu wa kwao na ambaye pia aliuawa katika mauaji ya kikatili katika kesi ya maasi. Hali hii ilimshtua sana msomi na alitaka kukimbilia nje. Zhu alimshika na kumwambia, "Tulikuwa marafiki, mbona leo unanikimbia? Ingawa sasa nimekuwa mzimu lakini hisia za kumkumbuka rafiki yangu wa zamani hazikunitoka moyoni siku zote. Japo nimekushtua lakini naomba usinishuku vibaya wala kunikinai kwa sababu ya tofauti iliyopo kati ya mimi mzimu na wewe binadamu." Baada ya kusikia hayo msomi alikaa na kumwuliza haja yake. Zhu alisema, "Mpwa wako wa kike ni mzuri, anaishi kwa upweke siku zote na hajaolewa bado, ninatamani kumwoa. Mara nyingi nilimwomba mshenga wangu kupeleka posa kwake, lakini mpwa wako huyo alikuwa akikataa kwa kisingizio kuwa wazee wake walikuwa bado hawajatoa uamuzi! Natumaini kuwa wewe hutasita kutoa kauli yako nzuri kuhusu posa hiyo."

Msomi huyo alikuwa na mpwa mmoja ambaye alifiwa na mama yake akiwa angali bado mdogo. Msomi akajitwika mzigo wa kumlea mpwa wake huyo. Alipofikia umri wa miaka kumi na mitano mpwa huyo alirudi kwao. Kutokana na maasi, mpwa wake

为犹子启椟去，今不在此。"问："女甥向依阿谁？"曰："与邻媪同居。"生虑生人不能作鬼媒，朱曰："如蒙金诺，还屈玉趾。"遂起握生手。生固辞，问："何之？"曰："第行。"勉从与去。

北行里许，有大村落，约数十百家。至一第宅，朱叩扉，即有媪出，豁开二扉，问朱何为。曰："烦达娘子：阿舅至。"媪旋反，须臾复出，邀生入。顾朱曰："两椽茅

【今译】

　　朝北走了一里左右，有一个很大的村庄，有百十来户人家。来到一座宅第前，朱生敲了敲门，便走出一位老太太，打开两扇门，问朱生来干什么。朱生说："烦你告诉小姐：她舅舅来了。"老太太转身回去，一会儿又出来请莱阳生进屋。她看着朱生说："两间茅草房子太窄，有劳公子在门外坐下稍候。"莱阳生跟老太太走进门，只见半亩大小荒芜的院子里有两间小屋。外甥女啜泣着在门口迎接，莱阳生也流下了眼泪。屋里灯火微弱，外甥女面容秀美雅洁，如同生前，她含着眼泪，凝视着莱阳生，把舅妈姑妈的情况逐个打听了一遍。莱阳生说："她们都平安无事，只是我的妻子去世了。"外甥女又呜呜咽咽地说："我小时受舅舅、舅妈的

huyo naye alifikishwa Jinan. Aliposikia kuwa baba yake ameuawa, naye alikufa kihoro.

"Mpwa wangu alikuwa na baba, mbona unaniomba mimi?" Msomi alimwuliza Zhu.

"Maiti ya baba yake na jeneza vimehamishwa na sasa havipo hapa."

"Siku za nyuma mpwa wangu alikuwa akikaa na nani?"

"Alikuwa akikaa na bikizee mmoja aliyekuwa jirani yake."

Msomi aliona kuwa binadamu hawezi kuwa mshenga wa mzimu. Zhu akaendelea, "Kama nikipata kauli yako, naomba nikusumbue tufuatane kwenda huko." Zhu alisimama huku akimshika msomi mkono. Msomi alikataa kwa nguvu na kumwuliza, "Wapi unakotaka twende?"

"Twende tu!" Zhu akajibu.

Msomi aliondoka huku akimfuata Zhu.

Walipokwenda nusu kilomita wakielekea upande wa kaskazini walikiona kijiji kimoja kikubwa kilichokuwa na familia mia kadhaa. Walipofika mbele ya mlango wa nyumba moja, Zhu alibisha hodi, mara bikizee mmoja alifungua mlango.

"Nikusaidie nini?" Bikizee alimwuliza.

427

【原文】

舍子大隘，劳公子门外少坐候。"生从之入，见半亩荒庭，列小室二。甥女迎门啜泣，生亦泣。室中灯火荧然。女貌秀洁如生时，凝眸含涕，遍问妗姑。生曰："具各无恙，但荆人物故矣。"女又呜咽曰："儿少受舅妗抚育，尚无寸报，不图先葬沟渎，殊为恨恨。旧年伯伯家大哥迁父去，置儿不一念，数百里外，伶仃如秋燕。舅不以沉魂可弃，又蒙赐金帛，儿已得之矣。"生乃以朱言告，女俯首无语。媪曰：

【今译】

抚育，连一丝一毫都还没有报答，没想到却先葬身沟渠，实在遗憾。去年伯伯家的大哥把我父亲迁走，把我丢在一边，一点儿也不关心，我置身数百里外，就像秋燕一样孤苦伶仃。现在舅舅不因我是亡魂就抛弃不管，又承蒙舅舅赐给钱物，我已收到了。"于是莱阳生把朱生的话告诉了外甥女，外甥女低下了头，沉默无语。老太太说："以前朱公子托杨姥姥来过三五回，我认为此事大好，但小姐不肯自己草率行事，现在有舅舅做主，才能令她满意。"

正说话间，一个十七八岁的女郎身后跟着一个丫鬟，忽然推门而入，一眼瞥见莱阳生，转身就要走。外甥女拉着她的衣襟说："不必如此！这是我舅舅，不是外人。"莱阳

"Kwa hisani yako naomba umwambie mwanamwari, mjomba wake amekuja." Zhu akajibu.

Bikizee aligeuka nyuma na muda si muda akarejea tena na kumkaribisha msomi aingie ndani. Kisha alimwambia Zhu, "Kwa kuwa kibanda changu cha manyasi kina vyumba viwili tu tena vidogo sana, tafadhali subiri nje kwa muda. Msomi aliingia ndani pamoja na bikizee, akaona ua mmoja mdogo wenye magugu mengi. Vyumba viwili vilikaa sambamba kwenye upande mmoja wa ua. Mpwa wake alilia kwa kwikwi akiwa amesimama mlangoni. Huko ndani taa ilitoa mwanga hafifu. Sura ya mpwa wake ilikuwa imenawiri kama mtu aliye hai. Mpwa huyo alimkodolea macho mjomba wake huku machozi yakimlengalenga. Aliuliza habari zote za wifi na shangazi zake.

"Wengine wote ni wazima ila wifi yako ameaga dunia." Msomi akajibu.

"Nilikuwa nikilelewa na mjomba na wifi tangu utotoni, mpaka sasa bado sijaanza kulipa fadhila zenu. Naye wifi sasa katuaga! Ama kweli nina huzuni nyingi sana. Mwaka jana mtoto wa baba mkubwa alihamisha jeneza la baba na kuniacha hapa. Nilikuwa mpweke sana kama mbayuwayu katika siku za mwisho

【原文】

"公子曩托杨姥三五返。老身谓是大好，小娘子不肯自草草，得舅为政，方此意慊得。"

言次，一十七八女郎，从一青衣，遽掩入，瞥见生，转身欲遁。女牵其裾曰："勿须尔！是阿舅，非他人。"生揖之，女郎亦敛衽。甥曰："九娘，栖霞公孙氏。阿爹故家子，今亦'穷波斯'，落落不称意。旦晚与儿还往。"生睨之，笑弯秋月，羞晕朝霞，实天人也。曰："可知是大家，

【今译】

生向女郎拱手作揖，女郎也恭敬还礼。外甥女说："这是九娘，栖霞县公孙家的。她父亲原是大户人家的子弟，如今也破落了，潦倒不称心。只是早晚与我往来。"莱阳生偷偷一看，女郎笑起来两眉弯弯如新月，害羞时面带红晕如朝霞，实在就像天仙一般。于是他说："一看就是大家闺秀，小户人家的姑娘哪能这么清秀美丽！"外甥女笑着说："她还是个女学士呢，诗词写得都非常好。以前我还稍稍得到过她的指教。"公孙九娘微微一笑说："小丫头无故说人坏话，让你舅舅笑话。"外甥女又笑着说："舅舅丧妻后还没续弦，这么个小娘子，还能满意吧？"公孙九娘笑着跑出门去，说："小丫头发疯啦。"便走开了。话虽近乎玩笑，但莱阳

wa majira ya kipupwe hali nimekaa mbali na kwetu kwa umbali wa mamia ya kilomita. Hayo yote hayakunijia hata katika ndoto. Ingawa nimekuwa mzimu aliyezama ahera lakini mjomba wangu hakutupa jongoo na mti wake na kuacha kunitembelea. Fedha za karatasi ulizonichomea nimeshazipata na kuzipokea kwa mikono miwili." Mwanamwari alisema huku akilia kwa kwikwi.

Kisha msomi alimweleza mpwa wake ujumbe wa Zhu. Mpwa akiinamisha kichwa hakusema lolote. Bikizee alidakiza, "Bwana Zhu aliwahi kuleta posa mara nyingi kwa kupitia bikizee Yang. Ingawa mimi niliona posa hiyo ni nzuri sana, lakini mwanamwari hakupenda kujiamulia mwenyewe kwa pupa. Siku ya leo nafikiri jambo hili linaweza kukubaliwa na pande zote mbili kwa furaha kama likiamuliwa na wewe mjomba wake."

Walipokuwa wakizungumza, ghafla binti mmoja mwenye umri wa miaka kumi na saba hivi alisukuma mlango na kuingia ndani huku akifuatwa na kijakazi mmoja aliyekuwa amevaa mavazi meusi. Binti yule alipomtupia jicho msomi, akageuka nyuma na kutaka kutoka nje. Mpwa akamshika nguo na kusema, "Usiwe hivyo yeye ni mjomba wangu, si mgeni." Mara msomi aliinuka na kumsalimu. Binti yule aliinamisha kichwa na kujibu

【原文】

蜗庐人那如此娟好。"甥笑曰："且是女学士，诗词俱大高。昨儿稍得指教。"九娘微哂曰："小婢无端败坏人，教阿舅齿冷也。"甥又笑曰："舅断弦未续，若个小娘子，颇能快意否？"九娘笑奔出，曰："婢子颠疯作也！"遂去。言虽近戏，而生殊爱好之。甥似微察，乃曰："九娘才貌无双，舅倘不以粪壤致猜，儿当请诸其母。"生大悦，然虑人鬼难匹。女曰："无伤，彼与舅有夙分。"生乃出。女送

【今译】

生确实非常喜欢公孙九娘。外甥女似乎稍有觉察，便说："九娘才貌无双，倘若舅舅不嫌她是入土之人而心怀疑虑，我会向她的母亲求亲。"莱阳生非常高兴，但又担心人与鬼难以成婚。外甥女说："不妨，她与舅舅前世有缘。"于是莱阳生走出屋门。外甥女随后相送，说："五天后，月明人静的时候，我会派人前去接你。"

莱阳生走到门外，没有看见朱生。他抬头向西望去，天上挂着半轮明月，在昏黄的月光下，还能认出来时走过的老路。只见南面有一座宅第，朱生坐在门前的石基上，这时起身迎接说："已经等你许久，就请你光临寒舍。"便拉着莱阳生的手走进宅第，真诚恳切地表示感谢。他拿出一只金

salamu ya msomi. Mpwa akasema, "Huyu ni binti wa tisa katika familia ya Gongsun inayokaa katika Wilaya ya Qixia. Baba yake alizaliwa katika familia ya nasaba bora, sasa anaishi ugenini. " Binti huyo hapendi maisha ya upweke hata kidogo, kwa hiyo tumekuwa tukiwasiliana mchana na usiku." Msomi alipomwangalia kwa jicho la kuibia akapata kuona kuwa uso wake ulikuwa na tabasamu tamu, nyusi zake ni za upinde kama mwezi mwandamo katika majira ya kipupwe; soni zilimvaa na mashavu yaliiva kama mbingu ya mapambazuko. Alikuwa mzuri kama malaika. Msomi alisema, "Hakika umezaliwa katika familia ya nasaba bora; binti aliyezaliwa katika familia maskini hohehahe anawezaje kuwa mrembo namna hiyo!"

"Yeye vile vile ni msomi, anafahamu sana mashairi. Hata jana alinifungua macho katika usanifu wake wa mashairi." Mpwa alidakiza huku akicheka.

"Mwanamwari mdogo we, unanitahayarisha bila sababu; ningelichekwa na mjomba wako?" Binti alisema kwa tabasamu.

"Mjomba, umefiwa na mwenzio na hujaoa mke mwingine bado. Je unampenda binti huyu?"

Binti yule aliposikia hayo mara akachepukia nje kwa furaha

433

【原文】

之，曰："五日后，月明人静，当遣人往相迓。"

　　生至户外，不见朱。翘首西望，月衔半规，昏黄中犹认旧径。见南向一第，朱坐门石上，起逆曰："相待已久。寒舍即劳垂顾。"遂携手入，殷殷展谢。出金爵一、晋珠百枚，曰："他无长物，聊代禽仪。"既而曰："家有浊醪，但幽室之物，不足款嘉宾，奈何！"生谢而退。朱送至中途，始别。生归，僧仆集问。生隐之曰："言鬼者妄也，适

【今译】

酒杯、一百颗晋珠，说："我没有别的好东西，姑且用这些东西作为聘礼吧。"不一会儿又说："家中本来也有浊酒，只是阴间的东西，不能款待贵宾，真没办法！"莱阳生谦和地表示不必喝酒，随即告辞而回。朱生把他送到半路，两人才分手告别。莱阳生回到寺院，僧人和仆人都围拢上问长问短。莱阳生隐去实情说："说见了鬼是胡扯，刚才我到朋友那里喝酒去了。"

　　五天后，朱生果然前来，只见他穿着新鞋，摇着扇子，十分高兴畅快。他刚走进院子，远远望见莱阳生就施礼下拜。稍停，又笑着说："你的婚礼已经准备妥当，喜事近在今宵，现在便有劳你动身前往。"莱阳生说："由于没有回

huku akisema, "Mwanamwari amepagawa na pepo!" Ingawa maneno yale yalikuwa kama ya masihara, lakini msomi kweli alitokea kumpenda sana.

Mpwa alionekana kutambua nia ya mjomba kwa haraka na kusema, "Binti huyo amejaliwa kipaji cha utunzi na sura nzuri pia. Kama mjomba hutakuwa na mashaka kuhusu suala la kuwa yeye ni mzimu, basi naweza kwenda kuzungumza na mama yake mzazi." Msomi alifurahi sana lakini alikuwa na wasiwasi kwamba labda ni vigumu kwa binadamu kuoana na mzimu. Mpwa akasema, "Usijali, labda kabla ya nyie kuja hapa duniani mlikwisha kuwa wapenzi." Halafu msomi alimuaga na kuondoka. Mpwa wake alimsindikiza hadi mlangoni na kumwambia, "Baada ya siku tano, mwezi utakapokuwa mpevu nitamleta mtu wa kukupokea."

Msomi alipofika nje ya mlango hakumkuta Zhu; alipoinua kichwa na kuangalia upande wa magharibi aliona mwezi mchanga ukiwa angani. Kutokana na mbalamwezi hafifu aliweza kutambua njia waliyojia. Alipotaka kurudi hekaluni ghafla ulimzukia mbele yake ua mmoja ambao mlango wake ulikuwa ukifungukia kusini. Zhu alikuwa amekaa kwenye jiwe lililokuwa karibu na mlango. Zhu alipomwona msomi anakaribia, alimwendea na kusema,

436

【原文】

赴友人饮耳。"

后五日，果见朱来，整履摇篸，意甚忻适，才至户庭，望尘即拜。少间，笑曰："君嘉礼既成，庆在今夕，便烦枉步。"生曰："以无回音，尚未致聘，何遽成礼？"朱曰："仆已代致之矣。"生深感荷，从与俱去。直达卧所，则甥女华妆迎笑。生问："何时于归？"朱云："三日矣。"生乃出所赠珠，为甥助妆，女三辞乃受。谓生曰："儿以舅意

【今译】

音，我还没送聘礼，怎能仓促举行婚礼？"朱生说："我已经替你送了聘礼啦。"莱阳生深深表示感谢，便跟他前去。他们一直来到朱生的住处，只见外甥女打扮得华美艳丽，面带笑容地迎了出来。莱阳生问："你什么时候过门的？"朱生说："过门三天了。"莱阳生便拿出朱生赠送的晋珠，让外甥女添置衣裳，外甥女再三推让，最后才接受了。她告诉莱阳生说："我把舅舅的意思告知公孙老夫人，老夫人非常喜欢。只是说自己七老八十，没有别的亲生骨肉，不想让九娘远嫁，希望舅舅今天夜里入赘到她家。她家没有男人，你这就可以与朱郎一同前往。"朱生便为莱阳生引路。

走到村庄尽头时，看见一座宅第敞着大门，二人直接

"Nimekusubiri kwa muda mrefu, haya ndiyo makazi yangu, karibu basi." Kisha alimshika msomi mkono, wakaingia ndani. Zhu alimsheheneza shukrani kemkem. Halafu alitoa kikombe kimoja cha dhahabu cha kunywea pombe na lulu zipatazo zaidi ya mia moja. Alisema, "Sina kingine cha kukupa zaidi ya vitu hivi. Basi vitu hivi vidogo naomba viwe zawadi ya kukushukuru." Kisha aliendelea kusema, "Nyumbani kwangu bado kuna pombe kidogo lakini naona si vema kumkaribisha mgeni wa heshima kwa vitu vya ahera, nasikitika." Msomi alimshukuru kwa moyo mweupe kisha alitoka nje. Zhu alimsindikiza na kumfikisha mbali, halafu akarudi.

Msomi aliporudi kwenye hekalu, mtawa na mtumishi wake walimwendea na kumwuliza alikokwenda, naye alilificha jambo hilo. Alisema, "Awali nilisema kuwa palikuwepo mzimu huo ila ni upuuzi mtupu. Nilikwenda kunywa pombe pamoja na marafiki zangu."

Siku tano baadaye, kweli Zhu alikuja. Alitembea taratibu huku akijipepea. Alionekana mwenye furaha tele. Alipofika mlangoni alimshuhudia msomi. Huku akitabasamu alimwambia msomi, "Shughuli za arusi yako zimekwisha tengemaa, sherehe

437

【原文】

白公孙老夫人，夫人作大欢喜。但言：老耄无他骨肉，不欲九娘远嫁，期今夜舅往赘诸其家。伊家无男子，便可同郎往也。"朱乃导去。

村将尽，一第门开，二人登其堂。俄白："老夫人至。"有二青衣扶妪升阶。生欲展拜，夫人云："老朽龙钟，不能为礼，当即脱边幅。"乃指画青衣，置酒高会。朱乃唤家人，另出肴俎，列置生前，亦别设一壶，为客行觞。

【今译】

进了厅堂。一会儿，有人禀报说："老夫人到。"只见有两个丫鬟扶着一个老太太登上台阶。莱阳生准备行礼，夫人说："我上了年纪，行动不便，不能行礼，这些规矩就免了吧。"便指使丫鬟摆上酒席，举行盛大的婚宴。朱生招呼仆人，另外端出菜肴，摆放在莱阳生面前，并另放一个酒壶，以备为客人斟酒。宴席上的饭菜与人间没有不同，只是主人只顾自斟自饮，根本不劝人喝酒。不久，宴席结束，朱生回家。丫鬟引导莱阳生走进洞房，公孙九娘已在华丽的灯烛前专心等待。于是两人互相爱悦，含情脉脉，极尽欢乐亲昵之事。原来，公孙九娘母子两人本来是要押送到京城，到济南府时，母亲被困苦折磨而死，公孙九娘也自刎身亡。公孙九

ya arusi itafanywa leo usiku. Kwa hiyo twende zetu sasa!"

"Sijapata jibu na wala sijawahi kupeleka mahari, sherehe ya arusi ingewezaje kufanywa haraka namna hiyo?"

Nimeshapeleka tayari."

Msomi alimshukuru sana kwa ukarimu wake. Halafu walitoka pamoja na kwenda nyumbani kwa Zhu. Pale msomi alimwona mpwa wake amejikwatua vizuri huku akimchekelea.

"Lini umeolewa?" Msomi akamwuliza mpwa wake.

"Siku tatu zilizopita." Zhu alijibu badala ya mkewe.

Kisha msomi alitoa lulu alizozawadiwa na Zhu na kumpa mpwa wake. Hapo awali mpwa wake alizikataa lakini mwishowe alizipokea. Mpwa alimwambia mjomba wake, "Nilieleza nia yako kwa bikizee wa familia ya Gongsun, naye alifurahi sana, lakini alisema kuwa amezeeka, hana mtoto mwingine, hapendelei binti yake aolewe mbali. Anatumaini kuwa utaenda nyumbani kwao. Nyumbani kwao hakuna mwanamume anayeshughulikia jambo hili, ni afadhali uende pamoja na Zhu." Baada ya hapo Zhu alimwongoza msomi kwa bikizee. Walipokaribia kufika mwisho wa kijiji waliona mlango wa nyumba moja ukiwa umefunguliwa, wakaingia ndani. Punde si punde, walisikia watu wakisema,

439

【原文】

筵中进馔，无异人世，然主人自举，殊不劝进。既而席罢，朱归。青衣导生去，入室，则九娘华烛凝待。邂逅含情，极尽欢昵。初，九娘母子，原解赴都。至郡，母不堪困苦死，九娘亦自到。枕上追述往事，哽咽不成眠。乃口占两绝云：

　　昔日罗裳化作尘，空将业果恨前身。

　　十年露冷枫林月，此夜初逢画阁春。

　　白杨风雨绕孤坟，谁想阳台更作云？

【今译】

娘在枕上追叙往事，哽咽悲泣，难以入睡，便随口作成两首七言绝句，其一是这样的：

　　昔日罗裳化作尘，空将业果恨前身。

　　十年露冷枫林月，此夜初逢画阁春。

另外一首是：

　　白杨风雨绕孤坟，谁想阳台更作云？

　　忽启缕金箱里看，血腥犹染旧罗裙。

天快亮了，公孙九娘便催莱阳生说：“你该走了，别惊动仆人。”莱阳生从此晚上来白天归，对公孙九娘很是宠爱迷恋。

一天晚上，莱阳生问公孙九娘：“这村子叫什么名？”

"Bikizee anakuja!" Halafu vijakazi wawili waliovalia mavazi meusi walimsaidia, bikizee akasema,"Nimeshazeeka, kwangu ni vigumu sana kujibu salamu zenu, afadhali tuyaache hayo." Ndipo akaagiza vijakazi waandike meza ili kuwakaribisha wageni wa heshima. Zhu alimwambia mkewe apike vitoweo kadhaa maalumu na kuviweka mbele ya msomi; zaidi ya hayo, alitayarisha birika moja la pombe kumtilia msomi. Wakati ulipowadia wa kula, vyakula na vitoweo kwenye meza havikutofautiana hata kidogo na vya hapa duniani. Lakini bikizee akiwa mwenyeji alijitilia pombe na kunywa peke yake, hakuwakaribisha wageni kunywa wala kula. Baada ya chakula Zhu alirudi nyumbani kwake. Msomi akiongozwa na kijakazi mmoja aliingia ndani ya chumba cha bibi arusi. Akamwona bibi arusi akimsubiri kwa utulivu huku uso wake ukielekea kwenye mishumaa inayowaka. Wapenzi hawa walipokutana wakaanza kupeana mapenzi mazito na kuzama katika lindi la starehe.

441

Awali binti wa tisa wa familia ya Gongsun na mama yake nao pia walitakiwa kuchukuliwa na wanajeshi na kufikishwa hadi mji mkuu, lakini walipofikia Jinan mama yake hakuweza kuvumilia mateso, hivyo alikufa pale pale. Binti yake wa tisa naye alijiua pia.

【原文】

忽启缕金箱里看，血腥犹染旧罗裙。

天将明，即促曰："君宜且去，勿惊厮仆。"自此昼来宵往，嬖惑殊甚。

一夕，问九娘："此村何名？"曰："莱霞里。里中多两处新鬼，因以为名。"生闻之欷歔。女悲曰："千里柔魂，蓬游无底，母子零孤，言之怆恻。幸念一夕恩义，收儿骨归葬墓侧，使百世得所依栖，死且不朽。"生诺之。女

【今译】

公孙九娘说："叫莱霞里。里中大多是莱阳、栖霞两县的新鬼，所以叫这个名。"莱阳生听了叹息连声。公孙九娘也难过地说："离家千里的一缕柔魂，像飘蓬般地无处归依，我们母子孤苦伶仃，说来令人凄怆。万望你能顾念夫妻情义，为我收拾尸骨，送到祖坟旁边埋葬，使我有个百世的归宿，此恩我将永世不忘。"莱阳生答应下来。公孙九娘说："人与鬼活在不同的世界里，你在这里不宜久留。"便把一双丝罗的袜子送给莱阳生，流着眼泪，催他快走。莱阳生凄然走出，满腹忧愁，悲痛欲绝，心中惆怅怨恨，不愿意马上回去，因而又去敲朱生的家门。朱生光着双脚出来迎接，外甥女也爬了起来，如云的双鬓乱蓬蓬的，吃惊地来问候。莱阳

Bibi arusi akiwa ameulalia mto alijikumbusha mikasa iliyompata wakati alipokuwa hai. Usiku ule hakupata hata lepe la usingizi kwa majonzi aliyokuwa nayo; akatunga shairi moja lililokuwa na beti mbili:

> Lebasi za Hariri, za zamani zi majivu,
>
> Dhambi za kuzawa amri, kujuta huchumi mbivu,
>
> Miaka kumi kikiri, mwituni pasipo livu
>
> Leo usiku mejiri, mchepuo mwangavu.
>
> Majani yaangukia, kaburini spara,
>
> Nani angebashiria, mume msomi ahera?
>
> Ghafla nikafungua, sanduku la nguo mara,
>
> Mavazi kuangalia, damu zingali ibura.

Mapambazuko yalipokaribia bibi arusi alimwamsha mumewe na kumwambia, "Ingefaa uondoke sasa, ama sivyo utawagutua watumishi." Tangu hapo, msomi akawa anakuja usiku na kuondoka alfajiri. Msomi alimpenda mkewe bila kiasi. Usiku mmoja alimwuliza, "Kijiji hiki kinaitwaje?"

"Kijiji cha Laixiali, kwa sababu wanaokaa hapa wengi ni mizimu wapya, hivyo basi tukakipa kijiji hiki jina hilo." Mkewe akamjibu.

443

【原文】

曰：“人鬼路殊，君亦不宜久滞。”乃以罗袜赠生，挥泪促别。生凄然而出，忉怛若丧，心怅怅不忍归，因过叩朱氏之门。朱白足出逆，甥亦起，云鬟蓬松，惊来省问。生怊怅移时，始述九娘语。女曰：“姑氏不言，儿亦夙夜图之。此非人世，久居诚非所宜。”于是相对汍澜。生亦含涕而别。叩寓归寝，展转申旦。欲觅九娘之墓，则忘问志表。及夜复往，则千坟累累，竟迷村路，叹恨而返。展视罗袜，着风寸

【今译】

生惆怅多时，才重述了公孙九娘的话。外甥女说：“即使舅母不说，我也在日夜考虑此事。这里不是人间，确实不适于久住。”于是，几人面对面哭得泪水涟涟。莱阳生含着泪水告别离去。莱阳生敲开寺门，回屋躺下，辗转反侧，直到天亮。他想寻找公孙九娘的坟墓，却忘了问碑志墓表。等到夜里，他再去寻找，只见上千座坟墓重重叠叠，竟然再找不到通往村庄的道路，只得叹息连声，抱恨而归。他打开丝罗的袜子来看，袜子经风一吹，碎成一片片的，霎时烂得如同灰烬一般。于是他打点行装，返回东鲁。

　　过了半年，莱阳生仍然忘不了公孙九娘，又来到济南，希望在哪里遇到她。等抵达南郊时，日色已晚，他把马拴在

Baada ya kusikia hayo, msomi alihuzunika na kushusha pumzi nzito. Mkewe alisema, "Mizimu maskini waliokaa mbali na kwao walikuwa hawana mbele wala nyuma na hawakufahamu wanakokwenda. Mimi na mama yangu tulikuwa maskini sana. Kila tulipojikumbusha hayo tulizama katika dimbwi la majonzi. Natumaini kwamba kama uliyatilia maanani mapenzi yetu katika usiku wa arusi yetu, basi tafadhali uchukue mifupa yangu na kunizika pamoja na jamaa zangu huko wilayani ili hapo baadaye niweze kukaa nao daima." Msomi akakubali mara moja. Kisha mkewe aliendelea, "Binadamu hutofautiana na mizimu kwa hiyo wewe using'ng'anie kukaa hapa." Baada ya kumaliza maneno yake alimzawadia mumewe jozi ya soksi. Alimhimiza mumewe aondoke huku akidondosha machozi mithili ya mvua za masika. Msomi akiwa na moyo mzito aliondoka na alikuwa na majonzi kama aliyefiwa na jamaa yake. Alijisikia vibaya na hakupendelea kurudi hekaluni. Baada ya kutoka kwa mkewe alikwenda kubisha mlango wa nyumba ya Zhu. Zhu alikuja kumkaribisha huku akiwa miguu peku. Mpwa wake aliamka pia na kumsalimu kwa mshangao huku nywele zake zikiwa zimetimka. Msomi alikuwa na huzuni kupita kiasi. Baada ya kitambo, aliwaambia maneno

445

断，腐如灰烬，遂治装东旋。

　　半载不能自释，复如稷门，冀有所遇。及抵南郊，日势已晚，息驾庭树，趋诣丛葬所。但见坟兆万接，迷目榛荒，鬼火狐鸣，骇人心目。惊悼归舍。失意遨游，返辔遂东。行里许，遥见女郎，独行丘墓间，神情意致，怪似九娘。挥鞭就视，果九娘。下骑欲语，女竟走，若不相识。再逼近之，色作怒，举袖自障。顿呼九娘，则湮然灭矣。

446

【今译】

院中的树上，便快步赶往乱葬的坟场。在那里，只见无数的坟茔一个接着一个，丛生的荒草迷茫一片，鬼火点点，狐鸣声声，使人触目惊心。莱阳生惊恐伤悼交集地回到住处。他失望地到处乱走，后来便掉转马头，返回东鲁。走出一里左右，莱阳生远远地看见一位女郎，独自在坟丘间行走，神情风致很像公孙九娘。他挥鞭追赶，近前一看，果然是公孙九娘。他跳下马来，正要说话，公孙九娘竟然跑开，就像素不相识一般。他再次逼近公孙九娘，公孙九娘显出怒气冲冲的神色，并用袖子遮住自己的脸。他顿足高呼九娘，公孙九娘还是湮没不见了。

　　异史氏说：以香草自况的屈原自沉于汨罗江，他的热血

ya mkewe. Mpwa wake alisema, "Hata mimi nimekuwa nikiwaza na kuwazua jambo hilo, maana hapo ni tofauti na duniani, bila ya shaka kukaa hapa kwa muda mrefu hapakufai." Basi wote walitiririkwa na machozi, kisha msomi akaondoka kwa shingo upande.

Alipofika mlangoni mwa hekalu la mtawa alibisha hodi, mlango ukafunguliwa, akaingia ndani, akajibweteka kitandani. Alikuwa akifurukuta na usingizi ulimparama kabisa mpaka kulipokucha. Alitaka kwenda kulitafuta kaburi la mkewe, lakini kwa bahati mbaya alisahau kumwuliza alama ya kaburi lake. Usiku ulipoingia alikwenda kumtafuta mkewe. Alipofika huko aliona maelfu ya makaburi yakisongamana, akapotea njia iliyoelekea Kijiji cha Laixiali. Akalazimika kurudi tena chumbani kwake, akashusha pumzi, akajichukia. Huko chumbani alitandaza soksi zile alizozawadiwa na mkewe ili kuziangalia kwa makini, lakini mara soksi zikachanika vipande vipande zilipokutana na upepo na zikageuka kuwa majivu kwa sababu ya kuoza. Msomi alikuwa hana la kufanya, akafungasha mizigo, akaelekea mashariki na kurudi kwao kabisa.

Nusu mwaka ulipita. Msomi alikuwa bado hajaweza

【原文】

异史氏曰：香草沉罗，血满胸臆；东山佩玦，泪渍泥沙。古有孝子忠臣，至死不谅于君父者。公孙九娘岂以负骸骨之托，而怨怼不释于中耶？脾鬲间物，不能掬以相示，冤乎哉！

【今译】

还在胸中激荡；讨伐东山皋落氏的太子申生佩戴着金玦，他的眼泪浸透了泥沙。自古便有忠臣孝子到死不被君父谅解的事例。公孙九娘是不是认为莱阳生背弃了迁移尸骨的重托，怨恨始终难以在心中消除呢？脾膈之间的那颗心不能掬出来给人看，莱阳生也太冤枉了！